வால்ட் டிஸ்னி கதை

பொழுதுபோக்கால் உலகை வென்றவருடைய வாழ்க்கை வரலாறு

AF850707

வால்ட் டிஸ்னி கதை

பொழுதுபோக்கால் உலகை வென்றவருடைய வாழ்க்கை வரலாறு

என். சொக்கன்

ZDP
SPECIFICS

Title: Walt Disney
Author's Name: N Chokkan
Copyright © N Chokkan
Published by ZDP Specifics

All rights reserved. No part of this publication may be reproduced, stored in a retrieval system, or transmitted, in any form or by any means, electronic, mechanical, photocopying, recording, psychic, or otherwise, without the prior permission of the publishers.

ZDP
SPECIFICS

(An imprint of Zero Degree Publishing)
No. 55(7), R Block, 6th Avenue,
Anna Nagar,
Chennai - 600 040

Website: www.zerodegreepublishing.com
E Mail id: zerodegreepublishing@gmail.com
Phone: 89250 61999

ZDP Specifics First Edition: November 2022
ISBN: 978-81-956735-4-4
TITLE NO EP: 25

Rs.

Cover Design & Layout: Vijayan Creative Studio

சமர்ப்பணம்

மருத்துவர் திருமதி பூங்கோதை அவர்களுக்கு

பொருளடக்கம்

1. மழலை ஓவியங்கள்

ஒரு தெருவோரச் சண்டை, பிக்பாக்கெட், வழிப்பறிக் கொள்ளை, சின்னதாகக் கைகலப்புகள், அடிதடிகள், துப்பாக்கிச் சூடு - இதெல்லாம் இல்லாமல் ஒரு நகரம் இருக்க முடியுமா என்ன?

யதார்த்தமான இந்த விஷயம் எலியாஸ்க்குப் புரிந்துதான் இருந்தது. ஆனாலும், இந்தக் களேபரத்தில் தன்னுடைய மகன்கள் மாட்டிக்கொண்டு சீரழிந்துவிடுவார்களோ என்று மிகவும் பயந்தார் அவர்.

சாதாரணத் தச்சு வேலை செய்கிறவருடைய குடும்பம், ஊருக்கு நடுவே பளபளப்பான பகுதிகளிலா குடியிருக்க முடியும்? அவருடைய சம்பளத்துக்கு, இந்த மாதிரி ஒதுக்குப்புறமான இடத்தில்தான் வீடு கிடைத்தது. அதுவே இப்போது பெரிய பிரச்னையாகிவிட்டது.

வீட்டிலிருந்து எப்போது வெளியே எட்டிப்பார்த்தாலும், குடித்துவிட்டுத் தரையில் உருள்கிறவர்களும், சத்தமாகக் கத்தி கலாட்டா செய்கிறவர்களும்தான் தென்படுகிறார்கள். வயது வித்தியாசமில்லாமல் சின்னப் பையன்களுக்கெல்லாம்கூட

புகைப் பழக்கம், மதுப் பழக்கம், போதைப் பழக்கம், திருட்டுப் பழக்கம்.

இப்படியொரு முரட்டுச் சூழலில் தன்னுடைய பிள்ளைகள் நல்லபடி வளரமுடியுமா என்றுதான் எந்நேரமும் யோசித்துக்கொண்டிருந்தார் எலியாஸ். அவருடைய கவலையை அதிகமாக்குவதுபோல், பக்கத்துத் தெருவில் ஒரு திடுக்கிடும் சம்பவம் நடந்தது.

அந்தப் பகுதியைச் சேர்ந்த இரண்டு பையன்கள், எதையோ திருடிக்கொண்டு ஓடும்போது ஒரு போலீஸ்காரர் அதைக் கவனித்துவிட்டார். அவர் தங்களைப் பிடித்துவிடுவாரோ என்கிற பயத்தில், பையன்கள் இருவரும் அவரைக் கொன்றுவிட்டார்கள்.

கொலை செய்த அந்த இரண்டு பேரும், சின்னப் பையன்கள்தான். மிஞ்சிப்போனால் பதினைந்து அல்லது பதினாறு வயதிருக்கலாம். சிறிய குற்றங்களில் ஆரம்பித்து, படிப்படியாகக் கெட்டுப்போய், கடைசியில் கொலைக்குத் துணிந்துவிட்டார்கள்.

இந்த விஷயத்தைக் கேள்விப்பட்டதும், எலியாஸ் *(Elias)* மற்றும் அவரது மனைவி ஃப்ளோரா *(Flora)* இருவருக்கும் பயங்கர அதிர்ச்சி. கொலைக் குற்றத்துக்காகச் சிறையில் தள்ளப்பட்டிருக்கும் அந்தப் பையன்களுக்கும், தங்களுடைய மூத்த மகனுக்கும் கிட்டத்தட்ட ஒரே வயதுதான் என்பதை நடுக்கத்தோடு எண்ணிப் பார்த்தார்கள் அவர்கள்.

இதற்குமேல் இந்த ஊரில் இருக்கமுடியாது, இருக்கக்கூடாது என்று முடிவெடுத்தார் எலியாஸ். குற்றங்கள் மலிந்த இந்தச் சூழலில், தன்னுடைய மகன்களையோ, மகளையோ வளர்ப்பதற்கு அவர் கொஞ்சமும் விரும்பவில்லை.

அப்போது எலியாஸ் குடும்பம் வாழ்ந்துவந்த சிகாகோ அவர்களுக்குச் சொந்த ஊர் இல்லை. ஆகவே, எந்த மன வருத்தமும் இல்லாமல், ஊர் மாறுவதற்கான ஏற்பாடுகளில் இறங்கினார் அவர்.

எலியாஸின் முன்னோர்கள் எல்லோரும் அயர்லாந்தைச் சேர்ந்தவர்கள். அவருடைய தாத்தா காலத்தில் கனடாவுக்குக் குடிபெயர்ந்து, விவசாயம் மற்றும் பண்ணை வேலைகளில் ஈடுபட்டுக்கொண்டிருந்தார்கள். அதில் அவ்வளவாக வருமானம் கிடைக்காமல், பிழைப்புத் தேடி அமெரிக்காவினுள் நகர்ந்தார்கள். இதேபோல், ஃப்ளோராவின் முன்னோர்களும் ஜெர்மனியிலிருந்து அமெரிக்காவுக்கு வந்தவர்கள்தான்.

ஆரம்பத்தில் எலியாஸுக்கும் நிரந்தரமான வேலை என்று எதுவும் அமைந்துவிடவில்லை. கொஞ்ச காலம் விவசாயத்தில் ஈடுபட்டிருந்தார், தபால்காரராக வேலை பார்த்தார், அதன்பிறகு சிகாகோவுக்கு வந்து தச்சுத் தொழிலைப் பழகிக்கொண்டார். அப்போதிலிருந்து, ஒப்பந்த அடிப்படையில் தச்சு வேலைகள், பிற கட்டுமானப் பணிகளைச் செய்துகொண்டிருந்தார்.

1888ம் ஆண்டு ஜனவரி 1ம் தேதி, எலியாஸுக்கும் ஃப்ளோராவுக்கும் திருமணம் நடந்தது. அவருக்குக் கிடைக்கிற சொற்ப வருமானத்தில் வீட்டைக் கச்சிதமாக கவனித்துக்கொள்வதுடன், கணவரின் வேலைகளில் சிலவற்றையும் பகிர்ந்துகொண்டு உதவினார் ஃப்ளோரா.

அந்த ஆண்டு இறுதியில், அவர்களுடைய முதல் மகன் ஹெர்பர்ட் (Herbert) பிறந்தான். அடுத்த ஐந்து வருடங்களில் ரேமண்ட் (Raymond), ராய் (Roy) என்று மேலும் இரண்டு பையன்கள்.

இப்படிக் குடும்பம் வளர்ந்துகொண்டிருந்தபோது, சிகாகோவின் புனித பௌல் தேவாலயத்தைச் சேர்ந்த வால்டர் பர் (Walter Parr) என்ற பாதிரியாருடன் எலியாஸுக்கு நல்ல நட்பு ஏற்பட்டது. இந்தத் தோழமையின் அடையாளமாக, தன்னுடைய நான்காவது மகனுக்கு, அவருடைய பெயரையே வைக்கத் தீர்மானித்தார் எலியாஸ்.

1901ம் ஆண்டு டிசம்பர் 5ம் தேதி பிறந்த வால்டர் எலியாஸ் டிஸ்னி (Walter Elias Disney) என்ற அந்தப் பையனை, எல்லோரும்

செல்லமாக 'வால்ட்' என்று அழைத்தார்கள். படு சுட்டியான முகம், பழுப்பு நிறக் கண்கள் என்று எல்லோரையும் முதல் பார்வையிலேயே கவர்ந்திழுத்தான் வால்ட்.

இரண்டு வருடங்களுக்குப்பிறகு, வால்ட்க்கு ஒரு குட்டித் தங்கை ருத் *(Ruth)* பிறந்தாள். அந்தச் சமயத்தில்தான் சிகாகோவின் குற்றச் சூழல் எலியாஸை மிகவும் உறுத்தத் தொடங்கியிருந்தது.

அங்கிருந்து வெளியேறுவது என்று முடிவுசெய்தபிறகு, எலியாஸ் அதிக நாள்கள் யோசித்துக்கொண்டிருக்கவில்லை. தன்னுடைய சகோதரர் ராபர்ட் *(Robert)* உதவியுடன், மிஸௌரி *(Missouri)* பகுதியைச் சேர்ந்த மர்சலின் *(Marceline)* என்ற ஊரில் 45 ஏக்கர் பண்ணை நிலம் வாங்கினார், 1906 ஏப்ரல் மாதத்தில், மொத்தக் குடும்பமும் மர்சலினுக்குக் குடிபெயர்ந்தது.

சிகாகோவின் நகரச் சூழ்நிலையோடு ஒப்பிட்டால், மர்சலினின் பண்ணைப் பசுமையை சொர்க்கம் என்றுதான் சொல்லவேண்டும். எங்கே பார்த்தாலும் மரங்கள், செடிகொடிகள், பழத் தோட்டங்கள், நீரோடைகள், ஆங்காங்கே கட்டற்றுத் திரிந்துகொண்டிருக்கும் சகல வகை மிருகங்கள் எல்லாவற்றையும் பார்க்கப் பார்க்க, ஐந்து வயது வால்ட்க்குப் பரவசமாக இருந்தது.

அவனுடைய தங்கை ருத் அப்போதுதான் நடக்கப் பழகியிருந்தாள். அவளையும் துணைக்கு அழைத்துக்கொண்டு, பண்ணை முழுவதும் சுற்றித் திரிந்தான் வால்ட். நாள்முழுதும் மிருகங்களைத் துரத்திக்கொண்டு, மீன் பிடித்துக்கொண்டு, குட்டையில் விழுந்து புரண்டுகொண்டு உற்சாகமான விளையாட்டுகள், ஓய்வெடுப்பதென்றால், அப்படியே புல்வெளியில் காலை நீட்டிப் படுத்துவிடலாம், அல்லது, நீரோடையில் மணிக்கணக்காக நீந்தி விளையாடலாம்.

மர்சலினில் வசிக்கிறவர்கள் எல்லோரும், ஒரு பெரிய குடும்பத்தின் உறுப்பினர்களைப்போல ஒருவருக்கொருவர் அன்போடு பழகினார்கள். பரஸ்பரம் சிறியதும் பெரியதுமாகப்

பல உதவிகளைப் பகிர்ந்துகொண்டு உற்சாகமாக வாழ்ந்தார்கள்.

வால்ட்டின் வீட்டில், தாத்தா, பாட்டி, மாமா, அத்தை என்று எப்போதும் யாராவது வந்துபோய்க்கொண்டேதான் இருப்பார்கள். ஆகவே, அந்தச் சின்ன வயதிலிருந்தே உறவுகளோடு நேரம் செலவழிப்பதன் இனிமை அவனுக்குப் பழகிவிட்டது.

மார்சலினில் வெறும் ஐந்தே வருடங்கள்தான் வாழ்ந்தார் வால்ட் டிஸ்னி. ஆனால், அதன்பிறகு எப்போதும், 'உங்களுடைய சொந்த ஊர் எது?', என்று யாராவது கேட்டால், எந்தத் தயக்கமும் இல்லாமல், 'மார்சலின்' என்றுதான் பதில் சொல்வார்.

அந்த அளவுக்கு மார்சலினின் இயற்கைச் சூழல் வால்ட் மனத்தில் ஆழமாகப் பதிந்திருந்தது. அங்கே பார்த்துப் பழகிய பசுமையும் விலங்குகளும் கள்ளம் கபடமற்ற கிராம மனிதர்களும்தான் முழுமையான வாழ்க்கை என்பதன் அடையாளங்களாக அவருக்குத் தெரிந்தார்கள்.

இளம்பருவத்தில் வால்ட்க்குக் கிடைத்த இந்த இயற்கையான பண்ணை வாழ்க்கைதான், அவரை எப்போதும் குழந்தை மனோநிலையில் வைத்திருந்தது என்று அவருடைய நண்பர்கள் குறிப்பிட்டதுண்டு. ஒருவேளை வால்ட் நகரத்தில் வாழ்ந்திருந்தால், அவருடைய கதை வேறுவிதமாக அமைந்திருக்கக்கூடும்.

பல ஏக்கர்கள் பரந்து விரிந்திருந்த தந்தை எலியாஸின் பண்ணையில், வால்ட்க்கு முழு சுதந்தரம் இருந்தது. எப்போது வேண்டுமானாலும், எங்கே வேண்டுமானாலும் போகலாம், என்ன வேண்டுமானாலும் செய்யலாம், கேள்வி கேட்பதற்கு யாரும் இல்லை.

இந்தச் சுதந்தரத்தை, அவன் பெரும்பாலும் நல்லவிதமாகதான் பயன்படுத்தினான். என்றாலும், அந்த வயதுக்கே உரிய சுட்டித்தனத்தால், அவ்வப்போது சில விஷமக் குறும்புகளில் ஈடுபட்டு, பெற்றோரிடம் சிக்கிக்கொள்வான்.

உதாரணமாக, ஒருமுறை தங்கை ருத் உதவியுடன், வீட்டின் சுவர் முழுவதும் தார் பூசிவிட்டான் வால்ட். இதற்குப் பரிசாக, கோபக்காரத் தந்தை எலியாஸிடம் அவனுக்கு நல்ல 'பூஜை' கிடைத்தது.

வால்ட் வரைந்த அந்தத் 'தார்' ஓவியத்தை ரசித்த (?) அவனுடைய அத்தை மார்கரெட் (Margaret) அவனுக்குப் படம் வரைவதற்கான தூரிகை, வண்ணங்கள் போன்றவற்றை வாங்கிக் கொடுத்தார், 'இனிமேல் சுவரில் வரையாதே, காகிதத்தில் வரைந்து பழகு', என்று உற்சாகப்படுத்தினார்.

அதன்பிறகு, வால்ட்டின் உலகமே வண்ணமயமாக மாறிவிட்டது. தினந்தோறும், கண்ணில் படுகிற எல்லாக் காட்சிகளையும், காகிதத்தில் ஓவியங்களாகப் பிரதியெடுக்க ஆரம்பித்தான் அவன்.

ஐந்தாறு வயதுப் பையன், அப்படி என்ன பெரிதாக வரைந்துவிடப்போகிறான் என்று அலட்சியமாக நினைக்காமல், அவனுடைய கிறுக்கல் ஓவியங்கள் ஒவ்வொன்றையும் பெரிதாகப் பாராட்டி மகிழ்ந்தார் மார்கரெட், 'இன்னும் நிறைய வரையவேண்டும்', என்று அவனை உற்சாகப்படுத்தினார்.

அந்தச் சின்ன வயதில், அத்தையின் பாராட்டுகள் வால்ட் டிஸ்னிக்கு மிகப் பெரிய ஊக்கமாக அமைந்தன. பின்னாள்களில், அவர் ஓவிய வகுப்புகளுக்குச் சென்று, அந்தக் கலையை முறைப்படி பயில முடிவெடுத்ததன் ஆரம்பப் புள்ளி இதுதான்.

சீக்கிரத்திலேயே, வால்ட் டிஸ்னியின் மழலை ஓவியங்களை மார்சலினிலிருந்த மற்றவர்களும் ரசிக்க ஆரம்பித்தார்கள். ஓய்வு பெற்ற மருத்துவரான ஷெர்வுட் (L I Sherwood), தன்னுடைய குதிரையை ஓவியமாகத் தீட்டும்படி வால்ட்டைக் கேட்டுக்கொண்டார்.

இதையடுத்து, ருபெர்ட் (Rupert) என்ற அந்தக் குதிரையை, வால்ட் டிஸ்னி தன்னால் முடிந்தவரை அழகாக வரைந்து முடித்தான். அதை விரும்பி ரசித்துப் பாராட்டிய ஷெர்வுட், அவனுக்குப் பரிசாக ஒரு நாணயத்தையும் கொடுத்தார்.

இதேபோல், உள்ளூரிலிருந்த முடி திருத்தும் நிலையத்தின் சுவர்களில் ஓவியம் வரைந்து அலங்கரிக்கிற ஜாலியான வாய்ப்பும் டிஸ்னிக்குக் கிடைத்தது. இதற்குச் சன்மானம், வேறென்ன? இலவச 'ஹேர் கட்'கள்தான்!

இப்படிச் சிறுவன் வால்ட் டிஸ்னி ஊர்முழுவதும் உற்சாகமாக அலைந்து திரிந்து ஓவியம் பழகிக்கொண்டிருக்கையில், அவனுடைய அண்ணன்கள் பண்ணையில் படாதபாடு பட்டுக்கொண்டிருந்தார்கள்.

எலியாஸ் குடும்பம் மர்சலினுக்குக் குடிபெயர்ந்தபோது, அவர்களுடைய மூத்த மகன் ஹெர்பர்டுக்குப் பதினெட்டு வயது, அடுத்தவன் ரேமண்டுக்குப் பதினாறு வயது. இவர்கள் இருவரையும், தன்னுடைய பண்ணையில் சம்பளமில்லாத வேலைக்காரர்களாகப் பயன்படுத்தத் தொடங்கியிருந்தார் எலியாஸ்.

பண்ணை நிலம் வாங்கியதில் தொடங்கி, வெவ்வேறு விஷயங்களுக்காகப் பல இடங்களில் எலியாஸ் கடன் பெற்றிருந்தார். அதையெல்லாம் ஒழுங்காகத் திருப்பிச் செலுத்தவேண்டுமானால், கொஞ்சம் சிக்கனமாக இருந்தால்தான் முடியும் என்று தீர்மானித்திருந்தார் அவர்.

ஆகவே, பண்ணையில் தொழிலாளர்களை வேலைக்குச் சேர்த்துச் சம்பளம் கொடுப்பதெல்லாம் நமக்குக் கட்டுப்படியாகாது. நாம் மூவரும்தான் உழைக்கவேண்டும் என்று முடிவுசெய்த எலியாஸ், பண்ணையில் கஷ்டப்பட்டு உழைத்தார், தன்னுடைய முதல் இரு மகன்களையும் கடுமையாக வேலை வாங்கினார்.

இதனால், வால்ட் டிஸ்னிக்கு இனிமையாகத் தெரிந்த பண்ணை வாழ்க்கை, ஹெர்பர்ட், ரேமண்ட் இருவருக்கும் கொடுமையாக இருந்தது. தங்கள் வயதுக்கேற்ற பொழுதுபோக்குகள் எவையும் இல்லாமல், நாள்முழுதும் பாடுபட்டுக்கொண்டிருந்தார்கள் அவர்கள்.

பதிலுக்கு, எலியாஸ் அவர்களுக்குச் சம்பளம் என்று எதுவும்

கொடுக்கவில்லை. போதாக்குறைக்கு, அவர்கள் மற்றவர்களுடைய பண்ணையில் உழைத்துச் சம்பாதித்தால், அந்தக் காசையும் வாங்கிக்கொண்டுவிடுவார் அவர். குடும்பம் கடனில் இருக்கும்போது, அதைத் தீர்க்கிற பொறுப்பு எல்லோருக்கும் உண்டு என்பது அவருடைய கட்சி.

நல்லவேளையாக, இந்தக் கஷ்டத்திலிருந்து சின்னப் பையன் வால்ட் தப்பிவிட்டான். பண்ணையில் உள்ள மரம், செடிகொடிகள், மிருகங்களோடு பேசிக்கொண்டு, ஓவியம் வரைந்துகொண்டு நாள்களைக் கழித்தான் அவன்.

அப்படி ஒருநாள், கவனமில்லாமல் ஒரு சிறிய ஆந்தையைக் கொன்றுவிட்டான் வால்ட். தெரியாமல் செய்த தவறுதான். என்றாலும், அந்தக் குற்றவுணர்ச்சி அவனை மிகவும் வாட்டியது.

அழுகையினூடே, ‘இனிமேல் எந்த மிருகத்தையும் கொல்லமாட்டேன், அவற்றிடம் அன்போடு நடப்பேன்’ என்று தனக்குத் தானே உறுதி சொல்லிக்கொண்டான் வால்ட். அப்போதிலிருந்து மிருகங்கள், பறவைகள்மீது அவனுக்குத் தனி பாசம் பிறந்துவிட்டது. பின்னாள்களில், வால்ட் டிஸ்னி உருவாக்கிய பெரும்பாலான கதாபாத்திரங்கள் மிருகங்கள் அல்லது பறவைகளாக இருப்பதன் ரகசியம் இதுதான்.

பசுமைச் சூழல், மிருகங்களின் தோழமை, ஓவியங்கள் ஆகியவற்றோடு, அந்த வயதில் வால்ட் டிஸ்னியைக் கவர்ந்த இன்னொரு விஷயம், ரயில்கள்!

பெரிதாகச் சத்தமிட்டுக்கொண்டு, சீரான தாள லயத்தோடு ரயில் பாதையில் அசைந்தாடி வரும் ரயில்கள், வால்ட் டிஸ்னிக்கு மிகவும் பிடித்தன. அவற்றை ஆசையாகப் பார்ப்பதும், அதில் செல்கிறவர்களுக்குக் கையசைத்து வழியனுப்புவதும் அவனுடைய விருப்பத்துக்குரிய பொழுதுபோக்குகளாகிவிட்டன.

சிறிது காலத்துக்குப்பிறகு, தண்டவாளத்தில் காதை வைத்துக் கேட்டு, அதில் உண்டாகும் அதிர்வுகளின் மூலம் ரயில் எப்போது வருகிறது என்பதை ஊகித்துச் சொல்லும் கலையில்

விற்பன்னனாகிவிட்டான் வால்ட்.

மைக் மார்ட்டின் *(Mike Martin)* என்ற வால்ட்டின் உறவினர் ஒருவர், அப்போது ரயில்வே துறையில் வேலை செய்துகொண்டிருந்தார். அவர் மர்சலினுக்கு வரும்போதெல்லாம், கையோடு கொண்டுவருகிற மிட்டாய்கள், பொம்மைகளைக் காட்டிலும், அவருடைய ரயில் அனுபவங்களைக் கேட்பதில்தான் வால்ட்டுக்கு அதிக ஆர்வம் இருந்தது.

இதேபோல், வால்ட் டிஸ்னிக்குக் கதை சொல்லிப் பழக்கப்படுத்திய இன்னொருவர், எரஸ்டஸ் டெய்லர் *(Erastus Taylor)*. மர்சலினில் வாழ்ந்த முன்னாள் ராணுவ வீரரான இவர், அமெரிக்க உள்நாட்டுப் போரில் பங்குபெற்றவர். அந்த அனுபவங்களையெல்லாம் அவர் தினந்தோறும் சுவாரஸ்யமான கதைகளாகச் சொல்வதை ரசித்துக் கேட்பான் வால்ட்.

இதன்மூலம், சிறுவன் வால்ட்க்குச் சுவையான, சற்றே நாடகத்தனம் கலந்து சொல்லப்படும் கதைகளில் ஆர்வம் பிறந்தது. கூடவே, அமெரிக்காவின் மீதான தாய்நாட்டுப் பற்றும் பொங்கியது. பின்னர், மாணவப் பருவத்தில் அவர் கார்ட்டூன்கள் வரையத் தொடங்கியபோது, அவர் வரைந்தவற்றில் பெரும்பாலானவை தேச பக்திச் சித்தரிப்புகள்தான்.

இந்தச் சமயத்தில், வால்ட் வீட்டிலேயே ஒரு வருத்தமான நாடகம் நடந்துகொண்டிருந்தது. இதற்குக் காரணம், அவனுடைய தந்தை எலியாஸ், அண்ணன்கள் ஹெர்பர்ட், ரேமண்ட் ஆகியோரிடையே மூண்டிருந்த கருத்து வேறுபாடுகள், பூசல்கள்.

என்னதான் சொந்தப் பண்ணையானாலும், எலியாஸ் தங்களைக் கூலியாள்போல, சில சமயங்களில் அடிமைபோல நடத்துகிறார் என்று அவருடைய மகன்கள் எண்ணினார்கள். ஆகவே, அவர்கள் வீட்டிலிருந்து வெளியேறுவதாகத் தீர்மானித்துவிட்டார்கள்.

எலியாஸ் டிஸ்னி, மிகவும் கண்டிப்பானவர், முன்கோபம் அதிகம், பலவிதமான கட்டுப்பாடுகளுக்கிடையே தன்னுடைய பிள்ளைகளை வளர்த்தவர், அவர்களில் யாராவது தப்பு

செய்துவிட்டால், கைக்குக் கிடைப்பதை எடுத்துக்கொண்டு அடி பிய்த்து உதறிவிடுவார்.

ஆனால், அவருடைய கண்டிப்புகள், கட்டுப்பாடுகள், தண்டனைகள் அனைத்துமே, தன் குடும்பத்தின், குழந்தைகளின் நலனைக் கருத்தில் கொண்டவைதான் என்று வால்ட் டிஸ்னி பின்னாள்களில் குறிப்பிட்டிருக்கிறார்.

அந்த வயதில், ஹெர்பர்ட், ரேமண்ட் இருவருக்கும் இந்த விஷயம் புரிந்திருக்க நியாயமில்லை. ஆகவே, 1908ம் ஆண்டு அவர்கள் வேறு வேலை தேடி சிகாகோவுக்குச் செல்வதாகத் தீர்மானித்துவிட்டார்கள்.

இதனால் எலியாஸ்க்கு மிகவும் வருத்தம். தன்னுடைய மகன்கள் தன்னைப் புரிந்துகொள்ளவில்லை என்கிற சோகம் ஒருபக்கமிருக்க, இனிமேல் பண்ணையில் அத்தனை வேலைகளையும் தன்னந்தனியாகச் செய்வது எப்படி?

அப்போதிலிருந்து, மூன்றாவது மகன் ராய், தந்தையின் பண்ணைப் பணிகளில் உதவத் தொடங்கினான். என்றாலும், வேலைகள் முன்புபோல் சுறுசுறுப்பாக நடக்கவில்லை.

அடுத்த வருடம், வால்ட் டிஸ்னியின் சுதந்தரம், விளையாட்டுக்குத் தாற்காலிகமாகத் தடை போடப்பட்டது. எட்டு வயது வால்ட்டை, உள்ளூரிலிருந்த 'பார்க் ஸ்கூல்' *(Park School)* எனும் பள்ளியில் சேர்த்தார்கள் அவரது பெற்றோர்.

பள்ளிச் சூழலுக்கு வால்ட் தன்னைப் பழகிக்கொள்ளுமுன், வீட்டில் வேறொரு பெரிய பிரச்னை தலைகாட்டியது. தந்தை எலியாஸுக்கு, திடீரென்று டைஃபாய்ட் காய்ச்சல் பிடித்துவிட்டது.

அந்தக் காலத்தில், டைஃபாய்ட் என்பது உயிர்க்கொல்லி வியாதியாக இருந்தது. அந்த நோயால் பாதிக்கப்பட்டவர்களை, மற்ற வியாதிகளும் உடனே பிடித்துவிடும், சரியான மருத்துவ வசதிகள், சிகிச்சை முறைகளும் இல்லாததால்,

ஆயிரக்கணக்கானவர்கள் அப்போது டைஃபாய்டால் மரணமடைந்துகொண்டிருந்தார்கள்.

இப்படி ஒரு கொடுமையான வியாதி எலியாஸைத் தாக்கியதும், அந்தக் குடும்பம் அதிர்ச்சியில் திகைத்துப்போய் நின்றுவிட்டது. மீண்டும் அவர் பழையபடி குணம் பெறவேண்டும் என்று எல்லோரும் பிரார்த்தனை செய்தார்கள். சிகிச்சையின்போது, மிகுந்த அக்கறையோடு அவரைக் கவனித்துக்கொண்டார் ஃப்ளோரரா.

அடிப்படையில் மிகவும் நேர்மையான மனிதர் எலியாஸ், கடின உழைப்பாளி, எல்லோருடனும் நட்பாகப் பழகுகிறவர், இல்லாதவர்களுக்குத் தன்னால் இயன்ற உதவிகளைச் செய்யும் நல்ல பண்பு அவரிடம் இருந்தது. குடி, சிகரெட் என்று எந்தக் கெட்ட பழக்கங்களாலும் அவர் பாதிக்கப்பட்டிருந்ததாகத் தெரியவில்லை. எப்போதாவது கிடைக்கிற ஓய்வு நேரத்தில், குடும்பத்தாருக்கு வயலின் வாசித்துக்காட்டி மகிழ்வூட்டுவார்.

வேலை விவகாரங்களைப் பொறுத்தவரை, தனக்குக் கிடைத்த எந்த வேலையிலும் அவர் நிரந்தரமாகத் தங்கிவிடவில்லை என்பது உண்மைதான். ஆனால், ஒவ்வொரு காலகட்டத்திலும், தன்னுடைய குடும்பத்தின் அடிப்படைத் தேவைகளை நிறைவேற்றுவதற்கான சம்பாத்தியத்தை அவரால் எப்படியோ பெற்றுவிடமுடிந்தது.

இதனால், அவர் நோய்வாய்ப்பட்டபோது, மூன்று வளர்ந்த மகன்கள் இருந்தும்கூட, அவருடைய குடும்பம் தங்களது ஒரே வழிகாட்டியான எலியாஸ் குணமாகிற தினத்தைதான் எதிர்நோக்கிக்கொண்டிருந்தது. மகன்களுக்கு தந்தைமீது என்னதான் சின்னச் சின்ன வருத்தங்கள் இருந்தபோதும், எல்லோரும் அவர்மேல் அளவற்ற மரியாதையும் பக்தியும் வைத்திருந்தார்கள்.

ஃப்ளோராவின் அன்பான கவனிப்பால், டைஃபாய்ட் காய்ச்சலின் பிடியிலிருந்து தப்பினார் எலியாஸ். ஆனால்,

மிகவும் தளர்ந்துபோயிருந்த அவரால், முன்புபோல் பண்ணை வேலைகள் அனைத்தையும் கவனித்துச் செய்யமுடியும் என்று தோன்றவில்லை.

ஆகவே, மர்சலின் பண்ணையை விற்றுவிட்டு, வேறு ஊருக்குச் சென்றுவிடலாம் என்று எலியாஸ் டிஸ்னி முடிவெடுத்தார். இந்த விஷயத்தைக் கேள்விப்பட்ட ஒருவர், சுமார் ஐயாயிரம் டாலர்கள் விலைக்கு அவர்களுடைய பண்ணையை வாங்கிக்கொள்ள முன்வந்தார்.

பண்ணையை விற்றபிறகும், டிஸ்னி குடும்பம் சிறிது காலம் மர்சலினில் ஒரு வாடகை வீட்டில் தங்கியிருந்தது. பிள்ளைகளின் அந்த ஆண்டுப் படிப்பு முடிந்தபிறகு, 1911ம் ஆண்டு எல்லோரும் கன்ஸாஸ் *(Kansas)* நகரத்துக்குக் குடிபெயர்ந்தார்கள்.

வால்ட் டிஸ்னியைப் பொறுத்தவரை, தன்னுடைய பண்ணையை, அதன் இயற்கைச் சூழலை, விலங்கு நண்பர்களையெல்லாம் இழப்பதில் அவருக்கு மிகவும் வருத்தம்தான். ஆனால், புதிய நகரத்தில் அவருக்கு வேறு சில சுவாரஸ்யமான பொழுதுபோக்குகள் காத்திருந்தன.

கன்ஸாஸ் நகரத்துக்கு வந்த எலியாஸ் குடும்பம், அவருக்கு நிலையான வேலை அமையும்வரை, ஒரு வாடகை வீட்டில் தங்கியிருந்தது. அந்த வீட்டின் அருகே, இரண்டு பூங்காக்கள் இருந்தன.

பூங்கா என்றால், யார் வேண்டுமானாலும் உள்ளே புகுந்துவிட முடிகிற விளையாட்டு மைதானங்கள் இல்லை. இவை தனியார் பூங்காக்கள், காசு கொடுத்து டிக்கெட் வாங்கிதான் உள்ளே செல்லவேண்டும்.

'ஃபேர்மான்ட் பார்க்' மற்றும் 'எலக்ட்ரிக் பார்க்' *(Fairmont Park & Electric Park)* என்று பெயரிடப்பட்டிருந்த அந்தப் பூங்காக்களில், சிறுவர்களுக்காக வகைவகையான விளையாட்டு சாதனங்கள், பொழுதுபோக்கு அம்சங்கள் குவிந்திருந்தன. ரங்க ராட்டினங்களில் தொடங்கி, மிட்டாய்க் கடைகள்,

மாஜிக் காட்சிகள்வரை உற்சாகமாக நேரம் செலவிடுவதற்கான விஷயங்கள் ஏராளம்.

ஆனால், இவை எல்லாமே, வால்ட் டிஸ்னி மற்றவர்களிடமிருந்து கேட்டுத் தெரிந்துகொண்ட விஷயங்கள்தான். அவரால் எப்போதும் அந்தப் பூங்காக்களினுள் செல்ல முடிந்ததில்லை. ‘பார்க்குக்குப் போய் விளையாடவேண்டும்’ என்று தந்தையிடம் காசு கேட்டால், அடிதான் விழும்.

ஆகவே, தங்கள் வீட்டிலிருந்து கால்நடை தூரத்திலிருந்த அந்த உல்லாசப் பூங்காக்களுக்கு, வால்ட் மற்றும் ருத் இருவரும் தினசரி செல்வார்கள். டிக்கெட் வாங்கிப் பூங்காவினுள் போகமுடியாமல், வெளியே வேலிக்குப் பக்கத்தில் நின்றபடி, உள்ளே என்ன நடக்கிறது என்று எட்டிப்பார்க்கவோ, ஊகிக்கவோ முயற்சி செய்வார்கள்.

சீக்கிரத்திலேயே, அந்த அரைகுறை சந்தோஷத்திலும் இடி விழுந்துவிட்டது. ‘கன்ஸாஸ் ஸிடி ஸ்டார்’ *(Kansas City Star)* என்ற செய்தித்தாளுக்கான விநியோக உரிமையை எலியாஸ் வாங்கியதும், அவர்கள் வேறு பகுதிக்கு வீடு மாறிவிட்டார்கள்.

மறுநாள் தொடங்கி, வால்ட் டிஸ்னியின் சிறுபிள்ளைச் சுதந்தரம் மொத்தமாகப் பறிபோனது!

2. பேப்பர் பையன்

கடுமையான குளிர் வாட்டியெடுத்துக்கொண்டிருந்தது. அடுக்கடுக்கான ஆடைகளைக் கடந்து, நரம்புகள், எலும்புகள் அனைத்திலும் ஊசி குத்தியது அதிகாலைப் பனிக்காற்று. உடம்பு நடுங்க, கனமான அந்தப் பையைத் தூக்கியபடி மெல்ல நடந்துகொண்டிருந்தான் வால்ட்.

பொழுது விடிவதற்கு இன்னும் நெடுநேரம் இருந்தது. எல்லா வீடுகளும் ஆழ்ந்த உறக்கத்தில் கிடக்க, சாலையில் அவன் ஒருவன் மட்டும் தனிமையே துணையாகச் சென்றுகொண்டிருந்தான். அவனுடைய பை முழுவதும் அன்றைய செய்தித்தாள்கள் நிரம்பியிருந்தன. நூற்றுக்கணக்கான வீடுகளுக்கு அவற்றைக் கொண்டுசேர்க்கவேண்டியது வால்ட்டின் தினசரிப் பொறுப்பு.

வெயிலோ, மழையோ, பனியோ, எந்தக் காலநிலையானாலும், வால்ட், அவனுடைய அண்ணன் ராய் இருவர் மட்டும் அதிகாலை மூன்று மணிக்கே எழுந்துவிடவேண்டியிருந்தது. தூக்கம் முழுசாகக் கலைகிறதோ இல்லையோ, அடுத்த அரை மணி நேரத்துக்குள் அவர்கள் அன்றைய தினத்தின் செய்தித்தாள்களைச் சேகரித்துக்கொண்டு, விநியோகத்துக்குக் கிளம்பியாகவேண்டும்.

'இன்னும் அஞ்சே அஞ்சு நிமிஷம் தூங்கிக்கறேன்ப்பா', அதிகாலையில் தந்தை எலியாஸ் அவனை எழுப்பும்போதெல்லாம் இப்படிதான் பரிதாபமாகக் கெஞ்சுவான் வால்ட். ஆனால், கடமை விஷயத்தில் எலியாஸ் மிகவும் கண்டிப்பானவர். மூன்று மணி என்றால் மூன்று மணிதான், அதற்குமேல் அரை விநாடிகூட தாமதிக்கக்கூடாது.

எலியாஸின் செய்தித்தாள் விநியோகப் பணியில் கட்டாய வேலையாளாகச் சேர்க்கப்பட்டபிறகுதான், மர்சலின் பண்ணையில் தன்னுடைய அண்ணன்கள் ஹெர்பர்ட், ரேமண்ட் இருவரும் எப்படிக் கஷ்டப்பட்டிருப்பார்கள் என்று அனுபவப்பூர்வமாகப் புரிந்துகொண்டான் வால்ட்.

அதிகாலைத் தூக்கத்தில் தொடங்கி, அவன் வயதுப் பிள்ளைகள் அனுபவிக்கக்கூடிய பெரும்பாலான சவுகர்யங்கள் வால்ட்க்குக் கிடைக்கவில்லை. ஒரு சினிமா கிடையாது, விளையாட்டுப் பொருள்கள் கிடையாது, ஏன், பையனுக்கு ஒரு சின்ன பொம்மைகூட வாங்கித் தந்ததில்லை எலியாஸ்.

தினந்தோறும் செய்தித்தாள் விநியோகிப்பதற்காக வால்ட் ஏறி இறங்குகிற வீடுகள் மிகப் பெரியவை. அவற்றின் புல்வெளிகளில், அந்த வீட்டுக் குழந்தைகள் விளையாடிய பொம்மைகள் இறைந்து கிடைக்கும். அவற்றைப் பார்க்கும்போதெல்லாம், சட்டென்று அங்கேயே உட்கார்ந்து, அந்த பொம்மைகளோடு உற்சாகமாக விளையாடத் தொடங்கிவிடுவான் அவன்.

சிறிது நேரத்துக்குப்பிறகுதான், இன்னும் பல வீடுகளுக்குப் பேப்பர் போடவேண்டும் என்கிற விஷயம் ஞாபகத்துக்கு வரும். பொம்மைகளை ஏக்கத்தோடு வருடிக் கொடுத்துவிட்டு, பையைத் தூக்கிக்கொண்டு ஓடுவான்.

வால்ட்டும் ராயும், மற்ற பேப்பர் பையன்களைப் போல செய்தித்தாளை வாடிக்கையாளர்களுடைய வீட்டினுள் விசிறியடிக்கக்கூடாது என்று கண்டிப்பாகச் சொல்லியிருந்தார் எலியாஸ். ஆகவே, ஒவ்வொரு வீட்டிலும் நின்று, கம்பிக் கதவைத்

திறந்து, படியேறி, கதவருகே செய்தித்தாளை வைத்துவிட்டுக் கீழே இறங்கிவரவேண்டியிருந்தது.

கனமான ஒரு பையைத் தூக்கிக்கொண்டு இப்படி நூற்றுக்கணக்கான வீடுகளில் தினந்தோறும் ஏறி, இறங்குவது வால்ட்க்கு அலுப்பாகவும் களைப்பாகவும் இருந்தது. குறிப்பாக, பனிக்காலங்களின் அதிகாலைக் குளிரைப் பொறுக்கமுடியாமல் மிகவும் அவஸ்தைப்பட்டான் அவன்.

எவ்வளவுதான் கஷ்டப்பட்டாலும், தந்தையை எதிர்த்துப் பேசுகிற துணிச்சலோ, அவருடைய வார்த்தையை மீறுகிற தைரியமோ அவனுக்கு இல்லை. ஆகவே, தன்னுடைய நிலைமையை நினைத்துக் கண்ணீர் விட்டு அழுவதற்குதான் அவனால் முடிந்தது.

வால்ட் டிஸ்னியின் அந்தச் சோகத்தை அறிந்தவர்கள், உணர்ந்தவர்கள் என்று அப்போது யாருமே இல்லை. அதிகாலை இருள் மட்டுமே, அவனுடைய அழுகைக்குச் சாட்சியாக நின்றது. யாராலும் தன்னைப் பார்க்கமுடியாது என்கிற தெம்பில், பிழியப் பிழிய அழுது தீர்த்தான் அவன்.

இப்படி வெட்கம் விட்டு அழுததால், சிறுவன் வால்ட் டிஸ்னியின் மனத்திலிருந்த கனம் கொஞ்சம் குறைந்தது. ஆனால், நாள்கள் செல்லச் செல்ல, அவனுடைய வேலைப்பளு மட்டும் அதிகரித்துக்கொண்டேதான் இருந்தது.

அதுமட்டுமில்லை, தினந்தோறும் அதிகாலையிலேயே எழுந்து பேப்பர் போடச் சென்றுவிடுவதால், பள்ளியில் நன்றாகத் தூங்கி வழிந்தான் வால்ட். பெரும்பாலான வகுப்புகளில் அவனால் கவனம் செலுத்தமுடியவில்லை. தேர்வுகளில் அவனுடைய மதிப்பெண்கள் அபாய எல்லையைத் தொட்டுக் கீழிறங்கிவிட்டன. இதனால், ஆசிரியர்களும், சக மாணவர்களும் அவனை மக்குப் பையனாகவே பார்த்தார்கள்.

போதாக்குறைக்கு, கன்ஸாஸில் வால்ட் டிஸ்னி படித்துக்கொண்டிருந்த பென்டன் *(Benton)* பள்ளியைச்

சேர்ந்தவர்கள், அவனுடைய மர்சலின் பள்ளிப் படிப்பைக் கணக்கில் எடுத்துக்கொள்ள மறுத்துவிட்டார்கள். ஆகவே, அவன் மீண்டும் அதே வகுப்பில் இன்னொரு வருடம் படிக்கவேண்டியதாயிற்று.

இதனால், வால்ட் டிஸ்னியின் வகுப்பிலிருந்த பல மாணவர்கள், அவனைவிடச் சிறியவர்கள். அவர்கள் முன்னால் இப்படி முட்டாள் பட்டம் வாங்குகிறோமே என்று மிகவும் அவமானமாக உணர்ந்தான் வால்ட்.

ஆனால், இதற்காக வருத்தப்படுவதைத்தவிர அவனால் வேறு எதுவுமே செய்யமுடியவில்லை. கஷ்டப்பட்டுப் படித்துத் தன்னுடைய கல்வி ஞானத்தையும், மதிப்பெண்களையும் உயர்த்திக்கொள்ளவேண்டும் என்று அவனுக்கும் ஆசைதான். அதற்கு நேரம்தான் இல்லை.

எலியாஸ் டிஸ்னி இப்போது ‘கன்ஸாஸ் சிடி ஸ்டார்’தவிர வேறொரு செய்தித்தாளையும் விநியோகிக்கிற பொறுப்பை ஏற்றுக்கொண்டிருந்தார். ஆகவே, பள்ளிக்குச் செல்வதற்கு முன்னால், பின்னால் என்று எந்நேரமும் பேப்பர் பையோடுதான் அலைந்துகொண்டிருந்தான் வால்ட்.

வேலை நேரத்தில், அவனுக்கு ஓய்வே கிடையாது. ஆகவே, தன்னுடைய ஓவியக் காதலைத் தொடர்ந்து வளர்ப்பதற்கு, பள்ளி நேரங்களைப் பயன்படுத்திக்கொண்டான் வால்ட் டிஸ்னி. அவனுடைய பள்ளிப் புத்தகங்கள், நோட்டுகளிலெல்லாம், பாடக் குறிப்புகளுக்குப் பதிலாக, சின்னதும் பெரியதுமான ஓவியங்கள்தான் இடம்பெற்றிருந்தன.

நிஜ வாழ்க்கையில் சிறுவன் வால்ட் டிஸ்னி அனுபவித்த சிரமங்கள், கஷ்டங்கள் அனைத்துக்கும், அவனுடைய இந்த ஓவியப் பழக்கம்தான் மருந்தாக அமைந்தது. தனது ஓவியங்களின்மூலம் உருவாக்கிக்கொண்ட ஒரு கற்பனை உலகத்தில் உற்சாகமாகச் சுற்றிவந்தான் அவன்.

வகுப்புகளில் எந்தப் பாடத்தையும் ஒழுங்காகக் கவனிப்பதில்லை,

எந்நேரமும் தூங்கிக்கொண்டிருக்கிறான், அல்லது படம் கிறுக்கிக்கொண்டிருக்கிறான், அல்லது பகல் கனவுகளில் மூழ்கியிருக்கிறான், தேர்வுகளில் பூஜ்ஜியத்துக்கு மேல் மார்க் வாங்கினால் அதிசயம், இந்தப் பையன் நிச்சயமாகத் தேறவேமாட்டான் என்று வால்ட் டிஸ்னியின் ஆசிரியர்கள் முடிவுகட்டியிருந்தபோதுதான், அந்த ஆச்சர்யம் நடந்தது.

வால்ட் டிஸ்னி ஐந்தாம் வகுப்பில் படித்துக்கொண்டிருந்தபோது ஒருநாள், முன்னாள் அமெரிக்க அதிபர் ஆப்ரஹாம் லிங்கனைப்போல் வேடம் அணிந்துகொண்டு பள்ளிக்கு வந்தான். மற்ற மாணவர்கள் அவனை ஆச்சரியமாகப் பார்த்துக்கொண்டிருக்கையில், லிங்கனின் புகழ்பெற்ற கெட்டிஸ்பெர்க் *(Gettysburg)* சொற்பொழிவைக் கடகடவென்று பேச ஆரம்பித்தான்.

வெறுமனே மனப்பாடம் செய்து ஒப்பிப்பதுபோல் இல்லாமல், உரிய இடங்களில் ஏற்ற இறக்கங்கள் கொடுத்து, பொருத்தமான முக பாவனைகள், கையசைவுகளோடு அந்தச் சொற்பொழிவை மிகச் சிறப்பாக நடித்துக் காட்டினான் வால்ட் டிஸ்னி. மடைதிறந்ததுபோல் பொங்கிய அவனுடைய பேச்சைக் கேட்டவர்கள், பார்த்தவர்கள் எல்லோரும் வியப்பில் மூழ்கிப் போனார்கள்.

குறிப்பாக, வால்ட்டின் வகுப்பு ஆசிரியையான மிஸ் ஆல்ஸன் *(Olson)* என்பவருக்கு, அவனுடைய கெட்டிஸ்பெர்க் சொற்பொழிவு மிகவும் பிடித்துவிட்டது. இந்தப் பையனிடம் இப்படி ஓர் அதிசயத் திறமை ஒளிந்திருப்பதை இத்தனை நாளாகக் கண்டுகொள்ளாமல் விட்டுவிட்டோமே என்று வருந்திய அவர், ‘வருங்காலத்தில் நீ ஒரு பெரிய நடிகனாக வருவாய் வால்ட்’ என்று மனமார வாழ்த்தினார்.

அன்றைக்குப் பள்ளிமுழுவதும் வால்ட் டிஸ்னியின் இந்த லிங்கன் அவதாரத்தைப்பற்றிதான் பேச்சு. சீக்கிரத்திலேயே இந்தத் தகவல் பிரின்சிபல் ஜே டி காட்டிங்ஹம் *(J D Cottingham)* காதுக்கும் எட்டியது. ‘வால்ட் பேசுவதை நீங்கள்

அவசியம் கேட்கவேண்டும்' என்று சிபாரிசு செய்து, அவரைத் தன் வகுப்புக்கு அழைத்துவந்தார் மிஸ் ஆல்ஸன்.

பிரின்சிபல் முன்னால், மீண்டும் ஒருமுறை கெட்டிஸ்பெர்க் சொற்பொழிவை நடித்துக் காட்டினான் வால்ட் டிஸ்னி. அப்போது அங்கிருந்த மாணவர்கள் எல்லோரும் அவனைக் கை தட்டி ஊக்குவித்தார்கள்.

வால்ட் டிஸ்னியின் பேச்சுத் திறமை, அவனுடைய முக பாவனைகளில் பொங்கிய தேசப்பற்று ஆகிய இரண்டையுமே வெகுவாக ரசித்தார் காட்டிங்ஹம். உணர்ச்சிமயமான இந்தப் பேச்சை எல்லா மாணவர்களும் கேட்கவேண்டும் என்று விரும்பிய அவர், வால்ட் டிஸ்னியை ஒவ்வொரு வகுப்பாக அழைத்துச்சென்று, மாணவர்கள்முன் சொற்பொழிவாற்றுமாறு கேட்டுக்கொண்டார்.

அன்றுமுழுவதும் வால்ட்க்குக் கிடைத்த பாராட்டுகள், கைதட்டல்களுக்குக் கணக்கே இல்லை. அந்தச் சின்ன வயதிலேயே, கைதட்டல் ஒலியின் போதை அவனுக்குப் பழகிவிட்டது.

அதன்பிறகு, வால்ட் டிஸ்னி அந்தப் பள்ளியிலிருந்து விலகும்வரை, ஒவ்வொரு வருடமும் புதிய மாணவர்களுக்காக கெட்டிஸ்பெர்க் சொற்பொழிவை நிகழ்த்தவேண்டியிருந்தது. முதன்முறையாக, பள்ளியில் எல்லோரும் வால்ட்டை மரியாதையோடு பார்க்க ஆரம்பித்தார்கள். மக்குப் பட்டம் சூட்டிய ஆசிரியர்கள் எல்லோரும், முதுகில் தட்டிக்கொடுத்துப் பாராட்டினார்கள்.

அது சரி, ஓவியப் பிரியனாக மட்டும் இருந்த வால்ட் டிஸ்னி, திடீரென்று நடிகர் திலகமாக அவதாரம் எடுத்தது எப்படி?

அந்தக் காலகட்டத்தில், உலகம் முழுவதையும் பிடித்துக்கொண்டிருந்த ஒரு நகைச்சுவை ஜுரம், வால்ட் டிஸ்னியையும் தாக்கியிருந்தது. அந்தக் கலகலப்புக் காய்ச்சலின் பெயர், சார்லி சாப்ளின்!

எல்லோருடைய வாழ்க்கையிலும் தென்படக்கூடிய எளிமையான, யதார்த்தமான கதைகளை எடுத்துக்கொண்டு, அவற்றைத் தனது நுணுக்கமான கையாளலின்மூலம் உன்னதப் படைப்புகளாக உருவாக்கிய சார்லி சாப்ளினின் கோமாளித்தனங்களை, இன்றுவரை குழந்தைகள், பெரியவர்கள் என்று எல்லோரும் ரசித்து மகிழ்ந்துகொண்டிருக்கிறார்கள்.

அப்போது புகழின் உச்சியில் இருந்த சார்லி சாப்ளினைப் பார்த்துதான், வால்ட் டிஸ்னிக்கும் நடிப்பு ஆசை வந்தது, நகைச்சுவையான விஷயங்களைப் பேசி, மற்றவர்களைச் சிரிக்கவைக்கிற விருப்பமும் வந்தது.

ஆனால், எதிலும் சிக்கனம் பார்க்கிற எலியாஸ், தன்னுடைய மகனைக் காசு கொடுத்து சார்லி சாப்ளின் சினிமாவுக்கு அனுப்பிவைத்தாரா?

அதுதான் இல்லை. உணவு, உடை, கல்விக் கட்டணம் போன்ற சிலவற்றைத் தவிர, மிச்சமிருக்கிற பொழுதுபோக்குகள் அனைத்தும் அனாவசியச் செலவு என்று நினைக்கிறவர் எலியாஸ். இதுபோன்ற விஷயங்களில் அநியாயமாகக் காசைக் கரியாக்கிவிடுவார்கள் என்று பயந்துதான், தன்னிடம் பணிபுரியும்(?) மகன்களுக்கு அவர் ஒரு நயாபைசா கூட சம்பளமாகக் கொடுத்ததில்லை.

வால்ட் டிஸ்னி பென்டன் பள்ளியில் படித்துக்கொண்டிருந்தபோது, அங்கே அவனுக்கு ஒரு நல்ல சிநேகிதன் கிடைத்திருந்தான். அவன் பெயர் வால்ட் ஃபைஃபெர் (*Walt Pfeiffer*). இந்த இரு வால்(ட்)களும் சேர்ந்துகொண்டு ஃபைஃபெர் வீட்டில் மணிக்கணக்காக விளையாடத் தொடங்கினார்கள்.

ஃபைஃபெர் குடும்பம், வால்ட் டிஸ்னியை உற்சாகமாக வரவேற்றது. அவர்களுடைய கலகலப்பான பேச்சு, இனிமையாகப் பழகும் தன்மை என்று எல்லாமே வால்ட் டிஸ்னியை வெகுவாகக் கவர்ந்துவிட்டன.

அப்போதுதான், வால்ட் ஃபைஃபெர் டிஸ்னிக்குச் சார்லி

சாப்ளின் படங்களை அறிமுகப்படுத்தினான். சாப்ளினின் கலகலப்பான நடிப்பையும், சுருக்கமாக, எளிமையாக, நேரடியாகக் கதை சொல்லும் பாணியையும் பார்க்கப் பார்க்கப் பரவசத்தில் எல்லைக்கே சென்றுவிட்டான் அவன்.

சில வாரங்களுக்குள், சார்லி சாப்ளின்தான் இந்த உலகிலேயே மிக உன்னதமான கலைஞர் என்று இரண்டு வால்ட்களும் முடிவுகட்டினார்கள். அவரைப்போலவே தாங்களும் பெரிய நகைச்சுவையாளர்களாக வரவேண்டும் என்று முடிவுசெய்தார்கள்.

அந்தக் காலத்தில், சார்லி சாப்ளினின் புகழ்பெற்ற 'கோமாளி' வேஷத்தை, அமெரிக்க, பிற நாடுகளைச் சேர்ந்த சிறுவர்கள், இளைஞர்கள் அணிந்து, பலவிதமான போட்டிகள், நிகழ்ச்சிகளில் பங்கேற்பது வழக்கமாக இருந்தது. ஏராளமானவர்கள் சாப்ளினைப் போலவே உடையணிந்து, மக்களைச் சிரிக்கவைத்தார்கள். இதுபோன்ற போட்டிகளில் மிகுந்த ஆர்வத்தோடு பங்குபெறத் தொடங்கினார் வால்ட் டிஸ்னி.

அடுத்த கட்டமாக, வால்ட் டிஸ்னி, வால்ட் ஃபைஃபெர் இருவரும் இணைந்து பள்ளி விழாக்களுக்கான நாடகங்களை எழுதி, நடிக்க ஆரம்பித்தார்கள். நிறைய சார்லி சாப்ளின் படங்களைத் தொடர்ந்து பார்த்ததால், அவரைப் போலவே சிரிப்பு மூட்டுகிற காட்சிகளைக் கற்பனையாக உருவாக்கினார் வால்ட் டிஸ்னி. இந்த நாடகங்கள், மாணவர்களிடையே நல்ல வரவேற்பைப் பெற்றன.

இதேபோல், வகுப்புகளுக்கு நடுவே கிடைக்கிற ஓய்வு நேரங்களின்போது, சுவாரஸ்யமான பல கதைகளைத் தன்னுடைய நண்பர்களுக்குச் சொல்வார் வால்ட் டிஸ்னி. இதையும், வெறுமனே வர்ணிப்புகளாகச் சொல்லாமல், அவ்வப்போது காட்சிகளாக நடித்துக் காட்டுவது, கறும்பலகையில் ஓவியங்கள் வரைந்து, அவற்றின் பின்னணியில் கதை சொல்வது என்று பல புதுமைகளைச் செய்து பார்த்தார்.

இந்தக் காலகட்டத்தில் வால்ட் டிஸ்னியின் ஓவியத் திறமைகளும் நன்கு மெருகேறிக்கொண்டிருந்தன. அப்போதைய பிரபல காமிக்ஸ் கதாபாத்திரங்களை மையமாக வைத்து, தானே சொந்தமாகப் புதிய கார்ட்டூன் கதைகளை வரைந்து பழகினார் அவர்.

1915ம் ஆண்டு, கன்ஸாஸ் நகரைச் சேர்ந்த கலைப் பயிற்சி நிறுவனத்தில் *(Kansas Art Institute)* சேர்ந்தார் வால்ட் டிஸ்னி. இங்கேதான், முறைப்படி ஓவியப் பயிற்சி பெறுகிற வாய்ப்பு அவருக்குக் கிடைத்தது.

இப்படி நடிப்பு, எழுத்து, ஓவியம் என்று பல கலைகளை முயன்றுகொண்டிருந்த அதே நேரத்தில், தன்னுடைய தந்தையின் செய்தித்தாள் விநியோகப் பணியையும் வால்ட் டிஸ்னி தொடர்ந்து கவனிக்கவேண்டியிருந்தது. ஆரம்பத்தில் அதீத பளுவாகத் தோன்றிய அந்த வேலை, மறைமுகமாக அவருக்குச் சில நன்மைகளைச் செய்திருந்தது.

முதலாவதாக, அந்த இளம் வயதிலிருந்தே, தூக்கத்தைத் தியாகம் செய்யப் பழகிவிட்டார் வால்ட் டிஸ்னி. அதன்பிறகு அவருடைய வாழ்நாள் முழுவதும் தொடர்ந்த இந்தப் பழக்கம், பின்னாள்களில் அவருடைய முன்னேற்றத்துக்குப் பலவிதங்களில் உதவியது.

அடுத்து, பள்ளிப் படிப்போடு, கடின உழைப்புக்கும் நன்றாகப் பழகிவிட்டதால், தோல்வியைப்பற்றிக் கவலைப்படாமல் பல புதிய விஷயங்களை தைரியமாக முயன்று பார்க்கத் தொடங்கினார் வால்ட் டிஸ்னி.

உதாரணமாக, தந்தை எலியாஸிடம் பேப்பர் பையனாக வேலை பார்த்தபோது, வால்ட் டிஸ்னிக்குச் சம்பளம் என்று தனியாக எதுவும் கிடையாது. ஆகவே, எல்லா வீடுகளுக்கும் பேப்பர் போட்டபிறகு, கூடுதலாக ஐம்பது செய்தித்தாள்களை மொத்த விலையில் வாங்கி, விற்பனை செய்து லாபம் சம்பாதிக்கத் தொடங்கினார் அவர். இதேபோல், பள்ளி நாள்களில் மருந்துக்

கடை ஒன்றிலும், மிட்டாய்க் கடை ஒன்றிலும்கூட பகுதி நேரமாக வேலை செய்திருக்கிறார் வால்ட் டிஸ்னி.

இதுபோன்ற 'எக்ஸ்ட்ரா' வருமானங்களால், அவர் பெரிதாக எதுவும் சம்பாதித்துவிடவில்லை. என்றாலும், கூடுதல் உழைப்புக்குச் சளைக்காத குணம், வால்ட் டிஸ்னியின் நிரந்தர அடையாளமாகிவிட்டது.

கடைசியாக, எதைச் செய்தாலும், அதனை முழுமையாகவும், சிறப்பாகவும் செய்யவேண்டும் என்பதைத் தந்தை எலியாஸிடம் கற்றுக்கொண்டார் வால்ட் டிஸ்னி. சாதாரண செய்தித்தாள்தானே என்று அதைச் சும்மா விசிறியடிக்காமல், அதற்குரிய மரியாதையைத் தரவேண்டும். அசங்காமல், கசங்காமல் அதை வாடிக்கையாளர்களின் கதவருகே வைத்தால், அவர்கள் சந்தோஷப்படுவார்கள் என்கிற பாடமும், வாடிக்கையாளர்களுடைய நிஜமான மகிழ்ச்சிதான் வெற்றியாக மாறுகிறது என்கிற சூத்திரமும் இந்த வேலையில்தான் அவருக்குப் புரிந்தது.

தன்னுடைய மகன்களின் உதவியுடன் செய்தித்தாள் விநியோகத் தொழிலில் நல்ல லாபம் சம்பாதித்தார் எலியாஸ் டிஸ்னி. இந்தத் தொகையை ஓ'ஜெல் *(O'Zell)* என்ற நிறுவனத்தில் கொஞ்சம்கொஞ்சமாக முதலீடு செய்தார் அவர்.

அப்போது இந்த நிறுவனம், பல புதுமையான குளிர்பானங்களைத் தயாரிப்பதற்குத் திட்டமிட்டுக்கொண்டிருந்தது. இப்போதைய பெப்ஸி, கொக்ககோலாபோல், இந்த பானங்களுக்கு நல்ல வரவேற்பு இருக்கும் என்று நம்பிய எலியாஸ், ஓ'ஜெல் நிறுவனத்தில் இணைந்து செயல்பட விரும்பினார்.

இந்த எண்ணம் தோன்றியபிறகு, செய்தித்தாள் விநியோகத்தில் அவருக்கு ஆர்வம் குறைந்துவிட்டது. அந்த உரிமத்தை நல்ல விலைக்கு விற்று, சுமார் பதினாறாயிரம் டாலர்கள் திரட்டினார், மொத்தத்தையும் ஓ'ஜெல்லில் முதலீடு செய்தார்.

இதையடுத்து, அந்த நிறுவனத்தில் எலியாஸ் டிஸ்னிக்கு

முக்கியப் பொறுப்பு வழங்கப்பட்டது. இதற்காக அவருடைய குடும்பம் கன்ஸாஸிலிருந்து மீண்டும் சிகாகோ நகருக்குக் குடிபெயரவேண்டியிருந்தது.

அப்போது வால்ட் டிஸ்னியின் அண்ணன்கள் ஹெர்பர்ட், ராய் இருவரும் கன்ஸாஸில்தான் வேலை செய்துகொண்டிருந்தார்கள். ஆகவே, அந்த வருடக் கோடை விடுமுறைக்கு அவர்களோடு தங்கிக்கொள்வதாக முடிவெடுத்தார் வால்ட். மற்றவர்கள் எல்லோரும் சிகாகோவுக்குக் கிளம்பினார்கள்.

வருடம் முழுவதும் கஷ்டப்பட்டு உழைத்துப் பழகிவிட்ட வால்ட்க்கு, கோடை விடுமுறை என்று வெறுமனே ஊர் சுற்றிக்கொண்டிருப்பது பிடிக்கவில்லை. ஆகவே, தற்காலிகமாக ஏதாவது சிறிய வேலை கிடைக்குமா என்று தேட ஆரம்பித்தார்.

அவருடைய ஆர்வத்தைப் புரிந்துகொண்ட அண்ணன் ராய், பிரமாதமான ஒரு வேலைக்கு ஏற்பாடு செய்தார். ரயிலில் செய்தித்தாள்கள், மிட்டாய், பழம், சோடா போன்ற பொருள்களை விற்கும் வேலை அது.

சின்ன வயதிலிருந்தே ரயில்களின்மீது அலாதி பிரியம் கொண்டிருந்த வால்ட் டிஸ்னி, இந்த வேலையில் சட்டென்று ஒட்டிக்கொண்டுவிட்டார். இதற்கான சீருடை, ரயிலில் அடிக்கடி பயணம் செய்கிற வாய்ப்பு, வெவ்வேறு புதிய ஊர்களை, மனிதர்களைப் பார்க்கும் அனுபவங்கள் என்று எல்லாமே அவருக்கு மிகவும் பிடித்திருந்தது.

இத்தனை சந்தோஷங்களுக்கு மத்தியில், தன்னுடைய விற்பனைத் தொழிலில் கவனம் செலுத்தத் தவறிவிட்டார் வால்ட் டிஸ்னி. இதனால், அவருக்குப் பல டாலர்கள் நஷ்டம் ஏற்பட்டுவிட்டது.

ஆனால், அப்போதும், எப்போதும் இதுபோன்ற இழப்புகளைப்பற்றி அவர் கவலைப்பட்டதில்லை. பணம் சம்பாதிப்பதைவிட, அனுபவங்களைச் சேர்த்துக்கொள்வதுதான் எல்லாத் தொழில்களின் நோக்கமும் என்று உறுதியாக நம்பினார் அவர்.

அந்த ஆண்டுக் கோடை விடுமுறையின் முடிவில், அண்ணன்களிடம் விடைபெற்றுக்கொண்டு சிகாகோவுக்குக் கிளம்பினார் வால்ட் டிஸ்னி. அங்கே மெக்கின்லி (McKinley) உயர் பள்ளியில் சேர்க்கப்பட்டார்.

கன்ஸாஸ் நகரைப் போலவே, இங்கேயும் நல்ல கலைக் கல்லூரிகள், பயிற்சி நிறுவனங்கள் இருந்தன. 'சிகாகோ அகாடமி ஆஃப் ஃபைன் ஆர்ட்ஸ்' (Chicago Academy Of Fine Arts) என்ற நிறுவனத்தில் இரவு நேர வகுப்புகளுக்குச் சேர்ந்துகொண்டார் வால்ட் டிஸ்னி. சனி, ஞாயிறுகளில் கன்ஸாஸ் சென்றும் தனது ஓவியப் பயிற்சியைத் தொடர்ந்தார்.

அதுவரை தனக்குத் தோன்றியதையெல்லாம் வரைந்து தள்ளிக்கொண்டிருந்த வால்ட் டிஸ்னி, முதன்முறையாகக் கார்ட்டூன் எனப்படும் கேலிச் சித்திரக் கலையைப் பயின்றது சிகாகோவில்தான். கார்ட்டூன்களைப்பற்றிப் படித்துத் தெரிந்துகொண்டதையெல்லாம் முயன்று பார்ப்பதற்கு அவருக்கு ஒரு நல்ல வாய்ப்பும் இங்கேதான் கிடைத்தது.

சிகாகோவில் வால்ட் டிஸ்னி படித்த மெக்கின்லி பள்ளியின் சார்பாக, ஒரு சிறிய பத்திரிகை வெளியாகிக்கொண்டிருந்தது. அதில் ஓவியராகவும் புகைப்படக் கலைஞராகவும் ஆர்வத்தோடு இணைந்துகொண்டார் அவர்.

முதலாவது உலகப்போர் காலகட்டம் அது. போர் பின்னணியில், தேசப்பற்றைத் தூண்டும் பலவிதமான கார்ட்டூன்களைத் தனது பள்ளி இதழுக்காக வரையத் தொடங்கினார் வால்ட் டிஸ்னி.

அப்போது அவருடைய அண்ணன் ராய், கப்பல் படையில் இணைந்திருந்தார். இந்த விஷயத்தைக் கேள்விப்பட்டதிலிருந்து, வால்ட் டிஸ்னிக்கும் போரில் நேரடியாகப் பங்குபெறவேண்டும் என்ற ஆர்வம் ஏற்பட்டது.

இந்த ஆசையை நிறைவேற்றிக்கொள்வதற்காக, அவர் பல தில்லுமுல்லுகளைச் செய்யவேண்டியிருந்தது!

3. சின்னதாக ஒரு பொய்

எப்படியாவது நான் ராணுவத்தில் சேர்ந்தாகவேண்டும்.

சின்ன வயதிலிருந்து போர் கதைகளை நிறைய கேட்டு வளர்ந்த வால்ட் டிஸ்னிக்கு, அங்கே நிஜமான போர் நடந்துகொண்டிருக்கும்போது, இங்கே நாம் சும்மா உட்கார்ந்திருப்பது நியாயமாகத் தோன்றவில்லை. இந்தப் போரில் தனது பங்களிப்பை வழங்கியே ஆகவேண்டும் என்று ராணுவத்தில் இணைவதற்கான முயற்சிகளில் இறங்கினார்.

ஆனால், அப்போது (1917) வால்ட் டிஸ்னிக்கு வயது பதினாறுதான். ராணுவத்தில் சேர விரும்புகிறவர்களுக்குக் குறைந்தபட்சம் பதினெட்டு வயதாகியிருக்கவேண்டும். இதனால், அவருடைய விண்ணப்பம் நிராகரிக்கப்பட்டது.

இந்த நிபந்தனை மிகவும் அபத்தமானது என்று நினைத்தார் வால்ட். போரில் ஈடுபடுவதற்கு ஆர்வம் அல்லவா முக்கியம்? இப்படி வயதைக் காரணம் காட்டி வெளியே தள்ளுகிறார்களே.

ஆனால், அவர் என்னதான் புலம்பினாலும், ராணுவ விதிமுறையை மாற்றிவிடமுடியாது. இந்த விஷயம் புரிந்ததும்,

ஆதங்கத்துடன் தன்னுடைய முயற்சியைக் கைவிட்டார் வால்ட் டிஸ்னி.

ராணுவத்தில் இடம் கிடைக்கவில்லை என்றாலும், மீண்டும் பள்ளிக்குச் செல்வதற்கு அவர் விரும்பவில்லை. ஏதேனும் ஒருவிதத்தில் நிச்சயமாக இந்தப் போரில் பங்கேற்றாகவேண்டும் என்று அவருக்குள் ஒரு குரல் திரும்பத் திரும்பச் சொல்லிக்கொண்டிருந்தது.

ஆகவே, அதற்கான சாத்தியங்களைத் தொடர்ந்து சிந்தித்தபடி, தாற்காலிகமாகத் தந்தை எலியாஸின் ஓ'ஜெல் தொழிற்சாலையில் வேலைக்குச் சேர்ந்தார் வால்ட் டிஸ்னி. அங்கே அவருக்கு நிரந்தரமான வேலை என்று எதுவும் கிடையாது - ஒரு நாள் பாட்டில் கழுவச் சொல்வார்கள். இன்னொரு நாள் ஏதேனும் ஓர் இயந்திரத்தை இயக்கவேண்டியிருக்கும். சில சமயங்களில் இரவு வாட்ச்மேன் பொறுப்பைக்கூட அவர் ஏற்கவேண்டியிருந்தது.

ஆனால், முந்தைய பேப்பர் போடும் வேலையைப்போல் இல்லாமல், இங்கே அவருக்கு ஒழுங்காகச் சம்பளம் தரப்பட்டது. அதைச் சேமித்துவைத்துக்கொண்டு, தன்னுடைய ராணுவ(?) முயற்சிகளைத் தொடர்ந்தார்.

இதேபோல், இந்தக் காலகட்டத்தில் பல்வேறு பகுதி நேர வேலைகளில் ஈடுபட்டிருக்கிறார் வால்ட் டிஸ்னி. முக்கியமாக, ஒரு தபால் அலுவலகத்தில் அவர் பணியாற்றிக்கொண்டிருந்தபோது, அந்தக் கட்டடம் குண்டு வைத்துத் தகர்க்கப்பட்டது. மிகச் சில நிமிட இடைவெளியில், அதிர்ஷ்டவசமாக உயிர் தப்பினார் அவர்.

இந்தச் சமயத்தில்தான் ப்யூட்ரிஸ் (Beatrice) என்ற பெண்ணுடன் நெருங்கிப் பழகத் தொடங்கினார் வால்ட் டிஸ்னி. தங்களுக்கிடையே இருப்பது வெறும் நட்பா அல்லது காதலா என்று அவர்கள் தீர்மானித்து முடிவெடுப்பதற்குள், முதலாவது உலகப் போரில் ஈடுபடுவதற்கான இன்னொரு வாய்ப்பு வால்ட்க்குக் கிடைத்தது.

செஞ்சிலுவைச் சங்கம் எனப்படும் ரெட் க்ராஸ் *(Red Cross Society)*, போரில் காயமடைந்தவர்களுக்கான மருத்துவச் சேவைகளில் மும்முரமாக இயங்கிக்கொண்டிருந்தது. இதற்காக, அப்போது அவர்கள் ஏகப்பட்ட புதியவர்களை வேலைக்குச் சேர்த்துக்கொண்டிருந்தார்கள்.

இந்த விஷயத்தைக் கேள்விப்பட்டதும், சட்டென்று ரெட் க்ராஸ் அலுவலகத்துக்கு ஓடினார் வால்ட் டிஸ்னி. அங்கே, ஆம்புலன்ஸ் ஓட்டுனர் பணிக்கான காலி இடங்கள் இருப்பது தெரிந்தது.

ஏற்கெனவே ஒருமுறை வயது விஷயத்தில் ஏமாற்றமடைந்திருந்த வால்ட் டிஸ்னி, இந்தமுறை கொஞ்சம் உஷாராக, 'இதில் சேர்வதற்கான குறைந்தபட்ச வயது எவ்வளவு?' என்று விசாரித்தார்.

'பதினேழு' என்று பதில் வந்தது.

'அட, எனக்கும் பதினேழு வயசுதான்', என்று அவசரமாகப் பொய் சொன்ன வால்ட் டிஸ்னி, உடனே ஆம்புலன்ஸ் டிரைவர் வேலைக்கு விண்ணப்பித்தார்.

நல்லவேளையாக, ரெட் கிராஸில் ஓட்டுனராகச் சேர்கிறவர்களுக்கு, எந்த வண்டியையும் ஓட்டத் தெரிந்திருக்கவேண்டியதில்லை. எல்லாவற்றையும் அவர்களே சொல்லிக்கொடுத்து, முழுமையாகப் பயிற்சி அளித்தபிறகுதான் போர்க்களங்களுக்கு அனுப்புவார்களாம்.

இந்த விஷயம் தெரிந்ததும், வால்ட் டிஸ்னிக்கு பயங்கர குஷி. துப்பாக்கி பிடித்துச் சண்டை போட்டால்தான் ஆச்சா? போரில் காயம் பட்டவர்களுக்கு உதவி செய்வதும் நல்ல தேச சேவைதான் என்று தன்னை உற்சாகப்படுத்திக்கொண்ட அவர், கடைசியாகத் தன்னுடைய போர்க் கனவுகள் நனவாகப்போவதை நினைத்து மகிழ்ந்தார்.

ஆனால், இந்தச் சந்தோஷத்துக்கும் ஓர் இடையூறு வந்தது.

பணியில் சேர்வதற்குமுன், அவர் தன்னுடைய வயதுச் சான்றிதழைச் சமர்ப்பிக்கவேண்டும் என்று கண்டிப்பாகச் சொல்லிவிட்டார்கள்.

வால்ட் டிஸ்னி பிறந்தது 1901ம் ஆண்டின் இறுதியில். ஆகவே, ரெட் க்ராஸில் ஓட்டுனராகச் சேர முயன்றபோது அவருக்கு வயது பதினாறுதான். ஆனால் அவர்களோ, பதினேழு வயதானவர்களை மட்டும்தான் வேலைக்குச் சேர்ப்போம் என்பதில் உறுதியாக இருந்தார்கள்.

இந்த வாய்ப்பையும் வயது காரணமாகத் தவறவிட விரும்பாத வால்ட் டிஸ்னி, எப்படியாவது தன்னுடைய பதினேழு வயதுப் பொய்யை நிஜமாக்குவதற்குத் தீர்மானித்தார். அதற்கு ஒரே வழி, போலிச் சான்றிதழ் தயாரிப்பதுதான்.

இதன்படி, தான் பிறந்தது 1900ம் ஆண்டு என்று குறிப்பிடும்படி ஆவணம் ஒன்றைத் தயாரித்தார் வால்ட் டிஸ்னி. அதில் அவருடைய தந்தை, தாய் இருவரும் கையெழுத்திடவேண்டியிருந்தது.

ஆனால், அடிப்படையில் மிகவும் நேர்மையான மனிதரான எலியாஸ்க்கு, தன்னுடைய மகனின் இந்தத் தில்லுமுல்லுகள் சற்றும் பிடிக்கவில்லை. ஆகவே, பொய்யான பிறந்த நாளைக் கொண்ட அந்தக் கடிதத்தில் கையெழுத்திட மறுத்துவிட்டார் அவர்.

எலியாஸ் இப்படித்தான் சொல்வார் என்று ஏற்கெனவே ஓரளவு ஊகித்திருந்த வால்ட் டிஸ்னி, தன்னுடைய முடிவில் பிடிவாதமாக நின்றார். நல்ல விஷயத்துக்காக ஒரு சின்னப் பொய் சொன்னால் தப்பில்லை என்று வாதாடிப் பார்த்தார், ஒரே ஒரு கையெழுத்துதானே என்று கொஞ்சிப் பார்த்தார், என்னுடைய ஆசைகளைக் கலைத்துவிடாதீர்கள் என்று கெஞ்சிப் பார்த்தார். ம்ஹூம், எலியாஸின் மனம் எதற்கும் இளகவில்லை.

கடைசியில், வால்ட் டிஸ்னியின் தவிப்பைப் புரிந்துகொண்டு,

அவருடைய தாய் ஃப்ளோராதான் உதவிக்கு வந்தார். எலியாஸின் கையெழுத்தையும் அவரே போட்டு, மகனைச் சந்தோஷமாக செஞ்சிலுவைச் சங்கத்துக்கு அனுப்பிவைத்தார்.

அங்கே அவருக்குத் தீவிரமான பயிற்சிகள் அளிக்கப்பட்டன. போர்க்களங்களில் காயம் பட்டவர்களுக்குச் சிகிச்சை அளிக்கும் மருத்துவமனைகளில் பணியாற்றுவதற்காக, ஆம்புலன்ஸ் வாகனம், கார்கள்போன்றவற்றை ஓட்டக் கற்றுக்கொண்டார் வால்ட் டிஸ்னி.

இந்தப் பயிற்சிகளின் முடிவில், வால்ட் டிஸ்னி தன்னுடைய பணிக்கு முழுமையாகத் தயாராகிவிட்ட நேரத்தில், அவருக்கு இன்ஃப்ளுயன்ஸா *(Influenza)* என்ற தொற்றுக் காய்ச்சல் வந்துவிட்டது. அவரைமட்டும் வீட்டில் கொண்டுசேர்த்துவிட்டு, மற்றவர்கள் எல்லோரும் வெவ்வேறு போர்க்கால மருத்துவ முகாம்களுக்குக் கிளம்பிப்போனார்கள்.

போர்க் களத்திற்கு நேரில் செல்லும் நாளை ஆவலோடு எதிர்நோக்கியிருந்த வால்ட் டிஸ்னிக்கு, இதனால் பெரும் ஏமாற்றம். எப்போது நோய் குணமாகும், வேலையில் சேரலாம் என்று ஆவலோடு வாசலைப் பார்த்துக்கொண்டு படுத்திருந்தார்.

வால்ட் டிஸ்னியின் தாய் ஃப்ளோரா, தங்கை ருத் இருவரும் அவரை அக்கறையோடு கவனித்துக்கொண்டார்கள். அவர்களுடைய பாசம் கலந்த கவனிப்பில், வால்ட்டின் உடல்நிலை நன்கு முன்னேறிவந்தது.

ஆனால், வால்ட் முழுமையாகக் குணமடைவதற்குள் ஃப்ளோரா, ருத் இருவருக்கும் அவருடைய காய்ச்சல் தொற்றிவிட்டது. நல்லவேளையாக, எந்தப் பிரச்னையும் இல்லாமல் மூவரும் குணமானார்கள்.

காய்ச்சல் படுக்கையிலிருந்து எழுந்ததும், முதல் வேலையாக ரெட் க்ராஸ் அலுவலகம் சென்று, பணியில் சேர்ந்துகொண்டார் வால்ட் டிஸ்னி. போர்க் களத்துக்குச் செல்வதற்கான அடுத்த வாய்ப்பு எப்போது வரும் என்று ஆவலுடன் காத்திருந்தார்.

அவர் ஆர்வத்தோடு எதிர்பார்த்துக்கொண்டிருந்த அந்த வாய்ப்பு, கடைசிவரை வரவே இல்லை. வால்ட் டிஸ்னியின் பங்களிப்பு இல்லாமலேயே, முதலாவது உலகப் போர் நடந்துமுடிந்துவிட்டது.

ஒரு பெரிய போர் முடிவடைகிறபோது, எல்லோரும், 'அப்பாடா', என்று நிம்மதிப் பெருமூச்சுதான் விடுவார்கள். ஆனால், இப்போது வால்ட் டிஸ்னியால் அப்படி நினைக்கமுடியவில்லை. தன்னுடைய தேசத்துக்காக, போரில் கஷ்டப்படுகிறவர்களுக்காகத் தன்னால் எதுவும் செய்யமுடியவில்லையே என்று மிகவும் ஏமாற்றமடைந்தார் அவர்.

வால்ட் டிஸ்னியின் உண்மையான வருத்தத்தைப் புரிந்துகொண்டதுபோல், உடனடியாக இன்னொரு பெரிய வாய்ப்பு அவரைத் தேடி வந்தது.

உலகப்போர் முடிந்துவிட்டாலும், பல ஐரோப்பிய நாடுகளில் இன்னும் மீட்பு நடவடிக்கைகள் தொடர்ந்துகொண்டுதான் இருந்தன. சண்டையின்போது ஏராளமான போர் வீரர்கள், பொதுமக்கள் கடுமையாக காயம்பட்டிருந்தார்கள், அவர்களுக்கெல்லாம் முறையான சிகிச்சை அளித்து குணப்படுத்துவதற்காக, பல்வேறு அமைப்புகளின் மருத்துவச் சேவைப் பணிகள் தொடர்ந்தன.

இதன் ஒரு பகுதியாக, ரெட் க்ராஸ் அமெரிக்கப் பிரிவிலிருந்து ஐம்பது பேரை பிரான்ஸுக்கு அனுப்புவதாக முடிவு செய்யப்பட்டது. இந்தக் குழுவில் ஒருவராக வால்ட் டிஸ்னி தேர்ந்தெடுக்கப்பட்டார்.

ஆம்புலன்ஸ் ஓட்டுவதுதான் பிரான்ஸில் வால்ட் டிஸ்னிக்குத் தரப்பட்டிருந்த முக்கியப் பணி. அவ்வப்போது, தானியங்கள் மற்றும் இதர உணவுப் பொருள்கள் நிரம்பிய வண்டிகளை விநியோகத்துக்காக ஓட்டிச்செல்ல வேண்டியிருக்கும், யாரேனும் அதிகாரிகள், அலுவலர்களைக் காரில் அழைத்துச் செல்லவேண்டியிருக்கும். மற்றபடி, அவருக்கு நிறைய ஓய்வு நேரம் கிடைத்தது.

சிறுவயதுமுதல், தனிமையாக இருந்து பழகாத வால்ட் டிஸ்னிக்கு, இந்தச் சூழல் மிகவும் அன்னியமாகத் தோன்றியது. ஆகவே, வீட்டுக்கு நிறைய கடிதங்கள் எழுதத் தொடங்கினார். விதவிதமான பாணிகளில் ஓவியங்கள் வரைந்து பழகினார். அவர் ஓட்டிய ஆம்புலன்ஸில், உச்சிமுதல் தரைவரை கார்ட்டூன்களாக நிரம்பியிருந்தது.

இத்தனைக்குப் பிறகும், அவரிடம் நிறைய நேரம் மிச்சமிருந்தது. நண்பர்களிடம் போக்கர் *(Poker)* எனப்படும் விளையாட்டைப் பழகிக்கொண்டார். இதோடு, புகை பிடிக்கிற பழக்கமும் தொற்றிக்கொண்டது.

இந்தச் செஞ்சிலுவைச் சங்கப் பணியின்மூலம் பலருக்கு நேரடியாகச் சேவை செய்யமுடிவதில் வால்ட்க்குச் சந்தோஷம்தான். ஆனால், இந்த வேலை நிரந்தரமானது அல்ல என்பதும் அவருக்கு நன்றாகப் புரிந்திருந்தது.

ஆறு மாதம், மிஞ்சிப்போனால் ஒரு வருடம். போரில் காயம் பட்டுக்கொண்டவர்களுக்கெல்லாம் உடம்பு நன்றாகக் குணமானபின்னர், ‘ரொம்ப தேங்க்ஸ், போய்ட்டு வாங்கப்பா’, என்று கும்பிட்டு வழியனுப்பி வைத்துவிடுவார்கள். அதன்பிறகு?

பிரான்ஸிலிருந்து அமெரிக்காவுக்குத் திரும்பியபின், மீண்டும் பள்ளி அல்லது கல்லூரிக்குச் செல்வதா? வேண்டாமா? - அப்போது வால்ட் டிஸ்னியை வெகுவாகக் குழப்பிக்கொண்டிருந்த கேள்வி இதுதான்.

மார்சலின், கன்ஸாஸ், சிகாகோ என்று எந்த ஊர்ப் பள்ளியும் வால்ட் டிஸ்னியைக் கவரவே இல்லை. பள்ளிப் பாடங்களைவிட, ஓவியத்திலும் கதை சொல்வதிலும்தான் அவருடைய ஆர்வம் அதிகமாக இருந்தது. இந்தச் சூழ்நிலையில், மறுபடி படிக்கச் சேர்ந்து என்ன பெரிதாகச் சாதித்துவிடமுடியும்?

சரி, படிக்கவேண்டாம், வேறு என்ன செய்வது? சொந்தமாகத் தொழில் தொடங்குவதா? ஏற்கெனவே ரயிலில் மிட்டாய் விற்றுக் காசையெல்லாம் இழந்த அனுபவம் போதாதா?

தன்னால் எப்போதும் ஒரு சிறந்த படிப்பாளியாகவோ, புத்திசாலித் தொழிலதிபராகவோ ஆகமுடியாது என்பது வால்ட் டிஸ்னிக்குத் தெளிவாகப் புரிந்தது. ஆகவே, தனது மனத்துக்கு உகந்த ஒரே வழியில் கவனத்தைத் திருப்பத் தீர்மானித்தார்.

ஓவியம். இனிமேல் அதுதான் என்னுடைய வாழ்க்கை என்று தனக்குள் உறுதியாகச் சொல்லிக்கொண்டார் வால்ட் டிஸ்னி. பிரான்ஸில் ஆம்புலன்ஸ் ஓட்டிக்கொண்டிருந்தபோதே அதற்கான தீவிர முயற்சிகளில் இறங்கிவிட்டார் அவர்.

முழு நேர ஓவியராகப் பிழைக்கவேண்டுமானால், அதற்கு ஒரே வழி, பிரபலமான பத்திரிகைகள் எல்லாவற்றிலும் தன்னுடைய ஓவியம் வரவேண்டும் என்று முடிவுசெய்தார் வால்ட் டிஸ்னி. விதவிதமான நகைச்சுவைத் துணுக்குகளைக் கற்பனை செய்து, புதுப்புது கதாபாத்திரங்களை உருவாக்கி, பல பத்திரிகைகளுக்கு அனுப்பிவைத்தார்.

அவர் அனுப்பிய ஓவியங்கள் எல்லாமே, சென்ற வேகத்தில் திரும்பி வந்தன. ஆனால், அதைவிடப் பலமடங்கு அதிக வேகத்தில் வால்ட் டிஸ்னி புதிய ஓவியங்களை வரைந்து அனுப்பிக்கொண்டிருந்தார்.

இந்தச் சமயத்தில்தான், வால்ட் டிஸ்னியின் ஓவியத் திறமைகளைப்பற்றிக் கேள்விப்பட்ட நண்பர்(?) ஒருவருக்கு, புத்தி குறுக்கில் ஓடியது. விநோதமான ஒரு யோசனையுடன் வால்ட்டை அணுகினார் அவர்.

அந்த நபரிடம், புத்தம்புது ராணுவ ஹெல்மெட்கள் நிறைய இருந்தன. அவை அனைத்தையும், போரில் பயன்படுத்தப்பட்டவைபோல், துப்பாக்கிக் குண்டுகள் அவற்றை முத்தமிட்டுக்கொண்டு சென்றதுபோல், அடிபட்டதுபோல் வால்ட் டிஸ்னி மாற்றித் தரவேண்டும்.

பழைய ஹெல்மெட்களின்மீது அழகாக வண்ணம் பூசிப் புதுசாக்குவதுதான் வழக்கம். ஆனால் இந்த ஆள் புது ஹெல்மெட்களைப் பழசாக்கச் சொல்கிறாரே என்று யோசித்த

வால்ட் டிஸ்னி, 'இதெல்லாம் எதற்காக?', என்று விசாரித்தார்.

உலகப்போர் முடிவடைந்தபிறகு, பொதுமக்களில் பலரும் அந்தப் போர் தொடர்பான ஞாபகச் சின்னங்களை வாங்குவதில் மிகுந்த ஆர்வம் காட்டினார்கள். ஆகவே, போர் வீரர்களின் ரத்தம் படிந்த உடைகள், தொப்பிகள், ஹெல்மெட்கள் போன்றவை ஏகப்பட்ட விலைக்கு விற்கப்பட்டன.

இந்த வாய்ப்பைப் பயன்படுத்திக்கொண்டு, பலர் போலி ஞாபகச் சின்னங்களை உருவாக்கத் தொடங்கியிருந்தார்கள். வால்ட் டிஸ்னியின் நண்பரும், அந்தத் தொழிலில்தான் புதிதாக இறங்கியிருந்தார்.

அதாவது, புது ஹெல்மெட்களின்மீது அழுக்கு வண்ணம் பூசி, செயற்கையான துப்பாக்கிக் குண்டுச் சிராய்ப்புகளை உருவாக்கி, அவற்றைக் கீழே போட்டு மிதித்து, பழையதுபோல் வால்ட் டிஸ்னி மாற்றித் தரவேண்டும். அவற்றை அந்த நபர் அதிக விலைக்கு விற்பார். இந்த லாபத்தில் வால்ட் டிஸ்னிக்கும் ஒரு பங்கு கிடைத்தது.

இது சரியா, தவறா என்பதைப்பற்றி வால்ட் டிஸ்னி அவ்வளவாகக் கவலைப்படவில்லை. அந்த வயதில் கிடைத்த வாய்ப்புகளையெல்லாம் நன்கு பயன்படுத்திக்கொள்ளவேண்டும் என்பதில்தான் அவருடைய கவனம் இருந்தது.

ஆனால், இதே சமயத்தில், இந்த ஹெல்மெட் ஊழலோடு கொஞ்சமும் சம்பந்தப்படாத வேறொரு விஷயத்தில் சிக்கிக்கொண்டார் வால்ட் டிஸ்னி. தன்னுடைய கடமையிலிருந்து தவறிவிட்டதாக அவர்மீது குற்றம் சாட்டப்பட்டது. செஞ்சிலுவைச் சங்கம் அவர்மீது ஒழுங்கு நடவடிக்கை எடுக்கிற அளவுக்குச் சாட்சியங்கள் வால்ட்க்கு எதிராகத் திரும்பியிருந்தன.

நல்லவேளையாக, கடைசி நேரத்தில் வால்ட் டிஸ்னிமீது தவறு எதுவும் இல்லை என்பது நிரூபிக்கப்பட்டுவிட்டது. இதனால், அவர் அந்தக் குற்றச்சாட்டிலிருந்து விடுவிக்கப்பட்டார்,

தண்டனையிலிருந்து தப்பினார்.

அதன்பிறகு, வால்ட்க்கு இந்த வேலையில் தொடர்கிற ஆர்வம் குறைந்துவிட்டது. தாய், தந்தை, சகோதரர்கள் எல்லோரையும் பிரிந்து வாழ்வதும் அவருக்கு உறுத்தலாக இருந்தது. ஆகவே, தன்னைப் பணியிலிருந்து விடுவிக்குமாறு கேட்டுக்கொண்டார் அவர்.

செஞ்சிலுவைச் சங்கத்தில் இணைந்து சுமார் இரண்டு ஆண்டுகளுக்குப்பிறகு, தனது சுய விருப்பத்தின்பேரில் அதிலிருந்து விலகிய வால்ட், மீண்டும் அமெரிக்கா திரும்பினார். மகனை உற்சாகமாக வரவேற்ற எலியாஸ், 'உனக்கு நான் ஓ'ஜெல் நிறுவனத்தில் பிரமாதமான வேலை பார்த்துவைத்திருக்கிறேன்', என்றார்.

'என்னை மன்னித்துவிடுங்கள் அப்பா', என்றார் வால்ட், 'நான் அந்த வேலையில் சேரமுடியாது.'

'பின்னே? நீ என்னதான் செய்யப்போகிறாய்?', எலியாஸின் குரலில் கொஞ்சம் ஆச்சர்யம், கொஞ்சம் எரிச்சல் கலந்திருந்தது.

'முழு நேர ஓவியனாகப் போகிறேன்', அழுத்தமான குரலில் சொன்னார் வால்ட் டிஸ்னி.

'சுத்தப் பைத்தியக்காரத்தனம்', என்றார் எலியாஸ். இதைவிட முட்டாள்தனமான ஒரு முடிவு இருக்கவேமுடியாது என்று வால்ட்க்குத் திரும்பத் திரும்ப வலியுறுத்திச் சொன்னார் அவர். இதில் ஆபத்து அதிகம், நல்ல சம்பளத்துடன் கூடிய வேலை ஒன்றைத் தேடிக்கொள், ஓய்வு நேரத்தில் படம் வரைந்து பழகு, அதுதான் புத்திசாலித்தனம் என்று அறிவுறுத்தினார்.

'இதைப்பற்றி நான் நிறைய யோசித்துவிட்டேன் அப்பா' என்றார் வால்ட் டிஸ்னி, 'எனக்கு வேறு எந்த வேலையும் சரிப்படாது, நான் ஓவியத்தில் முழு கவனம் செலுத்துவதாகத் தீர்மானித்துவிட்டேன்.'

வால்ட் இப்படிச் சொன்னதும் எலியாஸின் முன்கோபம் தலைதூக்கியது, 'அப்படியானால், என்னிடமிருந்து எந்த உதவியையும் எதிர்பார்க்காதே' என்று கண்டிப்பாகச் சொல்லிவிட்டார் அவர்.

இதையும் வால்ட் டிஸ்னி ஏற்கெனவே ஊகித்திருந்தார். ஆகவே, 'பரவாயில்லை அப்பா', என்று அமைதியாகச் சொன்னார் அவர், 'என்னால் தனியாகச் சமாளித்துவிடமுடியும், அந்த நம்பிக்கை இருக்கிறது'

அதுவரை எலியாஸ், வால்ட் இடையே பல விரிசல்கள் விழுந்திருக்கின்றன. ஆனால், முதன்முறையாக அவர்கள் இருவருக்கும் நடுவே பெரிய பிளவு ஒன்று தலைகாட்டியது. அதன்பிறகு பல ஆண்டுகளுக்கு, இந்தப் பிளவை இருவராலும் மூடமுடியவில்லை.

4. புது வழிப் பயணம்

கை நிறைய ஓவியங்கள், மனம் நிறைய நம்பிக்கை - இந்த இரண்டோடும்தான், முதன்முறையாக வீட்டுக்கு வெளியே சொந்தமாகக் காலடி எடுத்துவைத்தார் வால்ட் டிஸ்னி.

பொதுவாகவே, பதினெட்டு வயது என்பது, பிள்ளைகள் தங்களது சொந்தக் காலில் நிற்கத் தொடங்கிவிடுகிற காலகட்டம்தான். ஆனால், வால்ட் டிஸ்னியின் விருப்பத்தை அவருடைய தந்தை எலியாஸ் ஏற்க மறுத்தது, வேறொரு காரணத்துக்காக.

சிறுவயதில் விளையாட்டாக ஓவியம் வரையப் பழகியவர் வால்ட். அதன்பிறகு, கன்ஸாஸிலும் சிகாகோவிலும் முறைப்படி அந்தக் கலையைப் பயின்றிருந்தாலும்கூட, அவருடைய அப்போதைய ஓவியங்களை அப்படியொன்றும் பெரிதாகப் பாராட்டிச் சொல்லிவிடமுடியாது.

இதற்காக, வால்ட் டிஸ்னி மோசமான ஓவியர் என்றும் அர்த்தமில்லை. இன்னும் பயிற்சி நிலையில் இருக்கிற ஒரு மாணவனின் ஓவியங்களைப்போல்தான் அவருடைய படைப்புகள் அனைத்தும் இருந்தன.

இந்தக் காரணத்தால்தான், பிரபலமான பத்திரிகைகளுக்கு வரையவேண்டும் என்று வால்ட் டிஸ்னி முயன்றபோது, அவருடைய ஓவியங்கள் அனைத்தும் திருப்பி அனுப்பப்பட்டுவிட்டன. ஒரு சிறந்த ஓவியராக அப்போது

அவர் முழுமை பெற்றிருக்கவில்லை, வளரும் கலைஞராகக்கூட அவரை யாரும் மதிக்க மறுத்தார்கள்.

நிலைமை இப்படியிருக்க, தன்னுடைய ஓவியம் எதையும் அச்சில் பார்க்க முடியாத வால்ட் டிஸ்னியால், ஒரு முழு நேர ஓவியராக வெற்றியடையமுடியும் என்று எலியாஸுக்குத் தோன்றவில்லை. தவிர, கலைகளை நம்பிப் பிழைப்பதெல்லாம் சாத்தியமே இல்லை என்பது அவருடைய எண்ணமாக இருந்தது.

ஆனால், இதற்கு நேரெதிராக, வால்ட் டிஸ்னிக்குத் தன்னுடைய திறமையில் முழு நம்பிக்கை இருந்தது. ஒரே ஒரு நல்ல வாய்ப்பு கிடைத்துவிட்டால் போதும், அதைப் பிடித்துக்கொண்டு தன்னால் மேலே சென்றுவிடமுடியும் என்று உறுதியாக நம்பினார் அவர்.

வால்ட் டிஸ்னியின் இந்த நம்பிக்கையை, அசட்டு தைரியம் என்று வர்ணிக்கிறவர்கள் இருக்கிறார்கள். ஆனால், அதன்பிறகு அவருடைய வாழ்க்கையின் பல தருணங்களில், இதுபோன்ற அதீத தைரியமோ, அசட்டு நம்பிக்கையோதான் அவரை அடுத்தடுத்த தளங்களுக்கு உயர்த்தியிருக்கிறது.

ஓவியத்துறையில் தன்னால் சிறப்பாக வளரமுடியும் என்று தீர்மானித்தபிறகு, அந்த நம்பிக்கையில் வால்ட் டிஸ்னிக்குச் சிறிய சந்தேகமும் ஏற்படவில்லை. அதில் அவர் செலுத்திய அந்த முழுமையான கவனம்தான், காலப்போக்கில் அவருக்குப் பல புதிய கதவுகளைத் திறந்துவிட்டது.

ஆனால், இதெல்லாமே பின்னால் நடந்த விஷயங்கள்தான். அதற்குமுன், ஆரம்ப காலத்தில், கை நிறைய ஓவியங்களோடு வால்ட் டிஸ்னி வேலை தேடி அலைந்தபோது, அவரை யாருமே கண்டுகொள்ளவில்லை.

1919ம் ஆண்டு பிரான்ஸிலிருந்து சிகாகோ திரும்பிய வால்ட் டிஸ்னி, அதுவரை தான் வரைந்த ஓவியங்கள் அனைத்தையும் ஒரு கோப்பில் நிரப்பிக்கொண்டு, உள்ளூர்ப் பத்திரிகை அலுவலகங்கள் ஒவ்வொன்றாக ஏறி இறங்கத் தொடங்கினார்.

ஆனால், வால்ட் டிஸ்னி எதிர்பார்த்ததுபோல், பத்திரிகைகளில் ஓவியராக வேலைக்குச் சேர்வது அத்தனை சுலபமாக இல்லை. பெரும்பாலான பத்திரிகைகளுக்கு, அவருடைய மாதிரி ஓவியங்களைப் பார்க்கக்கூட நேரமில்லை, அல்லது விருப்பமில்லை. எல்லோரும் ஒரேமாதிரியான சாக்குபோக்குகளைச் சொல்லி அவரை வெளியே அனுப்பிவிட்டார்கள்.

இதனால் வால்ட் டிஸ்னி கொஞ்சம் சோர்வடைந்தபோது, அவரை உற்சாகப்படுத்துவதற்காக அண்ணன் ராய் ஒரு நல்ல யோசனை சொன்னார் - பத்திரிகை உலகம் சிகாகோவோடு முடிந்துவிடுகிறதா என்ன? நீ ஏன் கன்ஸாஸ் நகரத்தில் வேலைக்கு முயற்சி செய்யக்கூடாது?

அப்போது வால்ட் டிஸ்னியின் அண்ணன்கள் கன்ஸாஸில்தான் வேலை பார்த்துக்கொண்டிருந்தார்கள். அவர்களோடு தங்கிக்கொண்ட வால்ட் டிஸ்னி, பழையபடி தனது சாம்பிள் ஓவியங்களோடு பத்திரிகைகளின் கதவுகளைத் தட்ட ஆரம்பித்தார்.

ஆனால், சில நாள்களுக்குள், கன்ஸாஸ் பத்திரிகைகளுக்கும், சிகாகோ பத்திரிகைகளுக்கும் இந்த விஷயத்தில் பெரிதாக எந்த வித்தியாசமும் இல்லை என்பது அவருக்குப் புரிந்துவிட்டது. இங்கேயும் அதேமாதிரியான மறுப்புகள், நிராகரிப்புகள்தான் தொடர்ந்தன.

மீண்டும் அண்ணன் ராய்தான் வால்ட்டின் உதவிக்கு வந்தார். முழு நேர ஓவியர்களாக விரும்புகிறவர்கள், பத்திரிகைகளில் மட்டும்தான் வேலைக்குச் சேரவேண்டுமா? வேறு எங்கேயும் ஓவியர்களுக்கான தேவை இருக்காதா என்று தீவிரமாக யோசிக்க ஆரம்பித்தார் அவர்.

அப்போதுதான், 'பெஸெமென் - ரூபின்' (*Pesemen - Rubin*) என்ற விளம்பர நிறுவனத்தைப்பற்றிக் கேள்விப்பட்டார் ராய். அவருடைய நண்பர் ஒருவருக்கு, இந்நிறுவனத்தின் முதலாளிகளோடு நல்ல பழக்கம் இருந்தது.

இந்த விஷயம் தெரிந்ததும், சட்டென்று வால்ட்டை நினைத்துக்கொண்ட ராய், தமது நண்பரின் சிபாரிசில், அந்த விளம்பர நிறுவனத்தில் தன்னுடைய தம்பிக்கு ஏதாவது வேலை கிடைக்குமா என்று ஆவலோடு விசாரித்தார்.

அப்போது பண்டிகைக்காலம் நெருங்கிக்கொண்டிருந்ததால், அநேகமாக எல்லா விளம்பர நிறுவனங்களுக்கும் கூடுதலான வாய்ப்புகள் குவிந்துகொண்டிருந்தன. இவற்றைச் சமாளிப்பதற்காக, அவர்கள் தற்காலிகப் பணியாளர்களைத் தேடிக்கொண்டிருந்தார்கள். ஆகவே, நிச்சயமாகத் தன்னால் வால்ட் டிஸ்னிக்கு வேலை வாங்கித் தரமுடியும் என்று ஒப்புக்கொண்டார் அந்த நண்பர்.

உடனடியாக வால்ட்டை அழைத்து, இந்தச் சந்தோஷச் செய்தியைச் சொன்னார் ராய். பத்திரிகையானால் என்ன, விளம்பர நிறுவனமானால் என்ன, ஓவியம் வரைவதுதானே முக்கியம் என்று நினைத்த வால்ட் டிஸ்னி, உற்சாகமாகத் தனது வேலையை ஏற்றுக்கொண்டார்.

வால்ட் டிஸ்னி வேலைக்குச் சேர்ந்த பெஸெமென் - ரூபின் நிறுவனம், செய்தித்தாள்கள், பத்திரிகைகள், திரைப்படங்கள் போன்றவற்றுக்கான விளம்பரங்களை வடிவமைத்துக்கொண்டிருந்தது. இதுதவிர, சில தனியார் நிறுவனங்களின் தயாரிப்புகளை விளம்பரம் செய்யும் கேடலாக் / விலைப் பட்டியல்களையும் அவர்கள் உருவாக்கிவந்தார்கள்.

அங்கே வால்ட்க்குத் தரப்பட்ட வேலை, விளம்பரங்கள், விலைப் பட்டியல்களுக்குத் தேவையான சிறிய, பெரிய ஓவியங்களை வரைவது. 'எனக்குச் சம்பளம் எவ்வளவு?' என்று விசாரிக்கக்கூட தோன்றாமல், சட்டென்று தன்னுடைய வேலையில் மூழ்கிவிட்டார் வால்ட் டிஸ்னி.

அதற்குமுன் இலக்கில்லாமல் ஏதேதோ வரைந்து பழகிய அவருக்கு, இந்தப் பொருளை, அல்லது இப்படி ஒரு மனிதரை ஓவியமாக வரையவேண்டும் என்று ஒருவர் சொல்லி, அவர் கேட்டபடி அதை வரைந்து கொடுக்கிற சவால் மிகவும்

பிடித்திருந்தது. விளம்பரங்களுக்கு ஏற்ப ஓவியங்களை வரைவது எப்படி என்று அங்கிருந்த 'சீனியர்'கள் அவருக்குச் சொல்லித்தந்தார்கள்.

எந்தக் கலைக் கல்லூரியிலும் படித்துத் தெரிந்துகொள்ள முடியாத பல நுணுக்கமான விஷயங்களை, உத்திகளை அந்த விளம்பர நிறுவன வேலை வால்ட் டிஸ்னிக்குக் கற்றுத்தந்தது. பல்வேறு பாணிகளில் வரைந்து பழகுவதற்கான பயிற்சி கிடைத்ததோடு, மக்களைக் கவரும்படி ஒரு பொருளை ஓவிய வடிவில் முன்னிறுத்துவது எப்படி என்கிற சூட்சுமங்களையும் நன்றாகக் கற்றுக்கொண்டார் அவர்.

பெஸெமென் – ரூபினில் பணிபுரிந்த காலம் முழுவதும், தனக்குத் தரப்பட்ட வேலைகளை ஒரு மூர்க்கமான தவம்போல்தான் அணுகினார் வால்ட் டிஸ்னி. ஒரு நிமிடம்கூட ஓய்வு எடுத்துக்கொள்ளாமல், தொடர்ந்து ஓவியங்களை வரைந்தபடி, சின்னச் சின்ன விஷயங்களைக்கூட கவனித்துச் சரிசெய்தபடி, வரைந்த ஓவியங்களை இன்னும் மேம்படுத்துவது எப்படி என்று எந்நேரமும் யோசித்தபடி அவரது நாள்கள் நகர்ந்தன.

வால்ட் டிஸ்னியின் சுறுசுறுப்பு, கற்றுக்கொள்கிற ஆர்வம், வேகம் ஆகியவற்றைப் பார்த்த அவருடைய முதலாளிகளுக்கு, அவரை மிகவும் பிடித்துவிட்டது. ஆகவே, தற்காலிக ஊழியரான அவருக்கு ஐம்பது டாலர்கள் சம்பளம் தருவதாக முடிவெடுத்தார்கள்.

அந்தக் காலத்தில், ஐம்பது டாலர்கள் என்றால் மிகப் பெரிய தொகை. இப்படியொரு 'உசத்தி'ச் சம்பளத்தை வால்ட் டிஸ்னி கொஞ்சம்கூட எதிர்பார்த்திருக்கவில்லை என்பதுதான் உண்மை!

ஆனால், வால்ட் டிஸ்னி பணத்துக்காக அந்த வேலையைச் செய்யவில்லை. தன்னுடைய ஓவியத் திறமைபற்றிய தன்னம்பிக்கையை உறுதிப்படுத்திக்கொள்வதற்கான வாய்ப்பாகவும், ஓவியத்துறையில் தன்னை மேலும் அதிக உயரங்களுக்குக் கொண்டுசெல்கிற ஒரு படிக்கல்லாகவும்தான் அவர் இந்த வேலையைக் கருதினார்.

ஐம்பது டாலர் சம்பளத்தைவிட, பெஸெமென் - ரூபினில் வால்ட் டிஸ்னிக்குக் கிடைத்த மிகப் பெரிய சொத்து, உப்பே ஐவெர்க்ஸ் *(Ubbe Iwwerks)* என்ற சக ஓவியரின் நட்பு.

உப்பே ஐவெர்க்ஸுக்கும், கிட்டத்தட்ட வால்ட் டிஸ்னியின் வயதுதான். இருவரும் ஒரேமாதிரியான நோக்கத்துடன் அந்த விளம்பர நிறுவனத்தில் இணைந்து, ஓவியம் பழகிக்கொண்டிருந்தார்கள்.

டிஸ்னியுடன் ஒப்பிடுகையில், ஐவெர்க்ஸ் கொஞ்சம் கூச்ச சுபாவி. ஆனால், சக ஊழியர்களாக அறிமுகமான இந்த இருவரும், மற்றவர்களுடைய திறமைகளை, ஆர்வங்களை உடனடியாகப் புரிந்துகொண்டு, சீக்கிரத்திலேயே நெருங்கிய சிநேகிதர்களாகிவிட்டார்கள். அபூர்வமான இந்த நட்பு, வால்ட் டிஸ்னியின் வாழ்நாள் முழுவதும் தொடர்ந்தது.

பெஸெமென் - ரூபின் நிறுவனத்தைப் பொறுத்தவரை, அவர்கள் தங்களுக்கென்று சில ஓவியக் கலைஞர்களை நிரந்தரமாக வேலைக்குச் சேர்த்துக்கொண்டிருந்தார்கள். வால்ட் டிஸ்னி என்னதான் உயிரைக் கொடுத்து உழைத்தாலும், அவர் தற்காலிகப் பணியாளர்தானே? பண்டிகைக் காலப் பரபரப்புகள் ஓய்ந்ததும், அவருக்குத் தருவதற்குக் கூடுதல் வேலைகள் எதுவும் இல்லை. ஆகவே, அவரைப் பணிநீக்கம் செய்துவிட்டார்கள்.

அடுத்த சில தினங்களுக்குள் அவருடைய நண்பர் உப்பே ஐவெர்க்ஸும் பெஸ்மென் - ரூபினிலிருந்து நீக்கப்பட்டுவிட்டார். ஆகவே, இருவரும் ஒன்றாக வேலை தேடத் தொடங்கினார்கள்.

அப்போதுதான் வால்ட் டிஸ்னிக்கு அந்த யோசனை தோன்றியது. நம் இருவருக்கும் திறமை இருக்கிறது, கொஞ்சம் அனுபவமும் இருக்கிறது, நாம் ஏன் வேலை தேடி அலையவேண்டும்? நமக்கென்று சொந்தமாக ஒரு நிறுவனத்தைத் தொடங்கிவிட்டால் என்ன?

தன்னுடைய தந்தை எலியாஸைப் போலவே, வால்ட் டிஸ்னிக்கு ஒரு யோசனை தோன்றிவிட்டால், அது சரியா, தவறா, யதார்த்தத்தில் சரிப்படுமா அல்லது மண்ணைக்

கவ்வுவோமா என்றெல்லாம் அநாவசியமாகக் கவலைப்பட்டுக் கொண்டிருக்கமாட்டார். ஆகவே, சொந்தக் கம்பெனி ஆரம்பிக்கவேண்டும் என்று நினைத்தபிறகு, அவருக்கு வேறு சிந்தனையே இல்லை. மளமளவென்று அதற்கான ஏற்பாடுகளில் இறங்கிவிட்டார்.

ஆனால், புதிதாக ஒரு விளம்பர நிறுவனம் தொடங்குவது என்றால், சாதாரண விஷயமா? படம் வரைவதற்கான தூரிகைகள், வண்ணங்கள், கான்வாஸ்கள் வாங்குவதற்காவது கையில் காசு வேண்டாமா?

நல்லவேளையாக, அப்போது வால்ட் டிஸ்னியிடம் கணிசமான சேமிப்பு இருந்தது. செஞ்சிலுவைச் சங்கத்தில் வேலை பார்த்துச் சேர்த்த அந்தத் தொகையைத் தங்களது புதிய நிறுவனத்தில் முதலீடு செய்தார் அவர்.

1920ம் ஆண்டு தொடங்கப்பட்ட அவர்களுடைய நிறுவனத்துக்கு, வால்ட் டிஸ்னி, உப்பே ஐவெர்க்ஸ் இருவருடைய பெயர்களையும் இணைத்து, 'டிஸ்னி ஐவெர்க்ஸ்' என்று பெயர் சூட்டப்பட்டது.

ஆனால், 'டிஸ்னி ஐவெர்க்ஸ்' என்று சொல்லிப்பார்த்தால், ஏதோ மூக்குக் கண்ணாடி தயாரிக்கும் கடையின் பெயர்போல் இருக்கிறது என்று நினைத்தார் வால்ட் டிஸ்னி. ஆகவே, இந்தப் பெயர் 'ஐவெர்க்ஸ் டிஸ்னி' என்று தலைகீழாக மாற்றியமைக்கப்பட்டது.

பெயரை மாற்றினால் மட்டும் வாய்ப்புகள் கிடைத்துவிடுமா? என்னதான் திறமைசாலிகளானாலும், இருவரும் ஒரே அறைக்குள் உட்கார்ந்துகொண்டு ஓவியம் வரைந்தபடி இருந்தால், யார் அவர்களுக்கு வேலை கொடுப்பார்கள்? சம்பளம் கொடுப்பார்கள்? இப்படி யோசித்த வால்ட் டிஸ்னி, தனது வாழ்க்கையின் மிக முக்கியமான ஒரு முடிவை எடுத்தார்.

இதன்படி, தன் பெயரை 'உப்' (Ub) என்று சுருக்கிக்கொண்ட உப்பே ஐவெர்க்ஸ், எப்போதும்போல் ஓவியங்கள் வரைவதில் கவனம் செலுத்துவது. வால்ட் டிஸ்னி வெளியே சென்று,

தங்களுடைய நிறுவனத்தைப்பற்றித் தம்பட்டம் அடித்து வாய்ப்புத் தேடுவது.

மிக எளிமையான திட்டம்தான். ஆனால், திறமையை மட்டும் நம்பிக்கொண்டிருந்தால் புவ்வா கிடைக்காது, அதுபற்றி நாலு பேருக்கு எடுத்துச் சொல்வதும், தீவிரமாக வாய்ப்புகளைத் தேடுவதும் மிக முக்கியம் என்று வால்ட் டிஸ்னி புரிந்துகொண்ட தருணம் அது.

அதேபோல், தன்னைவிட உப் சிறந்த ஓவியர் என்பதையும் வால்ட் டிஸ்னி நன்றாக அறிந்திருந்தார். அதனால்தான், அவரை ஓவியப் பலகையில் உட்காரவைத்துவிட்டு, தான் வெளிவிவகாரங்களைக் கவனித்துக்கொள்வதாக முடிவெடுத்தார்.

வால்ட் டிஸ்னி அப்படியொன்றும் பிரமாதமான விற்பனையாளர் / சேல்ஸ்மேன் இல்லை. என்றாலும், மற்றவர்களைத் தன்னுடைய சாதுர்யமான பேச்சின்மூலம் சமாதானப்படுத்துகிற நுட்பம் அவருக்கு இருந்தது. அதைப் பயன்படுத்தி 'ஐவெர்க்ஸ் டிஸ்னி'க்கு நிறைய புதிய வாடிக்கையாளர்களைச் சேர்த்துவிடமுடியும் என்று நம்பினார் அவர்.

அதன்பிறகு, வரிசையாகப் பல நண்பர்கள், உறவினர்கள், அவர்களுக்குத் தெரிந்தவர்கள், தெரியாதவர்கள் என்று பலவிதமானவர்களை நேரில் சென்று சந்தித்த வால்ட் டிஸ்னி, தன்னுடைய புதிய நிறுவனத்தைப்பற்றி விரிவாகச் சொல்லி, மாதிரி ஓவியங்கள், விளம்பரங்களைக் காண்பித்து வாய்ப்புக் கேட்டார். இதன்மூலம் கிடைத்த ஓரிரு வேலைகளை, அவரும் ஐவெர்க்ஸ¨ம் இணைந்து வரைந்தார்கள்.

இப்படி அவர்கள் கடுமையாகப் பாடுபட்டும்கூட, பெரிய அளவில் வாய்ப்புகள் வந்துவிடவில்லை. வால்ட் டிஸ்னியின் பள்ளி நண்பன் வால்ட் ஃபைஃபெரின் தந்தைமூலம் ஒரு சின்ன வேலை கிடைத்தது. சில உணவகங்கள், திரையரங்கங்கள் மற்றும் கடைகள், தங்களுக்கான விளம்பரங்கள் மற்றும் துண்டுப் பிரசுரங்களைத் தயாரிக்க இவர்களை அணுகினார்கள்.

இதுபோன்ற மிகச் சில வாய்ப்புகளைத் தவிர்த்துவிட்டுப் பார்த்தால், வால்ட் டிஸ்னியும் உப் ஐவெர்க்ஸும் எதிர்பார்த்த அளவுக்கு அவர்களுடைய புது நிறுவனம் வெற்றியடையவில்லை என்பதுதான் உண்மை. இதனால், சில வாரங்களுக்குப்பிறகு, அவர்களுடைய ஆரம்ப முதலீடு முடங்கிப்போய்விட்டது. வால்ட் மற்றும் உப் தங்களுக்குச் சம்பளம் கொடுத்துக்கொள்ளக்கூட முடியவில்லை.

அப்போது, 'கன்ஸாஸ் சிடி ஸ்லைட் கம்பெனி' *(Kansas City Slide Company)* என்ற விளம்பர நிறுவனம், 'ஓவியர்கள் தேவை' என்று செய்தித்தாள்களில் ஒரு விளம்பரம் கொடுத்திருந்தது. நாற்பது டாலர்கள் சம்பளம்.

சொந்தமாக ஒரு நிறுவனத்தைத் தொடங்கி நடத்தியபிறகு, மீண்டும் இன்னொருவரிடம் சென்று வேலை பார்ப்பதா என்று வால்ட் டிஸ்னிக்குத் தயக்கமாக இருந்தது. ஆனால், தங்களுடைய நிறுவனம் நஷ்டத்தில் விழுந்துகொண்டிருக்கும்போது, நாற்பது டாலர்கள் என்பது மிகப் பெரிய தொகை என்பதும் அவருக்குப் புரிந்திருந்தது.

இதனால், அரைமனமாக அந்த விளம்பர நிறுவனத்துக்குச் சென்று, ஓவியர் வேலைக்கு விண்ணப்பித்தார் வால்ட் டிஸ்னி. ஆச்சர்யம், அவருக்கு உடனே வேலை கிடைத்துவிட்டது.

இப்போது, வால்ட் டிஸ்னியின் குழப்பம் இன்னும் அதிகமாகிவிட்டது, இந்த வேலையில் சேர்வதா? வேண்டாமா? தன்னை நம்பிப் புது நிறுவனத்தில் இறங்கிய நண்பர் உப் ஐவெர்க்ஸ் இதைக் கேள்விப்பட்டால் என்ன நினைத்துக்கொள்வாரோ என்றெல்லாம் மிகவும் கவலைப்பட்டார் அவர்.

நெடுநேரம் யோசித்தபிறகு அவருக்கு ஒரு சிறப்பான யோசனை தோன்றியது. 'நான் இங்கே பகுதி நேர *(Part Time)* ஓவியனாகச் சேரட்டுமா?' என்று தனக்கு வேலை கொடுக்க முன்வந்தவர்களிடம் கேட்டார் அவர்.

அதாவது, கூழுக்கும் ஆசை, மீசைக்கும் ஆசை என்கிற கதைதான்.

'கன்ஸாஸ் சிடி ஸ்லைட் கம்பெனி'யில் பகுதி நேரமாக வேலை பார்த்துக்கொண்டே, மிச்சமிருக்கும் பொழுதுகளில் 'ஐவெர்க்ஸ் டிஸ்னி'க்கான பணிகளையும் கவனித்துக்கொள்ளலாம். கூடுதல் செலவுக்குப் பணமும் கிடைக்கும், சொந்த நிறுவனமும் மூழ்கிப்போகாது.

அவருடைய இந்தத் திட்டத்தைப் புரிந்துகொண்ட அவர்கள், வால்ட் டிஸ்னியின் கோரிக்கை அல்லது நிபந்தனையை ஏற்க மறுத்தார்கள். பார்ட் டைமெல்லாம் வேலைக்கு ஆகாது, முழு நேர வேலைக்குச் சேர்வதென்றால் வா, இல்லையென்றால், நாங்கள் வேறு ஆள் பார்த்துக்கொள்கிறோம் என்று கண்டிப்பாகச் சொல்லிவிட்டார்கள்.

கடைசியாக, வேறு வழியே இல்லாமல், தன்னுடைய மனக் குழப்பத்தை நண்பர் உப் ஐவெர்க்ஸிடம் தயக்கத்தோடு பகிர்ந்துகொண்டார் வால்ட் டிஸ்னி. அதன்பிறகு, 'இப்போது என்ன செய்யலாம்?', என்று அவரிடமே ஆலோசனை கேட்டார்.

'இது என்ன கேள்வி? வந்த வாய்ப்பை வீணாக்காதே, உடனடியாக அந்த வேலையில் சேர்ந்துவிடு' என்றார் ஐவெர்க்ஸ்.

'அப்படியானால், நம்முடைய நிறுவனம்?'

'அதை நான் பார்த்துக்கொள்கிறேன்' என்றார் ஐவெர்க்ஸ். 'சொந்த நிறுவனத்தில் எந்த வேலையும் இல்லாமல் சும்மா உட்கார்ந்திருப்பதைவிட, கிடைத்திருக்கும் இந்த வாய்ப்பைப் பயன்படுத்திக்கொள்வதுதான் புத்திசாலித்தனம்.'

இப்படி அவர் விளக்கமாகச் சொன்னபிறகும்கூட, வால்ட் டிஸ்னியின் மனம் முழுக்கச் சமாதானம் அடையவில்லை. இரண்டு பேருமாகச் சேர்ந்து கம்பெனி ஆரம்பிக்கலாம் என்று ஐவெர்க்ஸை அழைத்துவந்துவிட்டு, இப்போது அவரைத் தனியாகத் தவிக்கவிடுகிறோமே என்று மிகவும் வருந்தினார் அவர்.

ஆனால், அப்போதைய நிலைமையில், புதிய வேலையை ஏற்றுக்கொள்வதுதான் சரியான முடிவாகத் தோன்றியது. ஆகவே, எல்லாப் பொறுப்புகளையும் உப் ஐவெர்க்ஸிடம்

ஒப்படைத்துவிட்டு, 'கன்ஸாஸ் சிடி ஸ்லைட் கம்பெனி'யில் இணைந்தார் வால்ட் டிஸ்னி.

அதன்பிறகு, வால்ட் டிஸ்னி எதிர்பார்த்தது போலவே, ஐவெர்க்ஸால் அந்த நிறுவனத்தைத் தனியாக நடத்திச் சமாளிக்க முடியவில்லை. எனவே, சீக்கிரத்திலேயே 'ஐவெர்க்ஸ் - டிஸ்னி' நிறுவனம் நஷ்டத்தில் மூழ்கிப்போனது.

தங்களுடைய முதலாவது தொழில் முயற்சி, இப்படி மாபெரும் தோல்வியைச் சந்தித்துவிட்டதே என்று டிஸ்னியும் ஐவெர்க்ஸூம் வருத்தத்தில் ஆழ்ந்தார்கள். நல்லவேளையாக, அந்தக் காயங்களுக்கு மருந்து போடுவதுபோல், மீண்டும் அவர்கள் இணைந்து பணியாற்றுவதற்கான ஒரு வாய்ப்புக் கிடைத்தது.

வால்ட் டிஸ்னி பணிபுரிந்துகொண்டிருந்த நிறுவனத்திலேயே, உப் ஐவெர்க்ஸூக்கும் வேலை கிடைத்துவிட்டது. ஆகவே, இருவரும் பழையபடி விளம்பர உலகத்திற்கான ஓவியப் பணிகளில் ஈடுபடத் தொடங்கினார்கள்.

ஆரம்பத்தில் 'கன்ஸாஸ் சிடி ஸ்லைட் கம்பெனி' எனவும், பிறகு 'கன்ஸாஸ் சிடி ஃபிலிம் ஆட்' *(Kansas City Film Ad)* எனவும் அழைக்கப்பட்ட அந்த விளம்பர நிறுவனம், திரையரங்குகளில் காட்டுவதற்கான விளம்பரங்களைத் தயாரித்துக்கொண்டிருந்தது.

திரையரங்க விளம்பரங்கள் என்றால், இந்தக் காலத் தொலைக்காட்சி விளம்பரங்களைப்போல்தான். சுருக்கமாக, சில நிமிடங்களுக்குள் ஒரு பொருளையோ, அல்லது கடையையோ அழுத்தமான முறையில் அறிமுகப்படுத்தவேண்டும். அப்போது தொலைக்காட்சியோ, விதவிதமான சேனல்களோ இல்லை என்பதால், இதுபோன்ற விளம்பரங்கள் உள்ளூர் தியேட்டர்களில், சினிமாப் படங்களைத் திரையிடுவதற்குமுன்போ, அல்லது இடைவேளைகளின்போதோ காட்டப்பட்டன.

இந்த விளம்பரங்களை வடிவமைக்கும் குழுவில்தான் வால்ட் டிஸ்னி இடம்பெற்றிருந்தார். அப்போதுதான், 'அனிமேஷன்' *(Animation)* என்கிற சமாசாரம் அவருக்கு முதன்முதலாக

அறிமுகமானது.

ஆங்கிலத்தில் அனிமேட் *(Animate)* என்றால், இயங்கச்செய்வது என்று அர்த்தம். காகிதத்தில் வரையப்பட்ட, அசையாத ஓவியங்களை, பொம்மைகளை இயங்கச்செய்கிற கலை என்பதால், அதற்கு அனிமேஷன் என்று பெயர் சூட்டப்பட்டிருந்தது. இந்தத் தொழில்நுட்பத்தைப் பயன்படுத்தி எடுக்கப்பட்ட திரைப்படங்கள், 'அனிமேஷன்கள்' அல்லது, 'கார்ட்டூன்கள்' *(Cartoons)* என்று அழைக்கப்பட்டன.

இந்தப் புதிய வேலையில் சேர்வதற்குமுன், அனிமேஷனைப்பற்றி வால்ட் டிஸ்னிக்கு எதுவும் தெரியாது. ஆகவே, தான் வரைந்த ஓவியங்கள் திரையில் கை கால் அசைத்து நகர்வதை ஆச்சர்யத்தோடு பார்த்தார் அவர்.

அதன்பிறகு, இந்த ஆச்சர்யம் அவரது வாழ்நாள் முழுவதும் நீடித்தது. ஓவியங்களின்மூலம், ஒரு தனி உலகைச் சிருஷ்டிக்க முடியும் என்று ஏற்கெனவே புரிந்துகொண்டிருந்த வால்ட் டிஸ்னிக்கு, அந்த உலகம் எப்போதும் அசையாமல் உறைந்திருக்கவேண்டியதில்லை, அதில் தோன்றும் காட்சிகள், கதாபாத்திரங்கள் எல்லாவற்றையும் தானே கட்டுப்படுத்தமுடியும் என்று புரிந்தபிறகு, அந்தப் பரவசம் எல்லையற்றதாகிவிட்டது.

இத்தனைக்கும், அப்போது அனிமேஷன் கலையோ, அதற்கான தொழில்நுட்பங்களோ பெரிய அளவில் வளர்ச்சியடைந்திருக்க வில்லை. எனினும், தவறுகள் மலிந்த, அதி சாதாரணமான அந்த அனிமேஷன் காட்சிகள்கூட வால்ட் டிஸ்னியை வெகுவாகக் கவர்ந்தன.

அவர் பணிபுரிந்த நிறுவனத்தில், அவ்வப்போது அனிமேஷன் காட்சிகளைப் பயன்படுத்தி சில விளம்பரங்கள் தயாரிக்கப்பட்டன. மற்றபடி, அங்கிருந்தவர்கள் யாரும் அதற்குப் பெரிய முக்கியத்துவம் தரவில்லை.

அவர்களுடைய இந்த அலட்சிய மனோபாவம், வால்ட் டிஸ்னிக்கு ஆச்சரியமளித்தது. அனிமேஷன் கலையைப் பயன்படுத்தி, இன்னும் பல விஷயங்களைச் சிறப்பாகச்

செய்யமுடியும் என்று அவருக்குத் தோன்றியது.

அந்தக் காலகட்டத்தில், அனிமேஷன் கலை பெரும்பாலும் இரண்டு விஷயங்களுக்குதான் பயன்படுத்தப்பட்டது. ஒன்று, விளம்பரம் செய்வது. இன்னொன்று, கதை சொல்வது.

அப்போது நியூயார்க் நகரத்திலிருந்து தயாரிக்கப்பட்ட சில அனிமேஷன் கதைப் படங்கள், வரிசையான ஓவியங்களின்மூலம் நகைச்சுவையான, சாகசம் நிரம்பிய காட்சிகளை நகர்த்திக் காண்பித்தன. மக்களிடையே இவற்றுக்கு நல்ல வரவேற்பு இருந்தது.

இத்தனைக்கும், அந்தக் கால அனிமேஷன் படங்களில் கதை என்று எதுவும் ஒழுங்காக இருக்காது, கதாபாத்திரங்கள் எவையும் ஒழுங்காகச் சித்திரிக்கப்பட்டிருக்காது, அடுத்தடுத்து காட்சிகளைக் காண்பிப்பதுதான் ஒரே நோக்கமாக இருந்தது. ஓவிய மனிதன் ஒருவன், இன்னோர் ஓவியக் கதாபாத்திரத்தின் முகத்தில் குத்து விட்டாலே போதும். மக்கள் அதை ‘ஆஹா’ என்று கை தட்டி ரசித்தார்கள்.

இப்படி அனிமேஷன் படங்கள் மக்களிடையே நல்ல வரவேற்பைப் பெற்றிருந்தாலும்கூட, ஏனோ அப்போதைய பெருநிறுவனங்கள் அனிமேஷன் துறையில் அதிக ஆர்வம் செலுத்தவில்லை. இதனால், பெரும்பாலான அனிமேஷன் படங்கள் குடிசைத் தொழில்போல் ஒரு சில ஆர்வலர்களின் முயற்சியால்தான் தயாராகிக்கொண்டிருந்தன. படங்களின் எண்ணிக்கை, தரம் இரண்டுமே மிகச் சுமாரான அளவில் நின்றுபோயிருந்தது.

இதுபோன்ற பல சிரமங்களுக்கிடையிலும், அப்போது வெளியான அனிமேஷன் படங்கள் நல்ல வெற்றியடைந்துகொண்டிருந்தன. காரணம், ‘அசையும் படங்கள்’ என்கிற புதுமையான விஷயம், மக்களுக்கு மிகவும் உவப்பாக இருந்தது. இதனால் உப்புச்சப்பில்லாத படங்களைக்கூட திரும்பத் திரும்பப் பார்க்க வந்தார்கள்.

ஆனால், இந்த ஆரம்ப காலக் கவர்ச்சி, அதிக நாள் நீடிக்கவில்லை. சீக்கிரத்திலேயே, அனிமேஷன் படங்களுக்கும் நல்ல கதை வேண்டும், தெளிவான திரைக்கதை, அழகான காட்சியமைப்புகள், மனத்தில் நிற்கும் பாத்திரங்கள் எல்லாம் வேண்டும் என்கிற நிலைமை உருவாகிவிட்டது.

அனிமேஷன் கலையின் இந்தப் பரிணாம வளர்ச்சிக்கு முக்கியப் பங்காற்றியவர்களில் வால்ட் டிஸ்னியும் ஒருவர். அதற்கான அடித்தளத்தை, இந்த விளம்பர அனிமேஷன் அனுபவம் அவருக்கு அமைத்துத்தந்தது.

முதன்முதலாக அனிமேஷன் என்கிற விஷயத்தின் அரிச்சுவடியைக் கற்றுக்கொண்டதிலிருந்து, வால்ட் டிஸ்னியின் கற்பனைகள் சிறகடித்துப் பறந்துகொண்டிருந்தன. அனிமேஷனைப் பயன்படுத்தி என்னவெல்லாம் செய்யமுடியும் என்று ஏகப்பட்ட ஊகங்களை மனத்துக்குள் உருவாக்கி அழகுபார்த்துக்கொண்டிருந்தார் அவர்.

இதில் ஒரு வேடிக்கையான விஷயம் என்னவென்றால், வால்ட் டிஸ்னிக்குக் கற்பனை செய்யத் தெரிந்த அளவுக்கு, அனிமேஷன் செய்யத் தெரியாது. அதன் தொழில்நுட்பமும் அப்போது அவருக்கு முழுசாகப் புரிந்திருக்கவில்லை. ஆனால், அது ஓர் அசாத்தியமான கருவி என்பதில் மட்டும் அவருக்கு எந்தச் சந்தேகமும் இல்லை. ஆகவே, வருங்காலத்தில் இதைப் பயன்படுத்திப் பல விஷயங்களைச் சாதிக்கமுடியும் என்பதைத் தெளிவாக மனத்தில் செதுக்கிக்கொண்டிருந்தார்.

இதனால், முறைப்படி அனிமேஷன் கற்கவேண்டும் என்கிற வால்ட் டிஸ்னியின் ஆர்வம் மேலும் அதிகரித்தது. அனிமேஷனைப்பற்றி முழுமையாகத் தெரிந்துகொள்வதற்காக, உள்ளூர் நூலகத்துக்குச் சென்று, இந்தத் துறை சார்ந்த புத்தகங்களைத் தேடிப் படிக்க ஆரம்பித்தார்.

அனிமேஷன் கலைஞர்களுக்கு மனித உடற்கூறு *(Anatomy)*, இயக்கவியல் *(Mechanics)* போன்றவை நன்றாகத்

தெரிந்திருக்கவேண்டும் என்று இந்தப் புத்தகங்களில் சொல்லப்பட்டிருந்தது. இதைப் படித்த வால்ட் டிஸ்னி, உடனடியாக இந்தத் துறைகளைச் சார்ந்த புத்தகங்களையும் கரைத்துக் குடிக்கலானார்.

ஆனால், ஏட்டுச் சுரைக்காய் கார்ட்டூனுக்கு ஆகுமா? புத்தகங்களைப் படித்து அனிமேஷனைக் கற்றுக்கொண்டு விடமுடியுமா?

முடியாது என்று வால்ட் டிஸ்னிக்கு உடனடியாகப் புரிந்து விட்டது. அனிமேஷனைப்பற்றிப் படிப்பதைவிட, அதில் அனுபவம் உள்ளவர்களிடம் கேட்டுத் தெரிந்துகொள்ளலாமா என்று யோசித்தார்.

அவர் பணிபுரிந்த நிறுவனத்தில், அனிமேஷன் செய்யத் தெரிந்தவர்கள் சிலர் இருந்தார்கள். அவர்கள் ஏற்கெனவே தங்களுக்குத் தெரிந்ததையெல்லாம் வால்ட் டிஸ்னிக்குச் சொல்லிக்கொடுத்துவிட்டார்கள். இதற்குமேல் அவர்களிடம் கேட்டு எந்தப் பிரயோஜனமும் இல்லை.

கடைசியாக ஒரே ஒரு வழிதான் மிச்சமிருந்தது - நீச்சலடிப்பது எப்படி என்று எல்லோரிடமும் ஆலோசனை கேட்டுக்கொண்டிருக்காமல், மூக்கைப் பிடித்துக்கொண்டு ஆற்றில் குதித்துவிடுவது!

நீச்சல் அளவுக்கு, அனிமேஷனில் உயிராபத்து இல்லை என்பதால், துணிந்து அதில் குதிக்கத் தீர்மானித்தார் வால்ட் டிஸ்னி. இனிமேல் எனக்காச்சு, இந்த அனிமேஷனுக்காச்சு, யார் யாரை ஜெயிக்கிறார்கள் என்று பார்த்துவிடலாம்.

ஆனால், அனிமேஷன் படங்கள் எடுப்பதென்றால், ஏராளமான ஓவியங்களை வரைந்து, அவற்றைப் பதிவு செய்வதற்கு ஒரு கேமரா வேண்டும். அதற்கு என்ன செய்வது?

தன்னுடைய சம்பளத்தின் ஒரு பகுதியை இதற்காக ஒதுக்கி, படப் பதிவு கேமரா ஒன்றை வாடகைக்கு எடுத்துக்கொண்டார்

வால்ட் டிஸ்னி. அப்போது அவருடைய வீட்டில் கார் நிறுத்துவதற்கான காரேஜ் காலியாகத்தான் இருந்தது. அங்கே இந்தக் கேமராவைப் பொருத்தி, கச்சிதமாக ஒரு ஸ்டூடியோ தயார்செய்துவிட்டார்.

அதன்பிறகு, தினந்தோறும் பகல்முழுக்க அலுவலகத்தில் வேலை பார்த்துவிட்டு, ராத்திரியில் இங்கே அனிமேஷன் பயிற்சியில் ஈடுபடுவார் வால்ட் டிஸ்னி. ஒரு நிமிடம் அல்லது இரண்டு நிமிட அனிமேஷனுக்காக, அவர் ஏராளமான ஓவியங்களை வரையவேண்டியிருந்தது. அவற்றைக் கேமராவில் பதிவு செய்யப் பழகவேண்டியிருந்தது, பதிவான படங்களைத் திரும்பவும் ஓட்டிப் பார்க்கையில் ஏகப்பட்ட பிசிறுகள் தென்பட்டன, ஓவியங்கள் அதீதமாகக் குதித்துச் சொதப்பின.

இதற்கெல்லாம் அசராத வால்ட் டிஸ்னி, தான் செய்த ஒவ்வொரு தவறையும், மேலும் கற்றுக்கொள்வதற்கான ஒரு வாய்ப்பாகத்தான் பார்த்தார். தவறுகளைத் திருத்தி, மீண்டும் பதிவு செய்து, கச்சிதமாக ஓர் அனிமேஷனைத் திரையில் பார்க்கிற திருப்தி அவருக்குப் பிடித்திருந்தது.

உப் ஐவெர்க்ஸிடம் இதுபற்றிப் பெருமையோடு குறிப்பிட்ட வால்ட் டிஸ்னி, அவரும் கண்டிப்பாக அனிமேஷன் கற்றுக்கொள்ளவேண்டும் என்று ஆலோசனை சொன்னார். இப்போதுதான் வால்ட் டிஸ்னியின் வீட்டில் ஓர் ‘அனிமேஷன் ஸ்டூடியோ’ சகல வசதிகளுடன் தயாராக இருக்கிறதே!

அனிமேஷனைப் பற்றிப் பேசுகையில் வால்ட் டிஸ்னியின் முகத்தில் தெரிகிற உற்சாகத்தைப் பார்த்ததுமே, நிச்சயம் இது பெரிய விஷயம்தான் என்று ஐவெர்க்ஸுக்குப் புரிந்துவிட்டது. ஆகவே, அவரும் வால்ட் டிஸ்னியுடன் இணைந்து, அனிமேஷனுக்கான படங்களை வரையப் பழகிக்கொண்டார்.

சாதாரண ஓவியங்களுக்கும், அனிமேஷன் செய்வதற்காக வரையப்படும் ஓவியங்களுக்கும் பெரிதாக ஏதும் வித்தியாசம் இல்லை என்பது ஐவெர்க்ஸுக்குச் சட்டென்று புரிந்துவிட்டது. திரையில் ஒழுங்காக அசையும்படி, கிட்டத்தட்ட ஒரேமாதிரியான

ஓவியங்களைத் திரும்பத் திரும்ப வரையவேண்டும் என்கிற அடிப்படை விஷயம் தெரிந்தபிறகு, நண்பர்கள் இருவரும் அடுத்தடுத்த பல நுணுக்கங்களைக் கற்றுக்கொண்டார்கள், வெவ்வேறு பாணியில் அனிமேஷனுக்கான ஓவியங்களை வரைந்து பழகினார்கள்.

இந்தக் கலையில் ஐவெர்க்ஸ் ஓரளவு தேர்ச்சி பெற்றதும், அவருக்கும் தன்னுடைய 'கன்ஸாஸ் சிடி ஃபிலிம் ஆட்' நிறுவனத்தில் ஒரு வேலை வாங்கிக்கொடுத்துவிட்டார் வால்ட் டிஸ்னி. இதன்மூலம், அவர்கள் இருவரும் தினசரி செலவுகளைப்பற்றிக் கவலைப்படாமல், நாள்முழுக்கத் தங்களது கனவுகளை விவாதிக்கவும், சோதனை முயற்சிகளைத் தொடரவும் முடிந்தது.

வால்ட், உப் இருவரும் தீவிரமாக அனிமேஷன் பழகிக்கொண்டிருந்த இந்தச் சமயத்தில், டிஸ்னி குடும்பத்தின் பெரும்பாலான உறுப்பினர்கள் கன்ஸாஸ் நகருக்குக் குடிபெயர்ந்திருந்தார்கள். வீட்டில் மெல்ல சகஜ நிலை திரும்பியிருந்தது. பழைய கசப்புகள் மறந்து, தந்தை, தாய், அண்ணன்கள், தங்கை என்று எல்லோருடனும் உற்சாகமாகப் பழக ஆரம்பித்திருந்தார் வால்ட் டிஸ்னி.

இந்தச் சமயத்தில்தான், வால்ட் டிஸ்னியின் அண்ணன் ராய்க்கு, திடீரென்று ஏதோ உடல் நலக் கோளாறு. சில நாள்களுக்குள் மளமளவென்று எடை குறைந்து இளைத்துப்போன அவர், தன்னுடைய குடும்பத்தினருக்கே அடையாளம் தெரியாத அளவுக்கு ஒல்லியாகித் தளர்ந்துவிட்டார். மருத்துவப் பரிசோதனையில், அவரை டிபி (*TB*) எனப்படும் காசநோய் தாக்கியிருப்பது தெரியவந்தது. இதையடுத்து, சிகிச்சைக்காக அவர் மருத்துவமனையில் சேர்க்கப்பட்டார்.

1921ம் ஆண்டில், எலியாஸின் மூத்த மகன் ஹெர்பெர்ட், போர்ட்லாண்ட் (*Portland*) நகருக்கு மாற்றப்பட்டார். இதையடுத்து, அவர் தன்னுடைய மனைவி, குழந்தைகளுடன் அங்கேயே குடியேறிவிட்டார்.

ஹெர்பெர்ட் கிளம்பிச் சென்ற சில வாரங்களுக்குள், எலியாஸும் போர்ட்லாண்டுக்குச் சென்றுவிடுவதாகத் தீர்மானித்தார். அவரோடு, வால்ட் டிஸ்னியின் தாய் ஃப்ளோரா, தங்கை ருத் ஆகியோரும் கிளம்பினார்கள்.

இப்படித் தன்னுடைய குடும்ப உறுப்பினர்கள் எல்லோரும் ஒவ்வொருவராகக் கன்ஸாஸ் நகரிலிருந்து விலகிச் சென்றுவிட்டதால், வால்ட் டிஸ்னி மட்டும் அங்கே தனியாக அறை எடுத்துத் தங்கவேண்டியிருந்தது. இத்தனை காலமாகக் குடும்பத்தினருடன் உற்சாகமாகப் பழகிவிட்டு, இப்போது திடீரென்று தனிமையில் தள்ளப்பட்ட வால்ட் டிஸ்னி, மனத்தளவில் பெரிதும் பாதிக்கப்பட்டார்.

இந்தத் துயரத்தை மறப்பதற்காகவே, முன்பைவிட அதிக வேகத்துடன் அனிமேஷன் பயிற்சிகளில் ஈடுபடத் தொடங்கினார் வால்ட் டிஸ்னி. சாப்பாடு, தூக்கம் போன்ற அத்தியாவசியத் தேவைகளையெல்லாம்கூட மறந்து, எந்நேரமும் ஓவியங்களோடு, அல்லது படச் சுருள்களோடு போராடிக்கொண்டிருந்தார் அவர்.

ஆனால், வால்ட் டிஸ்னியும், உப் ஐவெர்க்ஸும் எவ்வளவுதான் கஷ்டப்பட்டு உழைத்தாலும், அவர்களால் ஓரிரு நிமிடங்களுக்கான அனிமேஷன் படங்களைக்கூடத் தயாரிக்கமுடியவில்லை. காரணம், ஒரு சின்னக் கை நகர்த்தல், கால் நகர்த்தலுக்குக்கூட, அவர்கள் நூற்றுக்கணக்கான படங்களை வரையவேண்டியிருந்தது.

இதனால், ஐந்தாறு நிமிடங்களுக்குமேல் ஓடக்கூடிய 'ஒரு ரீல்' அனிமேஷன் படங்களையெல்லாம் உருவாக்கவேண்டுமானால், அது தங்கள் இருவரால்மட்டும் முடிகிற காரியம் இல்லை என்பதை உணர்ந்துகொண்டார் வால்ட் டிஸ்னி. அதற்கு இன்னும் நிறைய ஓவியர்கள், அனிமேஷன் கலைஞர்கள் தேவைப்படுவார்கள் என்பது புரிந்தவுடன், தங்களைப்போலவே ஆர்வமுள்ள சில இளைஞர்களைத் தேட ஆரம்பித்தார் அவர்.

கொஞ்சம் முனைப்போடு தேடியபிறகு, வால்ட் டிஸ்னி எதிர்பார்த்ததுபோலவே, நல்ல திறமையுள்ள இளைஞர்கள் பலர் கிடைத்தார்கள். ஆனால், அவர்களுக்கெல்லாம் அனிமேஷன்பற்றி எதுவும் தெரிந்திருக்கவில்லை. இதனால், வால்ட் டிஸ்னி அனிமேஷன் ஆசிரியராகவும் புது அவதாரம் எடுக்கவேண்டியிருந்தது.

அடுத்த சில வாரங்களில், அனிமேஷன்பற்றித் தனக்குத் தெரிந்த எல்லா விஷயங்களையும் அந்த இளைஞர்களுக்கு விளக்கமாகச் சொல்லிக்கொடுத்துத் தயார்ப்படுத்தினார் வால்ட் டிஸ்னி. அவர்களும் அனிமேஷனுக்கான ஓவியங்கள் வரைவது, படப் பதிவு செய்வது, அனிமேஷன் செய்வது என்று பல விஷயங்களில் உற்சாகமாகப் பயிற்சி பெற்றார்கள்.

புதியவர்கள் ஜோராக அனிமேஷன் பழகத் தொடங்கியதும், இந்தக் குழுவின் உதவியுடன் தங்களால் சிறு அனிமேஷன் படங்களை எடுத்து, வெளியிடமுடியும் என்கிற நம்பிக்கை வால்ட் டிஸ்னிக்கு வந்துவிட்டது. ஆகவே, தங்களுடைய திறமைகளைச் சரியாகப் பயன்படுத்திக்கொள்வதற்கான ஏற்பாடுகளில் இறங்கினார் அவர்.

இன்றைய திரையரங்குகளில், படம் தொடங்குவதற்கு முன்னதாக, விளம்பரங்கள், 'நியூஸ் ரீல்' என்றழைக்கப்படும் செய்தித் துணுக்குகளைக் காட்டுகிறார்கள். அதுபோல, அந்தக் காலத்தில் முக்கியப் படத்துக்குமுன்பு, சிறு கார்ட்டூன் / அனிமேஷன் படங்கள் திரையிடப்படும்.

இந்த அனிமேஷன் படங்கள் அனைத்தும், அப்போது நியூயார்க் நகரத்தில்தான் தயாரிக்கப்பட்டுவந்தன. அங்கிருந்து உரிம அடிப்படையில் படங்களை வாங்கிவந்து, எல்லா ஊர்களிலும் திரையிடுவார்கள்.

அதாவது, நாளைக்கே வால்ட் டிஸ்னி குழுவினர் ஓர் அனிமேஷன் படத்தை உருவாக்குகிறார்கள் என்று வைத்துக்கொள்வோம். அந்தப் படம், இந்த நியூயார்க் தயாரிப்புகளோடுதான் சந்தையில்

போட்டியிடவேண்டியிருக்கும்.

இதைப் புரிந்துகொண்ட வால்ட் டிஸ்னி, நிஜமான போட்டி தொடங்குவதற்குமுன்பே, தன்னுடைய தரப்பை வலுவாக்கிக்கொள்ளத் தீர்மானித்தார். நியூயார்க் அனிமேஷன் புலிகளால் செய்யமுடியாத ஒரு விஷயத்தை, நாம் செய்துகாட்டவேண்டும். அப்போதுதான், யாரேனும் நம்முடைய படத்தைக் காசு கொடுத்து வாங்க முன்வருவார்கள்.

அனிமேஷன் தொழில்நுட்பத்தைப் பொறுத்தவரை, வால்ட் டிஸ்னியும் அவருடைய தோழர்களும் இன்னும் கத்துக்குட்டிகள்தான். ஆகவே, இதுவரை யாரும் செய்திராத அனிமேஷன் சாகசங்களையெல்லாம் அவர்கள் செய்து காண்பித்துக் கைதட்டல் வாங்குவது சிரமம்.

ஆகவே, தன்னுடைய படத்தின் அழகு அம்சங்களைக்காட்டிலும், அனிமேஷனின்மூலம் என்ன விஷயத்தைச் சொல்கிறோம் என்பதில் கவனம் செலுத்தத் தீர்மானித்தார் வால்ட் டிஸ்னி. *'Content'* எனப்படும் உள்ளடக்கம் சிறப்பாக, புதுமையானதாக இருந்துவிட்டால், எந்தப் படைப்பும் ஜெயித்துவிடும் என்று அவருக்கு உறுதியாகத் தோன்றியது.

உதாரணமாக, கன்ஸாஸ் நகரத்திலிருக்கும் உள்ளூர்ப் பிரச்னைகளில் ஏதேனும் ஒன்றை எடுத்துக்கொண்டு, அதை நகைச்சுவை கலந்த அனிமேஷன் படமாக்குவது. இதில் அனிமேஷன் ஓரளவு சுமாராக இருந்தாலும்கூட, 'அட, நம்ம ஊர்க் கதைப்பா', என்று மக்கள் ஆர்வமாக உட்கார்ந்து பார்ப்பார்கள், இல்லையா?

தன்னுடைய இந்த எண்ணத்தை, 'நியூமேன்' *(Newman)* என்ற திரையரங்கின் உரிமையாளர்களுடன் பகிர்ந்துகொண்டார் வால்ட் டிஸ்னி. புதுமையான இந்த யோசனை, அவர்களுக்கும் பிடித்திருந்தது. 'இதுபோல் ஒரு படம் எடுத்துக் காட்டுங்கள், பிடித்திருந்தால் நிச்சயமாக வாங்கிக்கொள்கிறோம்' என்றார்கள்.

இந்த ஒரு வாக்கியம் போதாதா? வால்ட் டிஸ்னி குழுவினர்

அதுவரை பயிற்சிக்காக எடுத்துக்கொண்டிருந்த மாதிரிப் படங்களையெல்லாம் ஓரமாகத் தள்ளிவிட்டு, மளமளவென்று புதிய அனிமேஷன் படத்துக்கான ஏற்பாடுகளைத் தொடங்கினார்கள்.

ஆரம்பத்தில், இதைத் தனிப்பட்ட முயற்சியாகச் செய்யவேண்டும் என்கிற யோசனையே வால்ட் டிஸ்னிக்கு இல்லை. ஏற்கெனவே ஒருமுறை சொந்தத் தொழில் தொடங்கிப் பட்ட அவஸ்தைகள் அவருக்கு இன்னும் நினைவில் இருந்தன. ஆகவே, அப்போது தான் பணிபுரிந்துகொண்டிருந்த நிறுவனத்தின் உரிமையாளரான கௌகர் (*Cauger*) என்பவரைச் சந்தித்துப் பேசினார் அவர்.

நியூமேன் திரையரங்கைச் சேர்ந்தவர்களுக்கு, இப்படி ஒரு நகைச்சுவை அனிமேஷன் படத்தில் ஆர்வம் இருப்பதைத் தெரிவித்த வால்ட் டிஸ்னி, நாம் இதுபோன்ற படங்களைத் தயாரிக்கலாம் என்று அவருக்கு ஆலோசனை சொன்னார்.

வால்ட் டிஸ்னியின் யோசனை கௌகருக்குப் பிடித்திருந்தது. என்றாலும், ஏற்கெனவே விளம்பரத் தொழில் நன்றாக நடந்துகொண்டிருக்கும்போது, நமக்குத் தெரியாத ஒரு துறையில் கால் வைப்பது ஆபத்து என்று தயங்கினார் அவர்.

சிறிது நேர யோசனைக்குப்பிறகு, ‘இது சரிப்படாது, வேண்டாம்’, என்று தீர்மானமாகச் சொல்லிவிட்டார் கௌகர். ‘நாம் வழக்கம்போல், விளம்பரங்களிலும், அதுதொடர்பான அனிமேஷன்களிலும் மட்டும் கவனம் செலுத்தினால் போதும்’

தன்னுடைய இந்த முடிவின்மூலம், எத்தனை பெரிய தங்கச் சுரங்கத்தை இழந்திருக்கிறோம் என்பது, அப்போது கௌகருக்குத் தெரியாது!

5. இரண்டாவது தோல்வி

லாஃப்-ஓ-க்ராம் *(Laugh-O-Gram)* - தன்னுடைய அனிமேஷன் நகைச்சுவைப் படங்களுக்கு, வால்ட் டிஸ்னி சூட்டிய பொதுப் பெயர் இது.

ஆரம்ப காலத்தில், நியூமேன் திரையரங்குக்காகத் தயாரிக்கப்பட்ட படங்கள், 'நியூமேன் லாஃப்-ஓ-க்ராம்' என்று அழைக்கப்பட்டன. பின்னர் நியூமேன் உதிர்ந்து, 'லாஃப்-ஓ-க்ராம்'மட்டும் நிலைத்துவிட்டது.

'படங்கள்' என்று சொல்வதால், இரண்டரை மணி நேரத்துக்கு ஓடுகிற முழு நீளப் படங்கள் என்று நினைத்துவிடக்கூடாது. அப்போது தயாரிக்கப்பட்ட பெரும்பாலான அனிமேஷன் படங்கள், ஒரு ரீல் அளவிலானவை, சுமார் ஆறு அல்லது ஏழு நிமிட நேரத்துக்குத் திரையில் ஓடும். அவ்வளவுதான்.

ஆனால், இந்த ஒரு ரீல் படத்தைத் தயாரித்து முடிப்பதற்குள், ஓவியர்களுக்கும், அனிமேஷன் கலைஞர்களுக்கும் ஜன்னிக் காய்ச்சலே வந்துவிடும். அந்த அளவுக்குக் கடுமையான உழைப்பு தேவைப்பட்டது.

இப்படிக் கஷ்டப்பட்டு உழைத்து, ஒரு படத்தை முடித்துக் கொடுத்தபிறகு, நியூமேன் திரையரங்கத்தினர் வால்ட் டிஸ்னிக்குக் கொடுத்த சன்மானத்தைக் கணக்குப்பார்த்தால், அவர்களுடைய செலவுகளுக்கு மட்டும்தான் சரியாக இருந்தது. அதாவது கேமரா வாடகை, படச்சுருள், ஓவியப் பொருள்கள் மற்றும் இதர தயாரிப்புச் செலவுகளைக் கழித்துப் பார்த்தால், அவர்களுக்கு லாபம் என்று எதுவும் மிஞ்சவில்லை.

லாபத்தை விடுங்கள், இரவு பகலாக உழைத்தவர்களுக்குக் கொஞ்சம் சம்பளமாவது தரவேண்டாமா? இங்கே அதுகூட சாத்தியப்படவில்லை.

இதில் வால்ட் டிஸ்னி மற்றும் தோழர்களுக்கு வருத்தம்தான். என்றாலும், தாங்கள் உருவாக்கிய படம் திரையில் தோன்றுவதையும், மக்கள் அதைக் கை தட்டி ரசிப்பதையும் பார்த்து அந்தச் சோகத்தை மறந்தார்கள். சம்பளம் இல்லையென்றால் என்ன? நஷ்டமில்லாமல் ஓர் அனிமேஷன் படம் தயாரித்து வெளியிட்டுவிட்டோமே, அந்த அனுபவம் போதும் என்று தங்களைத் தேற்றிக்கொண்டார்கள்.

அடுத்தடுத்து, வால்ட் டிஸ்னி குழுவினர் தயாரித்த, 'நியூமேன் லாஃப்-ஓ-க்ராம்கள்', மக்களிடையே நல்ல வரவேற்பைப் பெற்றன. இதனால் மேலும் தெம்படைந்த அவர்கள், இந்த வாய்ப்பைப் பயன்படுத்திக்கொண்டு, பல புதிய உத்திகளைப் பயன்படுத்தி அனிமேஷன் செய்து பழகினார்கள்.

இங்கே முக்கியமாக கவனிக்கவேண்டிய விஷயம், இந்தக் காலகட்டத்தில் வால்ட் டிஸ்னி, உப் ஐவெர்க்ஸ் இருவருமே, பகல் நேரத்தில் அலுவலகப் பணிக்குச் செல்லவேண்டியிருந்தது. அதன்பிறகு, ராக்கோழிபோல் விழித்திருந்துதான் அனிமேஷன் வேலைகளைக் கவனிக்கவேண்டும்.

சுமார் இரண்டு வருடக் கடும் பயிற்சிக்குப்பிறகு, இந்த இரட்டை அவஸ்தை வேண்டாம் என்று முடிவெடுத்தார் வால்ட் டிஸ்னி. அவர்கள் எடுத்த அனிமேஷன் படங்களுக்கு நல்ல வரவேற்பு

இருக்கிறது என்பதால், அவருடைய தன்னம்பிக்கை கூடியிருந்தது. இனிமேலும் இதுபோன்ற அனிமேஷன் படங்களைப் பகுதி நேரமாகத் தயாரித்துக்கொண்டிருக்கமுடியாது என்று எண்ணிய அவர், இதற்கென்று தனி நிறுவனம் ஒன்றைத் தொடங்கத் தீர்மானித்தார்.

ஆனால், வால்ட் டிஸ்னி - உப் ஐவெர்க்ஸின் முந்தைய பிஸினஸ் முயற்சியோடு ஒப்பிடுகையில், இந்தமுறை கணிசமான முதலீடு தேவைப்பட்டது. பல அனிமேஷன் கலைஞர்களை வேலைக்குச் சேர்த்துச் சம்பளம் கொடுக்கவேண்டும், அவர்கள் ஒன்றாக உட்கார்ந்து வேலை பார்ப்பதற்குப் பெரிய அலுவலகம் வேண்டும், கேமரா வாடகைக்கோ, சொந்தமாகவோ வேண்டும், படப் பதிவுக்குத் தனி அறை வேண்டும் - இப்படி ஏகப்பட்ட 'வேண்டும்'கள் அவர்முன் காத்திருந்தன.

இதையடுத்து, தன்னுடைய நண்பர்கள், உறவினர்கள், தெரிந்தவர்கள், தெரியாதவர்கள் என்று எல்லோரையும் நேரில் சந்தித்துப் பேசலானார் வால்ட் டிஸ்னி. அனிமேஷன் கலையின் சிறப்பு, வருங்காலச் சாத்தியங்கள், அதற்கு மக்களிடையே இருக்கிற வரவேற்பு, லாபம் சம்பாதிக்கிற வாய்ப்புகள் என்று எல்லாவற்றையும் விளக்கிச் சொல்லி, தன்னுடைய அனிமேஷன் நிறுவனத்தில் முதலீடு செய்யும்படி வேண்டிக்கொண்டார்.

டிஸ்னிக்குப் பெரும் பணக்காரர்கள் என்று யாரையும் தெரிந்திருக்கவில்லை. ஆகவே, அப்போது அவர் சந்தித்தவர்கள் எல்லாமே, நடுத்தரவர்க்கத்தைச் சேர்ந்த மாதச் சம்பளக்காரர்கள். அவர்களை டிஸ்னி தனது சாதுர்யமான பேச்சின்மூலம் கவர்ந்துவிட்டார். என்றாலும், அவர்களால் தங்களுடைய சேமிப்பிலிருந்து நூறு டாலர், இருநூறு டாலர் என்று சின்னத் தொகைகளைத்தான் முதலீடு செய்யமுடிந்தது.

இதைப்பற்றி வால்ட் டிஸ்னி அவ்வளவாகக் கவலைப்படவில்லை. இப்படிக் கொஞ்சம்கொஞ்சமாகவே தனது நிறுவனத்துக்குத் தேவையான முதலீட்டுத் தொகையைத் திரட்டிவிடமுடியும் என்று அவருக்கு நம்பிக்கை இருந்தது.

தான் எண்ணியதுபோலவே, துளித்துளியாக எப்படியோ பதினைந்தாயிரம் டாலர்கள்வரை சேர்த்துவிட்டார் வால்ட் டிஸ்னி. இதையடுத்து, அவர் தன்னுடைய வேலையை ராஜினாமா செய்தார், 'லாஃப்-ஓ-க்ராம் ஸ்டூடியோ', என்ற பெயரில் அவருடைய புதிய அனிமேஷன் நிறுவனம் உதயமானது.

1922ம் ஆண்டு தொடங்கப்பட்ட லாஃப்-ஓ-க்ராம் நிறுவனத்தில், வால்ட் டிஸ்னி, உப் ஐவெர்க்ஸுடன், மேலும் பல அனிமேஷன் கலைஞர்கள் இணைந்தார்கள். இவர்களில் பெரும்பாலானோர், டிஸ்னி மற்றும் ஐவெர்க்ஸிடம் 'தொழில்' பழகியவர்கள். பின்னாள்களில், அனிமேஷன் சரித்திரத்தின் மிகச் சிறந்த கலைஞர்களாக உருவானார்கள்.

இந்தப் புது நிறுவனத்தின் சார்பில் உருவாகும் படங்கள் அனைத்துக்குமான கதை, படமாக்கத்தில் வால்ட் டிஸ்னிதான் முழு கவனம் செலுத்தவேண்டியிருந்தது. ஆகவே, முன்புபோல் தன்னால் ஒவ்வொரு தியேட்டராக ஏறி, இறங்கி வாய்ப்புக் கேட்டுக்கொண்டிருக்கமுடியாது என்று எண்ணிய அவர், இதற்கென்று ஒரு தனி விற்பனையாளரை நியமித்தார்.

அதாவது வால்ட் டிஸ்னி, உப் ஐவெர்க்ஸ் உள்ளிட்ட கலைஞர்கள், படங்களைத் தயாரிப்பதில் மட்டும் கவனம் செலுத்துவார்கள். அவர்கள் தயாரிக்கிற அனிமேஷன்களைச் சந்தைக்குக் கொண்டுசென்று நல்ல விலைக்கு விற்கவேண்டியது இந்த விற்பனையாளரின் பொறுப்பு.

கன்ஸாஸ் நகரில் ஐந்து அறைகளைக் கொண்ட ஓர் அலுவலகத்தை வாடகைக்கு எடுத்துக்கொண்ட வால்ட் டிஸ்னி, புது நிறுவனத்தின்கீழ் தனது முதலாவது அனிமேஷன் படத்தைப்பற்றி யோசிக்கத் தொடங்கியிருந்தார்.

'லாஃப்-ஓ-க்ராம்' என்று பெயர் சூட்டப்பட்டிருந்தாலும், ஆரம்பத்தில் அந்த நிறுவனம் தயாரித்தவை எவையும் நகைச்சுவைப் படங்கள் அல்ல. '*Fairy Tales*' எனப்படும்

தேவதைக் கதைகளைத்தான் ஒரு ரீல் அனிமேஷன்களாக எடுக்கத் தொடங்கினார்கள்.

ஒருபக்கம் புதிய படங்கள் உருவாகிக்கொண்டிருக்க, இன்னொருபக்கம் அந்தப் படங்களைப்பற்றிய விவரங்களுடன் லாஃபிப்-ஓ-க்ராம் விற்பனையாளர் பல திரையரங்க உரிமையாளர்களைச் சென்று சந்தித்தார். ஆனால், யாரும் இந்தப் படங்களில் ஆர்வம் காட்டவில்லை.

இதற்கு முக்கியமான காரணங்கள் இரண்டு, முதலாவது, அனிமேஷன் என்றாலே நகைச்சுவை பொங்கவேண்டும், பார்க்கிறவர்கள் விழுந்து விழுந்து சிரிக்கவேண்டும் என்கிற தவறான எண்ணம் அப்போது பரவலாக இருந்தது.

அடுத்து, அப்போது டிஸ்னி குழுவினர் தயாரித்த படங்களில் பொதுவான, தொடர்ச்சியான கதாபாத்திரங்கள் எவையும் இல்லை. ஆகவே, அவை தனித்தனியான துண்டுப் படங்களாகவே பார்க்கப்பட்டன, ஒரே நிறுவனத்திலிருந்து தயாராகும் படங்கள் என்கிற அடையாளம் *(Brand Value)* கிடைக்கவில்லை. இதனால், தொடர்ச்சியான நிராகரிப்புகளைச் சந்தித்தார் வால்ட் டிஸ்னி.

கடைசியில், டென்னெஸெ *(Tennessee)* பகுதியைச் சேர்ந்த ‘பிக்டோரியல் ஃபிலிம்ஸ்’ *(Pictorial Films)* என்ற நிறுவனம், 11000 டாலர்கள் விலைக்கு அவருடைய தேவதைக் கதை அனிமேஷன்களை வாங்கி விநியோகிக்க முன்வந்தது.

‘பதினோராயிரம் டாலர்கள்’ என்பதைக் கேட்டதுமே, வால்ட் டிஸ்னி குழுவினருக்குப் புதிய உற்சாகம் பொங்கியது. மற்ற வேலைகளையெல்லாம் ஒத்திவைத்துவிட்டு, பல பிரபலமான தேவதைக் கதைகளைத் தேடிப் பிடித்துப் படமாக்கத் தொடங்கினார்கள்.

ஆனால், பிக்டோரியல் ஃபிலிம்ஸ் ஒப்பந்தத்தில் ஒரு விநோதமான அம்சம், இத்தனை பெரிய தொகைக்கு முன்பணமாக அவர்கள் கொடுத்தது, வெறும் நூறு

டாலர்கள்தான். மிச்சத்தைப் படம் எடுத்து முடித்தபிறகுதான் தருவோம் என்று சொல்லிவிட்டார்கள். கிடைத்த வாய்ப்பைத் தவறவிடவேண்டாமே என்று இந்த அபத்தமான நிபந்தனைக்குச் சம்மதித்துவிட்டார் வால்ட் டிஸ்னி.

இதனால், புதிய அனிமேஷன் படங்களைத் தயாரிப்பதற்கான செலவுகள் அனைத்தையும், வால்ட் டிஸ்னி தன்னுடைய முதலீட்டிலிருந்துதான் எடுத்துச் செய்யவேண்டியிருந்தது. அதனால் என்ன? பின்னால், பிக்டோரியல் ஃபிலிம்ஸ் தருகிற 11000 டாலர்களைத் திரும்பவும் முதலீடு செய்துவிடலாம் என்று எண்ணிக்கொண்டார் அவர்.

அங்கேதான் கணக்கு பிசகிவிட்டது. படம் எடுங்கள், காசு தருகிறோம் என்று அவர்களுக்கு பந்தாவாகக் கட்டளையிட்ட பிக்டோரியல் ஃபிலிம்ஸ், நஷ்டத்தில் மூழ்கிப்போனது. ஆகவே, கடைசியில் வால்ட் டிஸ்னி குழுவினருக்கு மிஞ்சியது, அந்த அட்வான்ஸ் நூறு டாலர்கள் மட்டும்தான்!

பெரிதாக லாபம் எதுவும் சம்பாதிக்காவிட்டாலும், இந்தக் காலகட்டத்தில் வால்ட் டிஸ்னியின் லாஃப்-ஓ-க்ராம் நிறுவனம் தயாரித்த படங்கள் அனைத்தும், அனிமேஷன்மூலம் கதை சொல்லும் கலையை ஒரு படி மேலே உயர்த்திச்சென்றன. இவற்றுள், *Puss and Boots, The Town Musician of Bremen, Little Red Riding Hood, Jack the Giant Killer, Goldilocks* ஆகிய படங்கள் முக்கியமானவை.

ஆனால், அனிமேஷன் படங்களைத் தயாரிப்பது, யானையைக் கட்டித் தீனி போடுகிற சமாசாரம்தான். ஏகப்பட்ட செலவாகும், அத்தனை தொகைக்குப் படத்தை விற்கமுடியாவிட்டால், மொத்தமும் நஷ்டத்தில் வந்து முடியும். பெரும் முதலீட்டில் தொடங்கப்பட்ட லாஃப்-ஓ-க்ராம் நிறுவனம், வெகு சீக்கிரத்திலேயே பல பொருளாதாரச் சிரமங்களைச் சந்திக்கத் தொடங்கியது இதனால்தான்.

இந்தச் சூழ்நிலையில், நிதிப் பற்றாக்குறையை ஓரளவேனும்

சமாளிப்பதற்காக, ஒரு செய்தி நிறுவனத்தின் உள்ளூர்ப் பிரதிநிதியாகத் தன்னைப் பதிவு செய்துகொண்டார் வால்ட் டிஸ்னி. இதன்மூலம், கன்ஸாஸ் மற்றும் அதைச் சுற்றியுள்ள பகுதிகளில் ஏதேனும் பரபரப்பான சம்பவங்கள் நடந்தால், அதுபற்றிய காட்சிப் பதிவுகளைச் செய்து அனுப்புகிற பகுதி நேரப் பணிகள் அவ்வப்போது கிடைத்தன.

ஆனால், இதற்காக வால்ட் டிஸ்னியிடம் தனி கேமரா எதுவும் இல்லை. அவரது நிறுவனத்தில் அனிமேஷனுக்குப் பயன்படுத்தப்படும் அதே கேமராவைத்தான், செய்திப் பதிவுகளுக்கும் அவர் உபயோகிக்கவேண்டியிருந்தது.

ஆகவே, உள்ளூர் செய்திகளைப் பதிவு செய்கிற அவசியம் நேரும்போதெல்லாம், வால்ட் டிஸ்னி அந்தக் கேமராவைத் தூக்கிக்கொண்டு போய்விடுவார். அவர் திரும்பி வரும்வரை, லாஃப்-ஓ-க்ராம் ஸ்டூடியோவில் அனிமேஷன் பணிகள் தடைபட்டு நிற்கும்.

இப்படிப் பலவிதமான வழிகளில் முயன்று பார்த்தும்கூட, வால்ட் டிஸ்னியால் தன்னுடைய நிறுவனத்தை மீண்டும் லாபகரமாக இயக்கமுடியவில்லை. நாளுக்கு நாள் நஷ்டம் அதிகமாகிக்கொண்டிருந்தது. ஒருகட்டத்தில், யாருக்கும் சம்பளம் கொடுக்கமுடியாத நிலைமை வந்துவிட்டது.

இதையடுத்து, தன்னுடைய அன்றாடச் செலவுகளுக்குக்கூட காசில்லாமல் திணறிய வால்ட் டிஸ்னி, தன்னுடைய அறையை காலி செய்துகொண்டு, லாஃப்-ஓ-க்ராம் அலுவலகத்திலேயே குடியேறிவிட்டார். பழைய கான்வாஸ் துணிகளால் செய்த விரிப்பு ஒன்றைப் படுக்கையாக அமைத்துக்கொண்டு, ருசியில்லாத டின் உணவுகளைச் சாப்பிட்டுக்கொண்டு நாள்களைக் கழித்தார் அவர்.

வால்ட் டிஸ்னியின் பொருளாதாரச் சிரமங்களைப் புரிந்துகொண்ட அவருடைய அண்ணன் ராய், கொஞ்சம் உதவினார். ஆனால், அந்தத் தொகையும் நெடுநாள்களுக்குப்

போதவில்லை. இத்தனை கஷ்டங்களுக்கு நடுவிலும், அனிமேஷனில் இழந்ததை, இன்னோர் அனிமேஷன் படத்தின்மூலம்தான் சம்பாதிக்கமுடியும் என்பதில் உறுதியாக இருந்தார் வால்ட் டிஸ்னி.

அவருக்குக் கிடைத்திருந்த ஊழியர்கள் மிகப் பிரமாதமானவர்கள். உப் ஐவெர்க்ஸில் தொடங்கி ஹியூக் ஹார்மன் *(Hugh Harman)*, ருடால்ஃபிப் ஐசிங் *(Rudolph Ising)*, கார்மென் மாக்ஸ்வெல் *(Carmen Maxwell)*, ஃப்ரிஜ் ஃப்ரெலெங் *(Friz Freleng)* என்று பல அற்புதமான அனிமேஷன் கலைஞர்கள், அன்றைய லாஃப்-ஓ-க்ராம் ஸ்டூடியோவில் தயாரானவர்கள்தான்.

ஆனால், இவர்களுக்கெல்லாம் உரிய சன்மானத்தைக் கொடுத்து கௌரவிப்பதற்குதான் வால்ட் டிஸ்னியால் முடியவில்லை. அதற்கான வாய்ப்பைத் தராமலே, அவருடைய நிறுவனம் மெல்ல மூழ்கிக்கொண்டிருந்தது.

நிலைமையைப் புரிந்துகொண்ட டிஸ்னியின் சக ஊழியர்கள் சிலர், அவருக்கு ஆதரவாக இருந்தார்கள். ஆனால், பெரும்பாலானோர் அவரிடமிருந்து நாசூக்காக விலகத் தொடங்கியிருந்தார்கள்.

வால்ட் டிஸ்னி யாரையும் குற்றம் சொல்ல விரும்பவில்லை. எத்தனை நாள்களுக்கு வெறும் கனவைச் சாப்பிட்டு உயிர் வாழமுடியும்? அவர்களாவது எங்கேனும் நல்ல இடத்தில் வேலை பார்த்துக்கொண்டு செல்லட்டும் என்றுதான் எண்ணினார் அவர்.

லாஃப்-ஓ-க்ராம் தனது கடைசி தினங்களை எண்ணிக்கொண்டிருந்தபோது, ஒரு புதிய அனிமேஷன் படம் எடுப்பதற்கான வாய்ப்பு வால்ட் டிஸ்னியைத் தேடி வந்தது. பல் மருத்துவரான தாமஸ் மெக்ரம் *(Thomas McCrum)* என்பவர், பற்களைச் சுத்தமாக வைத்துக்கொள்வதன் அவசியத்தைப்பற்றி ஓர் அனிமேஷன் படம் எடுத்துத் தரவேண்டும் என்று வால்ட் டிஸ்னியைக் கேட்டுக்கொண்டார். இதற்காக அவர் ஐந்நூறு டாலர்கள் தருவதற்கு முன்வந்தார்.

அப்போது சோர்வின் உச்சத்தில் இருந்த வால்ட் டிஸ்னி, இந்த வாய்ப்பை இறுகப் பற்றிக்கொண்டார். *'Tommy Tucker's Tooth'* என்ற பெயரில், பல் சுகாதாரம் பற்றிய அனிமேஷன் படம் ஒன்றைத் தயாரிப்பதற்கான வேலைகள் உடனே தொடங்கின.

அமெரிக்கா முழுவதும் பல்வேறு கிராமங்கள், பள்ளிகளில் காட்டப்பட்ட இந்த அனிமேஷன் விளக்கப் படம், வால்ட் டிஸ்னியின் இழந்த புன்னகையையும் திரும்பப் பெற்றுத்தந்தது. இதற்காகக் கிடைத்த ஐநூறு டாலர்களில், இன்னொரு படம் எடுப்பதற்கான முயற்சிகளில் சுறுசுறுப்பாக இறங்கினார் அவர்.

இந்தமுறை, தேவதைக் கதைகளைத் தவிர்த்து, வேறொரு புதுமையான யோசனையைக் கையிலெடுத்துக்கொண்டார் வால்ட் டிஸ்னி. வழக்கமான திரைப்படங்களையும், அனிமேஷனையும் ஒரே தளத்தில் இணைக்கிற புதிய முயற்சி அது.

ஆலிஸ் என்று ஒரு சிறுமி, யதேச்சையாகக் கார்ட்டூன்களின் உலகத்துக்குள் புகுந்துவிடுகிறாள். அங்கே அவள் பல அனிமேஷன் கதாபாத்திரங்களைச் சந்தித்து மகிழ்கிறாள். அப்போது அவளுக்கு நேர்கிற சில ஆபத்துகள், அவற்றிலிருந்து அவள் எப்படித் தப்புகிறாள் என்பதுதான் கதை.

இந்தக் கதையில், ஆலிஸ் மட்டும்தான் உண்மையான கதாபாத்திரம், மற்றவை எல்லாம் அனிமேஷன் செய்யப்பட்ட கற்பனைப் பாத்திரங்கள். நிஜமான ஒரு சிறுமியைப் படம் பிடித்து, அதோடு அனிமேஷன் காட்சிகளை இணைப்பதுதான் வால்ட் டிஸ்னியின் திட்டம்.

இதற்கு ஓர் உள்ளூர் உதாரணம் சொல்லவேண்டுமானால், 'ராஜா சின்ன ரோஜா' திரைப்படத்தில், கிட்டத்தட்ட இதேமாதிரியான உத்தியைப் பயன்படுத்திப் படமாக்கப்பட்ட ஒரு பாடல் இருக்கிறது. அதில் ரஜினிகாந்த், கௌதமி, பேபி ஷாலினி என்று நிஜ மனிதர்களும் வருவார்கள், கூடவே, குரங்கு, யானை போன்ற கார்ட்டூன் கதாபாத்திரங்களும் வரும்.

இப்படி நிஜமான, கற்பனைப் பாத்திரங்களைக் கலந்து, 1923ம் ஆண்டில் வால்ட் டிஸ்னி உருவாக்கிய அந்தப் படத்துக்கு அவர் வைத்த பெயர், 'ஆலிஸின் அற்புத உலகம்' *(Alice's Wonderland)*.

இந்தப் படத்தில் ஆலிஸாக நடித்த சிறுமியின் பெயர் வர்ஜினியா டேவிஸ் *(Virginia Davis)*. அவர் நடிக்கும் காட்சிகளை முதலில் படமாக்கிவிட்டு, பின்னர் அனிமேஷன் காட்சிகளைத் தனியே பதிவு செய்தார் வால்ட் டிஸ்னி. இந்த இரண்டையும் இணைத்தபோது, அவர் எதிர்பார்த்ததுபோலவே நிஜம் பாதி, கற்பனை மீதி என்று ஒரு புதுமையான படம் தயாராகியிருந்தது.

வால்ட் டிஸ்னியின் இந்த ஆலிஸ் படம், முழுமையாக எடுத்து முடிக்கப்பட்டதா, அல்லது பாதியிலேயே நின்றுவிட்டதா என்பது நிச்சயமாகத் தெரியவில்லை. ஆனால், இந்தப் படம் எப்போதும் திரையரங்குகளில் வெளியாகவில்லை என்பதுமட்டும் நிச்சயம்.

காரணம், ஆலிஸ் படம் எடுத்துக்கொண்டிருக்கும்போதே, வால்ட் டிஸ்னியின் கையிலிருந்த கடைசி பைசாவும் செலவாகி, அவரது லாஃப்-ஓ-க்ராம் நிறுவனம் முடங்கிப்போனது. அவருடைய இரண்டாவது தொழில் முயற்சியிலும், படு தோல்வி!

ஆனால், இதுபோன்ற சறுக்கல்கள் எவற்றாலும், தன்னுடைய எதிர்காலம் கலைத்துறையில்தான் என்று வால்ட் டிஸ்னி எடுத்திருந்த உறுதியான முடிவை அசைக்கமுடியவில்லை. அதுவரை எடுத்து முடித்த ஆலிஸ் படத்தை ஒரு பெட்டியில் போட்டு எடுத்துக்கொண்டு, அடுத்த பயணமாக ஹாலிவுட்டுக்குச் கிளம்பிவிட்டார் அவர்.

அப்போது கன்ஸாஸ் நகரிலிருந்து, ஹாலிவுட் / லாஸ் ஏஞ்சலஸ்வரை செல்வதற்கான ரயில் டிக்கெட்டுக்குக்கூட வால்ட் டிஸ்னியிடம் காசு இல்லை. ஆகவே, திடீர் புகைப்படக் கலைஞராகப் புது அவதாரம் எடுத்தார் அவர். சில குழந்தைகளை அழகாகப் படம் எடுத்துக் கொடுத்துச்

சம்பாதித்த பணத்தில், ஹாலிவுட் ரயில் ஏறினார்.

கொஞ்சம் அனுபவம், நிறைய நம்பிக்கையோடு அந்த ரயிலில் ஏறி உட்கார்ந்தபோது, வால்ட் டிஸ்னியின் சட்டைப் பையில் இருந்தது வெறும் நாற்பது டாலர்கள்மட்டுமே, ஒரு சிறு சூட்கேஸை நிரப்பும் அளவுக்குக்கூட அவரிடம் நல்ல உடைகள் இல்லை. அப்போது அவர்வசமிருந்த ஒரே சொத்து, அரைகுறையாக எடுத்துமுடித்த ஆலிஸ் படம்மட்டும்தான்.

அந்த ஒற்றைத் துருப்புச் சீட்டைப் பயன்படுத்தி, அடுத்த சில ஆண்டுகளுக்குள் ஹாலிவுட்டைத் தன்பக்கம் திரும்பிப் பார்க்கச் செய்தார் வால்ட் டிஸ்னி!

6. கச்சிதம் என்ற ஒன்று

அங்கே ஏகப்பட்ட குதிரைகளும், கிட்டத்தட்ட அதே எண்ணிக்கையிலான துணை நடிகர்களும் காத்திருந்தார்கள். கதாநாயகனாகப்பட்டவர் ஒப்பனை முடிந்து வெளியே வந்ததும், எல்லோரும் குதிரைகளின்மேல் ஏறி, எங்கோ படையெடுக்கச் செல்வதாகக் காட்சி.

அந்தத் துணை நடிகர்களுக்கு நடுவே, நமக்குத் தெரிந்த ஒரு முகம் தென்படுகிறது. அட, வால்ட் டிஸ்னி!

ஓவியர், அனிமேஷன் கலைஞர் வால்ட் டிஸ்னி, எப்போது நடிகரானார்? அதுவும், புரவிமீது ஏறிக்கொண்டு டக்டக்கென்று பாய்ந்து போகிற வேஷமெல்லாம் அவருடைய உருவத்துக்குச் சரிப்படுமா?

சத்தமாகப் பேசவேண்டாம். இயக்குனர் காதில் விழுந்துவிட்டால் வம்பாகிவிடும். இந்த வாய்ப்பைப் பெறுவதற்கு வால்ட் டிஸ்னி பட்டிருக்கும் பாடுகள் கொஞ்சநஞ்சமில்லை. நாம் அதில் அவசரமாக மண் அள்ளிப் போடாமல், கொஞ்சம் ஓரமாக உட்கார்ந்துகொண்டு அவரை கவனிப்போம்.

கன்ஸாஸிலிருந்து லாஸ் ஏஞ்சலஸுக்குக் கிளம்பிவந்த வால்ட் டிஸ்னி, அங்கே தன்னுடைய உறவினரான ராபர்ட் வீட்டில்

தங்கிக்கொண்டார். அங்கிருந்தபடி, ஹாலிவுட் படங்களில் வாய்ப்புத் தேட ஆரம்பித்தார்.

அப்போது ஹாலிவுட்டில் அனிமேஷன் நிறுவனங்கள் என்று தனியாக எவையும் இல்லை. பெரும்பாலான அனிமேஷன் படங்கள் நியூயார்க் நகரில்தான் தயாரிக்கப்பட்டுவந்தன. இதனால், தன்னுடைய ஆலிஸ் படத்தை, எங்கே, யாருக்குப் போட்டுக்காட்டி வாய்ப்புக் கேட்பது என்று புரியாமல் திகைத்தார் வால்ட் டிஸ்னி.

கொஞ்சம் நிதானமாக உட்கார்ந்து யோசித்தபோது, ஒரு விஷயம் அவருக்குத் தெளிவாகப் புரிந்தது - தன்னுடைய அனிமேஷன் அனுபவத்தை வைத்துக்கொண்டு அவர் எங்கேயும் சென்று வேலை தேடமுடியாது. காரணம், அவருடைய இந்தத் திறமையைச் சரியாகப் பயன்படுத்திக்கொள்ளும்படியான நிறுவனங்கள் எவையும் இங்கே இல்லை.

ஆகவே, வால்ட் டிஸ்னி தன்னுடைய அனிமேஷன் காதலை இனிமேலும் தொடர விரும்பினால், அதற்கு இரண்டே வழிகள்தான் இருந்தன. ஒன்று, நியூயார்க்குக்குக் கிளம்புவது, அல்லது, இங்கேயே புதிதாக ஓர் அனிமேஷன் ஸ்டூடியோ தொடங்குவது.

அப்போதுதான் ஒரு மிகப் பெரிய பிஸினஸ் தோல்வியைச் சந்தித்திருந்த வால்ட் டிஸ்னி, இன்னொரு புதிய நிறுவனத்தை ஆரம்பித்து நடத்துவதற்கு மனத்தளவில் தயாராக இல்லை. ஒருவேளை அப்படித் தொடங்கினாலும், நியூயார்க்கிலிருந்து வரும் படங்களின் தரத்தோடு தன்னால் தொடர்ந்து போட்டியிட்டு ஜெயிக்கமுடியுமா என்கிற தயக்கமும் அவருக்கு இருந்தது.

இதுபற்றிப் பலவிதமாக நிறைய யோசித்தபிறகு, இனிமேலும் அனிமேஷனை நம்பிக்கொண்டிருக்கவேண்டாம் என்று முடிவெடுத்தார் வால்ட் டிஸ்னி. அனிமேஷன் தவிர, சினிமாவில் இன்னும் ஏகப்பட்ட துறைகள் இருக்கின்றன, அவற்றுள்

ஏதேனும் ஒன்றைத் தேர்ந்தெடுத்து கவனம் செலுத்தலாம். இப்போதைய நிலைமையில், அதுதான் புத்திசாலித்தனம்.

கன்ஸாஸில் 'ஆலிஸின் அற்புத உலகம்' படத்தைத் தயாரித்தபோது, நிஜமான ஆலிஸ் தோன்றிய காட்சிகள் அனைத்தையும், வால்ட் டிஸ்னிதான் இயக்கியிருந்தார். அதற்குமுன்பு, சில விளம்பரப் படங்களை இயக்கும் வாய்ப்பும் அவருக்குக் கிடைத்திருந்தது. இந்த அனுபவங்களின் அடிப்படையில், ஹாலிவுட் படங்களை இயக்குவதற்கான வாய்ப்புகளைத் தேடத் தொடங்கினார் அவர்.

ஆனால், வால்ட் டிஸ்னி எதிர்பார்த்ததுபோல், இந்தத் தேடல் அத்தனை சுலபமாக இல்லை. அவர் வாய்ப்புக் கேட்டுச் சென்ற பெரும்பாலான திரைப்பட நிறுவனங்களில், அவரை உள்ளே விடக்கூட மறுத்துவிட்டார்கள்.

இப்படிப் பல இடங்களில் தொடர்ந்து தோல்வியைச் சந்தித்தபிறகு, தன்னால் இயக்குனராக முடியாது என்று வால்ட்க்குத் தோன்றிவிட்டது. ஆகவே, அடுத்தபடியாக, நடிகராவதற்கு முயன்றார் அவர்.

நடிகர் என்றால், கதாநாயக வேஷமெல்லாம் அவருக்குக் கிடைத்துவிடவில்லை. மிகவும் சிரமப்பட்டு அலைந்து திரிந்தபிறகு, பத்தோடு பதினொன்றாக நிற்கிற துணை நடிகர் வேஷம்தான் வாய்த்தது.

தன்னுடைய முதல் படத்தில் நடிப்பதற்காக, குதிரைகளோடு காத்திருந்தார் வால்ட் டிஸ்னி. கதாநாயகனின் ஒப்பனை முடிந்து அவன் வெளியே வருவதற்குள், வானம் இருண்டு, மழை பொழியத் தொடங்கிவிட்டது.

உடனே, அங்கிருந்த நடிகர்கள் எல்லோரும் ஆளுக்கு ஒரு திசையில் ஓடினார்கள். அன்றைய படப்பிடிப்பு ரத்து செய்யப்பட்டது. ஏமாற்றத்துடன் வீடு திரும்பினார் வால்ட் டிஸ்னி.

அதன்பிறகு, மழையில்லாத இன்னொரு நாளில் அந்தக் காட்சி

படமாக்கப்பட்டது. ஆனால், படக்குழுவினர் வால்ட் டிஸ்னியை ஞாபகம் வைத்திருந்து அழைக்கவில்லை. அவர் இல்லாமலேயே, அந்தக் குதிரைப் படை போருக்குக் கிளம்பிவிட்டது.

அவ்வளவுதான். வால்ட் டிஸ்னியின் நடிப்பு முயற்சிகள் அதோடு முடிந்துபோயின. வேறு வழியே இல்லாமல், தனக்குத் தெரிந்த ஒரே விஷயமான அனிமேஷனுக்குத் திரும்பினார் அவர்.

லாஸ் ஏஞ்சலஸில் வால்ட் டிஸ்னி தங்குவதற்கு இடமளித்திருந்த ராபர்ட், மிகவும் நல்ல மனிதர். தன்னுடைய கார் நிறுத்துமிடத்தை, வால்ட் தனது அனிமேஷன் பணிகளுக்குப் பயன்படுத்திக்கொள்ளலாம் என்று அனுமதி அளித்தார் அவர்.

இதையடுத்து, கன்ஸாஸ்போலவே இங்கும் ஒரு சிறிய அனிமேஷன் ஸ்டூடியோ அமைப்பதற்கான ஏற்பாடுகளில் இறங்கினார் வால்ட் டிஸ்னி. கூடவே, அதுவரை எடுத்துமுடித்திருந்த ஆலிஸ் படத்தை விநியோகஸ்தர்களுக்கு அனுப்பி, வாய்ப்புக் கேட்கலானார்.

நியூயார்க் நகரைச் சேர்ந்த மார்கரெட் வின்க்லர் *(Margaret Winkler)* என்பவருக்கு, வால்ட் டிஸ்னியின் இந்த ஆலிஸ் யோசனையும், அவர் எடுத்திருந்த மாதிரிப் படமும் பிடித்திருந்தது. உடனடியாக, வால்ட்க்குக் கடிதம் எழுதினார் அவர்.

வால்ட் டிஸ்னிக்கு மிகுந்த உற்சாகமளித்த அந்தக் கடிதத்தின் சாராம்சம் இதுதான்: 'ஆலிஸ் மற்றும் கற்பனைக் கதாபாத்திரங்களை மையங்களாக வைத்து, இதேபோல் ஆறு அனிமேஷன் படங்கள் தயாரித்துக் கொடுங்கள், தலா 1500 டாலர்கள் கொடுத்து அந்தப் படங்களை நாங்கள் வாங்கி விநியோகிக்கிறோம்.'

அதுமட்டுமில்லை. இந்த முதல் ஆறு படங்களும் நன்றாக அமைந்துவிட்டால், அதற்கடுத்த ஆறு படங்களுக்குத் தலா 1800 டாலர்கள் தருவதற்கும் மார்கரெட் வின்க்லரின் நிறுவனம் தயாராக இருந்தது.

இந்தக் கடிதத்தைப் படித்ததிலிருந்து, வால்ட் டிஸ்னிக்கு உற்சாகத்தில் தலை, கால் புரியவில்லை. கடைசியாக, தன்னுடைய அனிமேஷன் கனவுகள் பெரிய அளவில் நனவாகப்போகின்றன என்று எண்ணி மகிழ்ந்தார் அவர்.

1923 அக்டோபரில், மார்கரெட் வின்க்லர், வால்ட் டிஸ்னி இடையிலான ஒப்பந்தம் கையெழுத்தானது. உடனடியாக அவர் மேலும் சில ஆலிஸ் படங்களைத் தயாரிப்பதற்கான வேலைகளைத் தொடங்கவேண்டியிருந்தது.

ஏற்கெனவே இரண்டுமுறை சொந்தத் தொழில் தொடங்கி நொடித்துப்போயிருந்த வால்ட் டிஸ்னி, இப்போதும் அப்படித் தவறிவிடக்கூடாது என்பதில் கவனமாக இருந்தார். ஒவ்வொருமுறையும், நிதி விவகாரங்களை கவனித்துக்கொள்வதில்தான் தனக்குப் பிரச்னை வருகிறது என்பதை உணர்ந்திருந்த அவர், அந்தப் பொறுப்புகள் அனைத்தையும் தன் அண்ணன் ராய்வசம் ஒப்படைக்க விரும்பினார்.

வங்கிப் பணியில் இருந்த ராய், இந்தப் பொறுப்புக்குத் தகுதியானவர்தான். ஆனால், அவருக்கு இப்போது உடம்பு சரியில்லை. மருத்துவமனையில் தங்கி, காசநோய்க்குச் சிகிச்சை பெற்றுக்கொண்டிருக்கிறார்.

அதைப்பற்றியெல்லாம் வால்ட் டிஸ்னி கவலைப்படவில்லை. தன் அண்ணன் ராய் ஒருவரால்தான் தன்னுடைய புதிய நிறுவனத்தைக் காப்பாற்றமுடியும் என்று முடிவு செய்த அவர், நேராக ராய் சேர்க்கப்பட்டிருந்த மருத்துவமனைக்குக் கிளம்பினார்.

தன்னுடைய அனிமேஷன் முயற்சிகள், தோல்விகளைப்பற்றியெல்லாம் ராய்க்கு விளக்கமாகச் சொன்ன வால்ட் டிஸ்னி, 'இப்போது ஒரு நல்ல வாய்ப்பு கிடைத்திருக்கிறது. இதைச் சரியாகப் பயன்படுத்திக்கொள்ள நீதான் எனக்கு உதவவேண்டும்' என்றார்.

'நானா?', என்று வியப்புடன் கேட்டார் ராய், 'நான் என்ன செய்யமுடியும்? எனக்கு அனிமேஷன் தெரியாதே'

'இப்போது நான் தொடங்குகிற புதிய நிறுவனத்தின் நிதி விவகாரங்களை நீதான் கவனித்துக்கொள்ளவேண்டும்' என்றார் வால்ட் டிஸ்னி, 'உன்னுடைய உதவிமட்டும் இல்லாவிட்டால், நான் பழையபடி மீண்டும் நஷ்டத்தில் விழுந்துவிடுவேன்.'

வால்ட் டிஸ்னிக்குக் கிடைத்திருக்கும் புதிய வாய்ப்பு, ராய் டிஸ்னிக்குச் சந்தோஷம் அளித்தது. அவரோடு இணைந்து பணியாற்றுவதற்கும் ராய்க்குச் சம்மதம்தான். ஆனால், தான் சிகிச்சையில் இருக்கும்போது அது எப்படி முடியும் என்று தயங்கினார் அவர்.

'ராய், உனக்கு எந்த வியாதியும் இல்லை' என்றார் வால்ட் டிஸ்னி, 'உன் உடம்பைப் பார்த்தாலே தெரிகிறது. பழையபடி குணமாகிவிட்டாய். கவலைப்படாமல் என்னோடு கிளம்பி வா, நிறைய வேலைகள் இருக்கின்றன.'

மருத்துவ அடிப்படையில்லாமல் இது என்ன விநோதமான பேச்சு என்று நமக்குத் தோன்றலாம். ஆனால், மற்றவர்களைச் சமாதானப்படுத்தித் தன்னுடைய வழிக்குக் கொண்டுவருகிற *Convincing* கலையில் வால்ட் டிஸ்னி ஒரு ஜித்தர். ஆகவே, பலவிதமாகப் பேசி, அவர் சொல்வதுதான் சரி என்று ராயை எப்படியோ நம்பச் செய்துவிட்டார்.

இதையடுத்து, மருத்துவர்களின் ஆலோசனைகளையெல்லாம் மறந்துவிட்டு. நேராக வால்ட் டிஸ்னியுடன் கிளம்பிச் சென்றுவிட்டார் ராய். அதன்பிறகு, அவருடைய வாழ்நாள் முழுவதும் காசநோய்க்கான சுவடுகளே இல்லை.

வால்ட் டிஸ்னியின் வாழ்க்கையில், இது ஒரு மிக முக்கியமான திருப்புமுனை. அதுவரை, அனிமேஷன் வேலைகளில் தொடங்கி, விற்பனை, நிதி விவகாரங்கள், வாடிக்கையாளர்களிடமிருந்து பணம் சேகரிப்பது என்று எல்லாவற்றையும் வால்ட் டிஸ்னியே கவனித்துக்கொள்ளவேண்டியிருந்தது. இவற்றில் அவருக்கு

அவ்வளவாக அனுபவம் இல்லை என்பது ஒருபக்கமிருக்க, நிதிப் பற்றாக்குறை அழுத்தங்கள், அவருடைய படைப்பூக்கத்தை பாதித்தன.

இப்போது, பண விவகாரங்கள் அனைத்தையும் அண்ணன் ராய் டிஸ்னியிடம் ஒப்படைத்துவிட்டார் வால்ட். அதன்பிறகு, எந்தத் தடைகளோ, கவலைகளோ இல்லாமல் அவரால் தனது படைப்புகளில் மட்டும் முழு கவனம் செலுத்தமுடிந்தது. அதன்பிறகுதான், மிகச் சிறந்த படங்கள் அவரிடமிருந்து வரத் தொடங்கின.

உண்மையில், வால்ட் டிஸ்னி எப்போதும் பணத்தைப்பற்றிக் கவலைப்பட்டதே இல்லை. தொடர்ந்து படங்களை எடுத்துக்கொண்டிருக்கவேண்டும், புதுமையான சிந்தனைகளைச் செயல்படுத்திப் பார்க்கவேண்டும் என்பதுமட்டும்தான் அவருடைய சிந்தனையில் இருந்தது. மற்றபடி, அந்தப் படங்கள் லாபம் சம்பாதிக்கவேண்டும் என்றெல்லாம் அவர் எதிர்பார்க்கவில்லை.

ஆனால், ஒரு படம் தோற்றுப்போனால், அல்லது போதுமான லாபம் தரத் தவறிவிட்டால், அவர் தனது அடுத்த படத்தை எடுப்பதற்குப் பணம் கிடைக்காது என்பதுதான் யதார்த்தம். ஆகவே, இந்த விஷயத்தில் கவனம் செலுத்துவதற்கு ராய்போன்ற ஒருவர் தேவைப்பட்டார்.

வால்ட் டிஸ்னி, ராய் டிஸ்னி இருவரும் தனித்தனியே இயங்கியிருந்தால், அவர்களால் இந்த அளவுக்குப் பெரிய வெற்றியடைந்திருக்கமுடியுமா என்று பெரும்பாலான வரலாற்றாளர்கள் சந்தேகிக்கிறார்கள். யதார்த்த உலகத்தைப்பற்றிக் கவலைப்படாமல், எப்போதும் கற்பனையில் மூழ்கியிருக்கும் வால்ட், நிதி விஷயங்களில் அவருக்குக் கடிவாளம் போட்டு, நிறுவனத்தை லாபத்துக்குக் கொண்டுசென்ற ராய் ஆகிய இருவருமே, ‘டிஸ்னி’ நிறுவனத்தின் முன்னேற்றத்துக்குச் சம அளவு பங்களிப்பை வழங்கியிருக்கிறார்கள்.

1923ம் ஆண்டு, வால்ட் மற்றும் ராயைப் பங்குதாரர்களாகக் கொண்டு, ஹாலிவுட்டில் 'டிஸ்னி பிரதர்ஸ் ஸ்டூடியோ' (Disney Brothers Studio) தொடங்கப்பட்டது. பின்னர் இந்த நிறுவனத்தின் பெயர் 'வால்ட் டிஸ்னி ப்ரொடக்ஷன்ஸ்' (Walt Disney Productions) என மாறியது.

லாஃப்-ஓ-க்ராம்போல், இந்தமுறை வால்ட் டிஸ்னி அகலக் கால் வைக்கவில்லை. உண்மையில், அப்போது அவர் கையில் நயா பைசா கிடையாது. ராய் டிஸ்னியின் சேமிப்பு 200 டாலர்கள், உறவினர் ராபர்ட்டிடம் கடனாகப் பெற்ற 500 டாலர்கள், பெற்றோர் எலியாஸ் மற்றும் ஃப்ளோரா சேகரித்துக் கொடுத்த 2500 டாலர்கள் ஆகியவைதான் இந்தப் புதிய நிறுவனத்துக்கான ஆரம்ப முதலீடுகள்.

முதல்வேலையாக, பழைய கேமரா ஒன்றைக் குறைந்த விலைக்கு வாங்கினார் வால்ட் டிஸ்னி. அடுத்து, உப் ஐவெர்க்ஸில் தொடங்கி, கன்ஸாஸ் நகரத்தில் தன்னுடன் பணிபுரிந்துகொண்டிருந்த அனிமேஷன் கலைஞர்களைத் தொடர்புகொண்டார்.

அவர்கள் எல்லோரிடமும் தன்னுடைய புதிய நிறுவனத்தைப்பற்றிச் சொன்ன அவர், 'நீங்களும் இங்கேயே வந்துவிடுங்கள். ஹாலிவுட் என்கிற பெரிய தளத்தில் நம்முடைய அனிமேஷன் முயற்சிகளைத் தொடரலாம்' என்று கேட்டுக்கொண்டார்.

வால்ட் டிஸ்னியின் பெரும்பாலான நண்பர்களுக்கு, அவருடைய கனவுகளில் நம்பிக்கை இருந்தது. ஆகவே, சில பொருளாதாரச் சிரமங்களுக்கான சாத்தியங்களைப் பொருட்படுத்தாமல், அவர்களும் ஹாலிவுட் வந்து சேர்ந்தார்கள்.

இதையடுத்து, கன்ஸாஸில் இருந்ததுபோலவே, இங்கேயும் வால்ட் டிஸ்னிக்கு ஒரு திறமையான 'டீம்' அமைந்துவிட்டது. பழையபடி, அவர்களுடைய பங்களிப்பில் பல்வேறு புதுமையான அனிமேஷன் கதாபாத்திரங்கள் உருவாகத் தொடங்கின.

ஆனால், இப்போது அவர்கள் தயாரிக்கவேண்டிய படத்துக்கு, கார்ட்டூன் பாத்திரங்கள்மட்டும் போதாதே, நிஜ ஆலிஸ் இல்லாமல் எப்படி?

இதற்காக, முதலாவது ஆலிஸ் படத்தில் நடித்த வர்ஜினியா டேவிஸின் பெற்றோரைத் தொடர்புகொண்டார் வால்ட் டிஸ்னி. 'உங்கள் மகளுக்குப் பிரகாசமான எதிர்காலம் காத்திருக்கிறது. எல்லோரும் உடனடியாக ஹாலிவுட்டுக்குக் கிளம்பி வந்துவிடுங்கள்'.

வால்ட் டிஸ்னியின் நம்பிக்கையான வார்த்தைகளில் தெம்படைந்த அவர்கள், குடும்பத்தோடு ஹாலிவுட் வந்துவிட்டார்கள். இதையடுத்து, வர்ஜினியா டேவிஸைக் கொண்டு, ஆலிஸ் காட்சிகளைப் படமாக்கத் தொடங்கினார் டிஸ்னி.

இப்படி இரண்டு மாதங்கள் கடும் உழைப்புக்குப்பிறகு, அதிகாரப்பூர்வமான முதல் ஆலிஸ் படம் தயாராகிவிட்டது. மார்ச் 1924ல் வெளியான அந்தப் படத்தின் பெயர், '*Alice's Day at Sea*'.

பெரும்பாலும் ராபர்ட் வீட்டுக் கார் நிறுத்துமிடத்திலேயே தயாரிக்கப்பட்ட இந்தப் படம் வெளியானபிறகுதான், டிஸ்னி சகோதரர்கள் கையில் கொஞ்சமாவது காசு புழங்கியது. அலுவலகம், இருவரும் தங்குவதற்கு ஒரு தனி அறை போன்றவை சாத்தியமானது. அதன்பிறகு, மேலும் சிலரை வேலைக்குச் சேர்த்துக்கொண்ட வால்ட் டிஸ்னி, அடுத்தடுத்த ஆலிஸ் படங்களுக்காக உழைக்கத் தொடங்கினார்.

'ஆலிஸ் காமெடிஸ்' (*Alice Comedies*) என்று அழைக்கப்பட்ட இந்தக் குறும்படங்கள் அனைத்திலும், கிட்டத்தட்ட ஒரேமாதிரியான கதைப் பின்னணிதான். ஆலிஸ் என்ற நிஜப் பெண், அவளுடன் ஜூலியஸ் (*Julius*) என்ற கார்ட்டூன் பூனை, இந்த இருவருமாகச் சேர்ந்துகொண்டு, கார்ட்டூன் உலகத்தினுள் உலவுகிறார்கள், பல சுவாரஸ்யமான பாத்திரங்களைச் சந்திக்கிறார்கள்.

அதன்பிறகுதான், கதையின் முக்கியமான கட்டம். கார்ட்டூன் வில்லன்கள் ஆலிஸைத் துரத்தத் தொடங்குகிறார்கள். பல சாகசங்களைச் செய்து, அவர்களின் பிடியிலிருந்து ஆலிஸும் ஜூலியஸும் தப்பிக்கிறார்கள். சுபம்.

வால்ட் டிஸ்னியின் பிற்காலப் படங்களோடு ஒப்பிடுகையில், ஆலிஸ் காமெடிகள் அப்படியொன்றும் சிறப்பாகவோ, தரமாகவோ இல்லை. என்றாலும், கன்ஸாஸ் நகரம் என்கிற ஒரே வட்டத்தில் இயங்கிக்கொண்டிருந்த டிஸ்னியின் படங்கள் நாடுமுழுவதும் விநியோகிக்கப்படுவதைச் சாத்தியமாக்கியது இந்த ஆலிஸ் வரிசைதான்.

ஆலிஸ் அறிமுகமான 1924ம் ஆண்டில்மட்டும், இந்த வரிசையில் பத்துப் படங்கள் தயாரிக்கப்பட்டன. இவை ஒவ்வொன்றும், அனிமேஷன் பட ரசிகர்களிடையே நல்ல வரவேற்பைப் பெற்றன.

இதையடுத்து, மேலும் பல ஆலிஸ் காமெடிகளுக்கான ஒப்பந்தத்தில் கையெழுத்திட்டார் வால்ட் டிஸ்னி. அடுத்த ஆண்டில் (1925), ஆலிஸ் படங்களின் எண்ணிக்கை பதினைந்தாக உயர்ந்தது.

இப்படி மாதம் ஒன்று என்கிற அளவில் வரிசையாக வெற்றிப் படங்களைத் தயாரித்துக்கொண்டிருந்தது டிஸ்னி நிறுவனம். ஆனால், எந்நேரமும் பணப் பற்றாக்குறையில் திணறினார் ராய்.

டிஸ்னி படங்களெல்லாம்தான் நன்றாக ஓடுகிறதே, அப்புறம் ஏன் நிதிப் பிரச்னை?

ஆலிஸ் வரிசைப் படங்களின்மூலம், அவற்றை வாங்கி விநியோகித்த மார்கரெட் வின்க்லரின் நிறுவனம் நல்ல லாபம் சம்பாதித்துக்கொண்டிருந்தது உண்மைதான். ஆனால், அவர்கள் டிஸ்னி நிறுவனத்துக்குக் கொடுக்கவேண்டிய தொகைகளைத் தாமதப்படுத்தினார்கள், அல்லது, குறைத்துக் கொடுத்தார்கள்.

பிரச்னை என்னவென்றால், ஆரம்பத்தில் டிஸ்னியுடன்

ஒப்பந்தம் செய்துகொண்ட மார்கரெட் வின்க்லருக்கு, இப்போது திருமணமாகியிருந்தது. ஆகவே மார்கரெட்டின் நிறுவனத்துடைய நிர்வாகப் பொறுப்பை, அவரது கணவர் சார்லஸ் மின்ட்ஸ் *(Charles B. Mintz)* என்பவர் ஏற்றிருந்தார்.

சார்லஸ் மின்ட்ஸுக்கு ஏனோ, ஆலிஸ் படங்களை அவ்வளவாகப் பிடிக்கவில்லை. ஆகவே, அது சரியில்லை, இது சரியில்லை என்று குறை சொல்லிக் கடிதங்கள் எழுதிக்கொண்டிருந்தார் அவர்.

குறை சொல்வதுகூட தப்பில்லை. ஆனால், படங்கள் வெற்றியடையும்போது, அவற்றை உருவாக்கிய படைப்பாளிகளுக்கு ஒழுங்காகக் காசு தரவேண்டும் அல்லவா? சார்லஸ் மின்ட்ஸ் அதையும் செய்யவில்லை.

இதனால், பெரும்பாலான ஆலிஸ் படங்களுக்கு, ஒப்பந்தத் தொகையில் பாதிதான் டிஸ்னி நிறுவனத்துக்குக் கிடைத்தது. சில சமயங்களில் அதுவும் இல்லை என்று கையை விரித்துவிட்டார் மின்ட்ஸ். இதுபற்றி ராய் டிஸ்னி எப்போது விசாரித்தாலும், 'எங்களுக்கே பணப் பிரச்னை' என்றுதான் ஒரேமாதிரியான பதில் வந்தது.

இந்தக் காலகட்டத்தில், மாதம் ஒரு படம் தயாரித்துக்கொண்டிருந்த டிஸ்னி நிறுவனத்துக்கு, இதனால் கடும் நிதிப் பற்றாக்குறை ஏற்பட்டது. தயாரிப்புச் செலவுகளுக்குப் பணம் செலவழிப்பது மிகச் சிரமமாக இருந்தது. ஊழியர்களுக்கு ஒழுங்காகச் சம்பளம் கொடுக்கமுடியவில்லை. பழையபடி நிறுவனம் மூழ்கிப்போய்விடுமோ என்றுகூட டிஸ்னி சகோதரர்கள் பயந்தார்கள்.

இதனால் முதலில் பாதிக்கப்பட்டவர், ஆலிஸாக நடித்துக்கொண்டிருந்த வர்ஜினியா டேவிஸ்தான். ஒப்பந்தப்படி அவருக்குத் தரவேண்டிய சம்பளத்தைக் குறைத்தது டிஸ்னி நிறுவனம். இதனால் கோபம் கொண்ட வர்ஜினியாவின் பெற்றோர், 'இனிமேல் எங்கள் மகள் ஆலிஸாக நடிக்கமாட்டாள்'

என்று சொல்லிவிட்டு வெளியேறிவிட்டார்கள்.

இதையடுத்து, அதே வயதில் வேறொரு சிறுமியைக் கண்டறிந்து, ஆலிஸ் வேடத்தில் நடிக்கச்செய்தார் வால்ட் டிஸ்னி. ஆனால், இந்தச் சிறுமிக்கும் அவரால் ஒழுங்காகச் சம்பளம் தரமுடியவில்லை. இதனால், நான்கு வருடங்களுக்குள், வரிசையாக நான்கு வெவ்வேறு 'ஆலிஸ்'கள் தோன்றி மறைந்தார்கள்.

இப்போதெல்லாம், வால்ட் டிஸ்னி ஓவியம் வரைவது குறைந்துவிட்டது. தொடர்ச்சியாகப் பல படங்களைத் தயாரிக்கவேண்டியிருந்ததால், அவருடைய கவனம் இதற்கான கதைகளை உருவாக்குவது, காட்சிகளை வடிவமைப்பது, ஓவியர்கள், அனிமேஷன் கலைஞர்களை வழிநடத்துவது போன்றவற்றில் திரும்பிவிட்டது.

என்னதான் நிதி நெருக்கடி இருந்தாலும், எதையும் அவசரகதியில் செய்யக்கூடாது என்பதில் கவனமாக இருந்தார் வால்ட் டிஸ்னி. இதனால், பல அனிமேஷன் காட்சிகளுக்கான ஓவியங்கள் மீண்டும் வரையப்பட்டன. இதனால் நிறுவனத்துக்குக் கூடுதல் செலவு என்பது உண்மைதான். ஆனால், கச்சிதம் *(Perfection)* என்ற ஒன்று இருக்கிறதல்லவா? அதில் சமரசம் செய்துகொள்ள வால்ட் டிஸ்னி தயாராக இல்லை.

இதனால், ஒரே விஷயத்தைத் திரும்பத் திரும்பப் பலமுறை வரைந்தாலும் பரவாயில்லை, அது ஒரு முழுமையடைந்த படைப்பாகும்வரை விடக்கூடாது என்று தன்னுடைய ஊழியர்களுக்கு வலியுறுத்தினார் வால்ட் டிஸ்னி. எதைச் செய்தாலும், இந்த விஷயத்தை மேலும் சிறப்பாகச் செய்வது எப்படி, முன்னேற்றுவது எப்படி என்றுதான் தொடர்ந்து சிந்தித்துக்கொண்டிருக்கவேண்டும் என்றார் அவர்.

சிறந்த கதைசொல்லியான வால்ட் டிஸ்னி, ஆலிஸ் படங்களுக்கான எல்லாக் கதை விவாதங்களிலும் தவறாமல் பங்கேற்றார். அனிமேஷன் படங்களுக்குக் குழந்தைகள்தான்

முக்கியமான ரசிகர்கள் என்பதை உணர்ந்திருந்த வால்ட், எல்லாக் கதைகளும் குழந்தைகளின் பார்வையில் சுவையாக அமைந்திருக்கிறதா என்பதில் சிறப்புக் கவனம் செலுத்தினார்.

இதனிடையே, அவருக்கு இன்னொரு முக்கியமான பொறுப்பும் சேர்ந்துகொண்டிருந்தது - காதல்!

7. வண்ணம் பூசிய ரசிகை

திரையில் சில நிமிடங்கள் தோன்றும் ஓர் அனிமேஷன் படத்துக்காக, ஆயிரக்கணக்கான ஓவியங்கள் வரையவேண்டியிருக்கும். ஆகவே, முக்கிய ஓவியர்கள் கோட்டுச் சித்திரங்களைமட்டும்தான் வரைவார்கள். பின்னர், அவற்றின்மீது வண்ணம் தீட்டுவதற்கு என்று தனியாகச் சிலர் இருப்பார்கள்.

'இங்கிங்' (*Inking*) என்று சொல்லப்படும் இந்த முக்கியமான பணிக்காக, வால்ட் டிஸ்னியின் நிறுவனத்தில் பலர் நியமிக்கப்பட்டிருந்தார்கள். ஆனாலும், இங்க் பையன்கள் அல்லது பெண்களுக்கான தேவை அதிகரித்துக்கொண்டேதான் இருந்தது.

ஆலிஸ் காமெடிகள் பிரபலமடையத் தொடங்கியதும், வால்ட் டிஸ்னியின் நிறுவனத்தில் திடீரென்று ஏகப்பட்ட வேலைகள் குவிந்துவிட்டன. ஆகவே, இங்க் செய்வதற்காகப் புதியவர்கள் சிலரை வேலைக்குச் சேர்க்கத் தொடங்கினார்கள்.

அப்போது அங்கே பணிபுரிந்துகொண்டிருந்த ஒரு பெண், தன்னுடைய தோழியான லில்லியன் பவுண்ட்ஸ் (*Lillian Bounds*) என்பவரிடம், இந்தக் காலியிடங்களைப்பற்றிக் குறிப்பிட்டார், 'உனக்கு ஆர்வம் இருந்தால் சொல், நான் சிபாரிசு செய்கிறேன்'

சமீபத்தில்தான் லாஸ் ஏஞ்சலஸ் வந்திருந்த ‘லில்லி’ என்கிற லில்லியன், அப்போது வேலை தேடும் மும்முரத்தில் இருந்தார். ஆகவே, தானாக வந்த இந்த வாய்ப்பை, அவர் உடனடியாக ஏற்றுக்கொண்டார்.

டிஸ்னி நிறுவனத்தில் லில்லியனுக்குச் சிபாரிசு செய்த அவருடைய தோழி, அவருக்கு வேலை கிடைத்தபிறகு, ‘நீ ரொம்ப அழகாக இருக்கிறாய். எங்கள் முதலாளியை மயக்கிவிடாதே’ என்று கிண்டலாகக் குறிப்பிட்டார்.

அதற்கு, ‘ச்சீ போடி’ என்று லில்லி வெட்கப்பட்டுக் கன்னம் சிவந்தாரா தெரியாது. ஆனால், அவருடைய தோழி கணித்தபடி, ‘முதலாளி’ வால்ட் டிஸ்னி, லில்லியனைப் பார்த்ததும் உடனே ஈர்க்கப்பட்டுவிட்டார்.

லில்லியனின் அமைதியான அழகும், கடின உழைப்பும் வால்ட் டிஸ்னியை மிகவும் கவர்ந்தது. தனிப்பட்டமுறையில் அவரோடு அடிக்கடி பேசிப் பழகுவதற்கான சந்தர்ப்பங்களை உருவாக்கிக்கொள்ள ஆரம்பித்தார்.

இந்தச் சமயத்தில், வால்ட் மற்றும் ராய் இணைந்து, தங்களுடைய சொந்த உபயோகத்துக்காக ஒரு பழைய ட்ரக் வண்டியைக் குறைந்த விலையில் வாங்கியிருந்தார்கள். இந்த வண்டிதான், வால்ட் டிஸ்னியின் காதல் வாகனமானது.

அனிமேஷன் வேலைகள் மும்முரமாக நடந்துகொண்டிருக்கையில், பெரும்பாலான ஊழியர்கள் தங்களது வேலை முடிந்து வீடு திரும்புவதற்கு, இரவு நெடுநேரமாகிவிடும். அந்த அகாலவேளையில் பெண்கள் தனியாக வீடு செல்வது பாதுகாப்பில்லை என்று எண்ணிய வால்ட் டிஸ்னி, லில்லியன் மற்றும் இன்னொரு பெண்ணை அவர்களுடைய வீடுவரை தன்னுடைய ட்ரக்கில் அழைத்துச் செல்வதற்கு முன்வந்தார்.

தினந்தோறும், அந்த இன்னொரு பெண்ணின் வீட்டுக்குதான் முதலில் வண்டியை ஓட்டுவார் வால்ட் டிஸ்னி. அவர் இறங்கிச் சென்றபிறகு, லில்லியனும் அவரும் எதிர்பார்த்த

தனிமை கிடைத்தது. இருவரும் வெகுநேரம் மனம் விட்டுப் பேசிக்கொள்ளமுடிந்தது.

லில்லியனுக்கு மொத்தம் ஒன்பது அண்ணன், அக்காக்கள். இத்தனை பேருடன் வளர்ந்த கதையை, கலாட்டாக்களையெல்லாம் அவர் சுவாரஸ்யமாகச் சொல்ல, வால்ட் டிஸ்னி தனது கனவுகளை, எதிர்பார்ப்புகளை, வருங்காலத் திட்டங்களையெல்லாம் விவரிக்க, மணிக்கணக்காக நேரம் செல்வதே தெரியாமல் அவர்கள் பேசிக்கொண்டிருப்பார்கள். இந்த இரவுப் பயணங்களின்போதுதான், அவர்கள் ஒருவரையொருவர் நன்கு புரிந்துகொள்கிற வாய்ப்புக் கிடைத்தது.

இந்தக் காலகட்டத்தில், வால்ட் டிஸ்னியின் அலுவல் பணிகள் அதிகமாகிவிட்டதால், அவற்றை ஒழுங்குபடுத்தி கவனித்துக்கொள்வதற்கு ஓர் உதவியாளர் / காரியதரிசி தேவைப்பட்டார். அந்தப் பொறுப்பை லில்லியன் சந்தோஷமாக ஏற்றுக்கொண்டார்.

ஆனால், இதே சமயத்தில்தான், சார்லஸ் மின்ட்ஸ் புண்ணியத்தில் டிஸ்னி நிறுவனம் பொருளாதாரச் சிரமங்களைச் சந்திக்கத் தொடங்கியிருந்தது. செலவுகளைச் சமாளிக்கமுடியாமல், எல்லோருக்கும் ஒழுங்காகச் சம்பளம் கொடுப்பதற்குத் திணறினார்கள் வால்ட் மற்றும் ராய்.

அப்போது லில்லியனின் சம்பளம் பதினைந்து டாலர்கள். இந்தத் தொகை அவருக்குக் காசோலைகள் (செக்) மூலம் வழங்கப்பட்டது. ஆனால், அந்தக் காசோலையை அவர் கையில் கொடுத்தவுடன், ‘லில்லி, எனக்கு ஓர் உதவி செய்வாயா?’, என்று கெஞ்சலாகக் கேட்பார் வால்ட் டிஸ்னி.

‘என்ன உதவி?’ பதில் தெரிந்திருந்திரும் தெரியாததுபோல் குறும்பாகக் கேட்பார் லில்லியன்.

‘இந்த மாதம் கொஞ்சம் செலவுகள் அதிகமாகிவிட்டது’ தயக்கத்தோடு சொல்வார் வால்ட் டிஸ்னி, ‘ஆகவே, நீ உன்னுடைய இந்தக் காசோலையை தயவுசெய்து பணமாக்கவேண்டாம்’

பதினைந்து டாலர்கள் என்பது, சொற்பத் தொகைதான். ஆனால், அப்போது வால்ட் மற்றும் ராய் இருந்த நிலைமையில், அவர்களுக்கு அது மிகப் பெரிதாகத் தோன்றியது. ஒருவேளை லில்லியன் இந்தக் காசோலையைப் பணமாக்காவிட்டால், அந்தப் பதினைந்து டாலர்களைப் படத் தயாரிப்புச் செலவுகளுக்குப் பயன்படுத்திக்கொள்ளலாம் என்று கணக்குப் போட்டார் வால்ட் டிஸ்னி.

கஷ்டப்பட்டு வேலை பார்த்த பெண்ணுக்கு சம்பளம் கொடுத்துவிட்டு, அதைத் திரும்பக் கேட்பது கேவலமான விஷயம்தான். ஆனால், வால்ட் டிஸ்னிக்கு அப்போது வேறு வழிகளே தென்படவில்லை.

நிலைமையைப் புரிந்துகொண்ட லில்லியன், தன்னுடைய ஒவ்வொரு சம்பளக் காசோலையையும் பணமாக்காமல் விட்டுக்கொடுத்தார். இதன்மூலம் தனிப்பட்டமுறையில் அவருக்கு இழப்பு ஏற்பட்டாலும், வால்ட் டிஸ்னியின் பொருளாதாரச் சிரமங்களைத் தன்னால் கொஞ்சமாவது குறைக்கமுடிவதில் அவருக்குச் சந்தோஷம்தான்.

இப்படி வால்ட் டிஸ்னிக்காக லில்லியன் 'விட்டுக்கொடுத்த' தொகையின் கணக்கு, கொஞ்சம்கொஞ்சமாக அதிகரித்துக்கொண்டேபோனது. ஒருகட்டத்தில், அந்தத் தொகை மிகப் பெரியதாகிவிட்டதால், வேறு வழியில்லாமல் லில்லியைத் திருமணம் செய்துகொள்ளத் தீர்மானித்துவிட்டேன் என்று கிண்டலாகக் குறிப்பிட்டிருக்கிறார் வால்ட் டிஸ்னி.

சம்பளமே இல்லாமல் வேலை செய்துகொண்டிருந்தாலும், லில்லியனுக்கு டிஸ்னி நிறுவனத்தைப் பிடித்திருந்தது. இந்த நிறுவனத்தின்மூலம், வால்ட் டிஸ்னியின் கனவுகள் என்றைக்காவது நிஜமாகும் என்று உறுதியாக நம்பினார் அவர்.

ஒருநாள், அவர்களுடைய வழக்கமான நள்ளிரவுக் கார் பயணத்தின்போது, லில்லியனிடம் தன்னுடைய காதலைச் சொன்னார் வால்ட் டிஸ்னி. உடனே தனது சந்தோஷத்தையும் சம்மதத்தையும் தெரிவித்தார் லில்லியன்.

அதன்பிறகு, வால்ட் டிஸ்னியைத் தன்னுடைய வீட்டுக்கு வருமாறு அழைத்தார் லில்லியன். அவருடைய தந்தை, தாய், சகோதாரர்களெல்லாம், வால்ட்டைப் பார்ப்பதற்கு மிக ஆவலாக இருந்தார்கள்.

ஆனால், வழக்கமாக லில்லியன் தன்னுடைய குடும்பத்தாரைப் பற்றிப் பேசும்போதெல்லாம் ஆர்வத்தோடு ரசித்துக் கேட்கிற வால்ட் டிஸ்னி, அவருடைய வீட்டுக்குச் செல்வதற்கு மட்டும் ஏனோ தயங்கினார். 'அப்புறம் பார்க்கலாம்' என்பதுபோல் தள்ளிப்போட்டுக்கொண்டே இருந்தார்.

லில்லியனும் சளைக்காமல் பலமுறை அவரை அழைத்துப்பார்த்துவிட்டார். ஆனால், ஒவ்வொருமுறையும், நாளைக்கு, அடுத்த வாரம், அடுத்த மாதம் என்றுதான் வால்ட் டிஸ்னியின் பதில் வந்தது. இந்த விஷயத்தில் அவர் ஏன் இத்தனை தயக்கம் காட்டுகிறார் என்பது லில்லிக்குப் புரியவே இல்லை.

கடைசியாக ஒருநாள், வால்ட் டிஸ்னியே லில்லியை அழைத்து, 'இப்போது நான் உங்கள் வீட்டுக்கு வரலாமா?' என்று கேட்டார்.

ஆச்சர்யத்தில் லில்லிக்குப் பேச்சே எழவில்லை. இத்தனை நாள்களாக மறுத்துக்கொண்டிருந்தவர், இப்போது திடீரென்று அவரே வருகிறேன் என்று சொல்கிறாரே, ஏன் என்று புரியாமல் குழம்பினார்.

அவருடைய குழப்பத்தைப் புரிந்துகொண்டவர்போல், தன்னுடைய புத்தம்புதிய ஆடையைச் சுட்டிக்காட்டி, 'இன்றைக்குதான் நானும், அண்ணன் ராயும் ஆளுக்கு ஒரு புதிய சூட் *(Suit)* வாங்கினோம்' என்றார் வால்ட் டிஸ்னி.

அப்போதுதான் லில்லிக்கு விஷயம் புரிந்தது. இதுவரை வால்ட் டிஸ்னியிடம் கௌரவமான ஆடைகள் என்று எவையும் இல்லை. அவர் அலுவலகத்துக்கு அணிந்துவருகிற பெரும்பாலான உடைகள், பழையதாகவும், கசங்கியதாகவும், சிலசமயம் கிழிந்துபோயும்கூட இருக்கும். ஆகவே, அந்தக் கோலத்தில்

லில்லியின் குடும்பத்தாரைச் சந்திக்கத் தயங்கியிருக்கிறார் வால்ட். இப்போது, புதிய சூட் வாங்கியதும், உற்சாகமாகக் கிளம்பிவிட்டார்.

இந்தச் சம்பவத்தின்மூலம், வால்ட் டிஸ்னியின் காதல் தெரிகிறதோ இல்லையோ, அப்போது அவருடைய நிறுவனத்தின் நிதி நிலைமை சொல்லிக்கொள்ளும்படியாக இல்லை என்பது தெளிவாகப் புரிகிறது.

அலுவலகத்தில் மட்டுமின்றி, வீட்டிலும் வால்ட், ராய் இடையே சில பிரச்னைகள் முளைத்திருந்தன. நாள்முழுதும் ஒருவர் முகத்தை மற்றவர்கள் பார்த்துக்கொண்டிருப்பது அவர்கள் இருவருக்குமே சலிப்பாகிவிட்டது.

இதனால், 1925ம் ஆண்டுத் தொடக்கத்தில், ராய் டிஸ்னி தன்னுடைய நீண்ட நாள் தோழியான எட்னா ஃப்ரான்சிஸ் *(Edna Francis)* என்பவரைத் திருமணம் செய்துகொள்வதாக முடிவெடுத்தார். அந்த ஆண்டு ஏப்ரல் 12ம் தேதி அவர்களுடைய திருமணம் நடைபெற்றது.

அடுத்த மூன்று மாதங்களில், (1925, ஜூலை 15) வால்ட் டிஸ்னி, லில்லியன் பவுண்ட்ஸ் இருவரும் இடாஹோ*(Idaho)* வில் திருமணம் செய்துகொண்டார்கள். ரெய்னியெர் *(Rainier)* மலைப் பகுதியில் தேனிலவுக்குப்பிறகு, லாஸ் ஏஞ்சலஸில் அவர்களுடைய சந்தோஷமான வாழ்க்கை தொடங்கியது.

டிஸ்னி நிறுவனம் வரிசையாக ஏகப்பட்ட ஆலிஸ் காமெடிகளைத் தயாரித்துக்கொண்டிருந்த காலகட்டம் அது. ஆனால், அந்தப் படங்கள் சம்பாதித்துத் தந்த லாபத்தில் சிறு பகுதிகூட அவர்களுக்குக் கிடைக்கவில்லை. ஆனால், இந்தத் துறையில் தங்களுடைய நிறுவனத்துக்கு ஒரு சிறந்த எதிர்காலம் இருக்கிறது என்று உறுதியாக நம்பிய வால்ட் டிஸ்னி, மனச்சோர்வு அடையாமல் தொடர்ந்து தன்னுடைய வேலையில் கவனம் செலுத்திவந்தார்.

புதுமணத் தம்பதிகளான வால்ட் மற்றும் லில்லி, தினந்தோறும்

மாலை நேரத்தில் எங்காவது வெளியே செல்வார்கள். நண்பர்கள், உறவினர்கள் என்று இப்படி யாரைப் பார்க்கப் போனாலும், சிறிது நேரத்துக்குப்பிறகு வால்ட் டிஸ்னிக்கு அங்கே இருப்புக் கொள்ளாது. 'எனக்கு ஸ்டூடியோவில் ஒரு முக்கியமான வேலை இருக்கிறது' என்று மன்னிப்புக் கேட்டுக்கொண்டு கிளம்பிவிடுவார்.

வால்ட் கிளம்பியபிறகு, லில்லிமட்டும் அங்கே தனியாக இருக்கமுடியுமா? அவரும் கணவருடன் ஸ்டூடியோவுக்கு வரவேண்டும். அங்கே அவரை சோஃபாவில் உட்காரவைத்து விட்டு, ஓவியங்களை கவனிக்கச் சென்றுவிடுவார் வால்ட்.

சிறிது நேரத்துக்குப்பிறகு, லில்லிக்குத் தூக்கம் வந்துவிடும். அங்கேயே படுத்துத் தூங்கிவிடுவார். அதைக்கூட கவனிக்காமல் வால்ட் டிஸ்னி தன்னுடைய வேலையில் கவனமாக மூழ்கியிருப்பார்.

அதன்பிறகு, நெடுநேரம் கழித்து, அதிகாலை இரண்டு அல்லது மூன்று மணியளவில்தான் அவருடைய வேலைகள் முடிவடையும். வீட்டுக்குக் கிளம்புவதற்காக வெளியே வந்தவர், சோஃபாவில் தூங்கும் மனைவி லில்லியைத் தட்டி எழுப்புவார். தூக்கம் கலையாத கண்களுடன், 'இப்போது எத்தனை மணி?', என்று கேட்பார் லில்லி.

'அதிகாலை மூன்று மணி', என்று சொன்னால், 'இவ்வளவு நேரமாகவா வேலை பார்த்தீர்கள்?' என்று திட்டு விழும். ஆகவே, நேரத்தைக் குறைத்து பொய் சொல்வார் வால்ட் டிஸ்னி.

சிறிதுகாலம் இந்த விளையாட்டை ஆடிப் பார்த்தபிறகு, லில்லிக்குச் சலித்துவிட்டது. அதன்பின்னர், கணவர் வால்ட் டிஸ்னியை எங்கேயும் வெளியே அழைக்காமல், அவருடைய வேலையிலேயே முழு கவனம் செலுத்தும்படி விட்டுவிட்டார் அவர்.

ஆலிஸ் காமெடிகளில் தொடங்கி, டிஸ்னி நிறுவனம் தயாரித்த

ஒவ்வொரு படத்துக்கும், லில்லிதான் முதல் ரசிகை, முதல் விமர்சகியாக இருந்தார். மனத்துக்குத் தோன்றியதைத் தயங்காமல் வெளிப்படையாகச் சொல்லும் அவருடைய கருத்துக்கு, வால்ட் டிஸ்னி மிகுந்த மரியாதை அளித்தார்.

அலுவலகத்தில் வால்ட் டிஸ்னிக்குக் கீழே வேலை பார்க்கிறவர்கள் எல்லோரின்மீதும், அவர் மிகுந்த ஆதிக்கம் செலுத்திவந்தார். ஆகவே, அவருடைய கருத்துக்கு மாறாக யாரும், எதுவும் பேசமுடியாது. அப்படிப் பேசினால், அவருக்குப் பிடிக்காது.

இதனால், ஒருகட்டத்தில் வால்ட்டைச் சுற்றியிருக்கிறவர்கள் அனைவரும், அவர் சொல்லும் கருத்துகளை அப்படியே ஏற்றுக்கொள்கிற 'ஆமாம் சாமி'களாக மாறிவிட்டார்கள். அவர் ஏதேனும் தவறாகச் சொன்னால் அல்லது செய்தால்கூட, அதைச் சுட்டிக்காட்டுகிற துணிவு யாருக்கும் இல்லை.

லில்லி ஒருவரால்தான், வால்ட் டிஸ்னியை நேருக்கு நேர் பார்த்து, அவருடைய எண்ணத்துக்கு விரோதமான மாற்றுக் கருத்துகளைக்கூட தைரியமாகச் சொல்லமுடிந்தது. ஒவ்வொரு படத்திலும், தனக்குத் தென்படுகிற குறைகளைத் தயங்காமல் முன்வைத்து, இவற்றைச் சரிசெய்துவிட்டுதான் படத்தை வெளியிடவேண்டும் என்று வலியுறுத்துவார் அவர்.

இதேபோல், குறைகளைப் பட்டியலிட்டு வால்ட் டிஸ்னியைக் கடுப்பேற்றிக்கொண்டிருந்த இன்னொருவர், விநியோகஸ்தர் சார்லஸ் மின்ட்ஸ். ஆலிஸ் வரிசையில் எந்தப் படமும் உருப்படியில்லை என்று தொடர்ந்து குற்றம் சொல்லிக்கொண்டிருந்தார் அவர்.

ஆனால், அவருடைய விமர்சனங்களுக்கு நேரெதிராக, ஆலிஸ் காமெடிகள் மக்களின் பரவலான வரவேற்பைப் பெற்று வெற்றியடைந்தன. இதனால், கிட்டத்தட்ட நான்கு ஆண்டுகளுக்கு இந்த வரிசை தொடர்ந்தது.

ஆலிஸ் வரிசைப் படங்கள் மிகப் பெரிய வெற்றி பெற்றதில்

வால்ட் டிஸ்னிக்கு அளவற்ற சந்தோஷமும் பெருமையும் உண்டு. என்றாலும், அந்தப் படங்களைத் தான் விரும்பியதுபோல் எடுக்கமுடியவில்லை என்று வருந்தினார் அவர்.

உதாரணமாக, ஆலிஸுடன் எப்போதும் வருகிற ஜூலியஸ் என்ற கார்ட்டூன் பூனை, அந்தக் காலத்தின் புகழ்பெற்ற அனிமேஷன் கதாபாத்திரமான ஃபெலிக்ஸ் *(Felix)* பூனையைப்போலவே உருவ அமைப்போடு இருக்கும்.

இன்னொருவருடைய கற்பனையைக் காப்பியடிக்கவேண்டும் என்று வால்ட் டிஸ்னி நினைக்கவில்லை. ஆனால், ஆலிஸ் வரிசைப் படங்களில் ஃபெலிக்ஸ் பூனையைப்போன்ற ஓர் அனிமேஷன் கதாபாத்திரம் கண்டிப்பாக இருக்கவேண்டும் என்று சார்லஸ் மின்ட்ஸ் வற்புறுத்தினார். அவருடைய தொந்தரவு தாங்காமல்தான், அசப்பில் ஃபெலிக்ஸ்போலவே தோன்றுகிற ஜூலியஸ் பூனையை ஆலிஸ் படங்களில் தொடர்ந்து உபயோகிக்கத் தொடங்கினார் வால்ட் டிஸ்னி.

ஆனால், ஒரு சாதாரணப் பூனை விஷயத்தில் சார்லஸ் மின்ட்ஸ் அத்தனை பிடிவாதமாக இருந்தது ஏன்?

அந்தக் காலத்தில், அனிமேஷன் உலகின் மிகப் பிரபலமான சூப்பர் ஸ்டார், இந்த ஃபெலிக்ஸ் பூனைதான். ஆகவே, கிட்டத்தட்ட அதைப்போலவே தோன்றுகிற ஒரு கதாபாத்திரத்தை நம்முடைய படத்தில் நுழைத்துவிட்டால், விஷயம் தெரியாத ரசிகர்கள் ஏமாந்துவிடுவார்கள் என்று மகா கேவலமான ஒரு திட்டம் போட்டிருந்தார் சார்லஸ் மின்ட்ஸ்.

இந்த விஷயம் வால்ட் டிஸ்னிக்கும் நன்றாகத் தெரிந்திருந்தது. இன்னொருவருடைய புகழைப் பயன்படுத்திக்கொண்டு நாம் குறுக்குவழியில் முன்னேறுவது தவறு. அதற்குபதிலாக, நாமே தனித்தன்மை வாய்ந்த நல்ல கதாபாத்திரங்களை உருவாக்கிப் பிரபலமாக்கலாம் என்று யோசனை சொன்னார் அவர்.

ஆனால், இந்த நீதிக்கதைகளையெல்லாம் கேட்கிற மனோநிலையில் சார்லஸ் மின்ட்ஸ் இல்லை. தன்னுடைய

கட்டளைக்குதான் வால்ட் டிஸ்னி பணிந்தாகவேண்டும் என்று தொடர்ந்து வற்புறுத்தினார் அவர். கடைசியில், ஆலிஸுடைய ஜூலியஸ் பூனை, ஃபெலிக்ஸின் அப்பட்டமான காப்பியாக அமைந்துவிட்டது.

அதன்பின்னர், வால்ட் டிஸ்னி எத்தனையோ பிரபலமான கார்ட்டூன் கதாபாத்திரங்களை உருவாக்கியிருக்கிறார். ஆனால், ஆலிஸ் காமெடிகளுக்குப்பிறகு, இந்த ஜூலியஸ் பூனையைமட்டும் அவர் எங்கும் திரும்பப் பயன்படுத்தவே இல்லை. காரணம், அது வேறொருவருடைய கற்பனை, அதில் குளிர் காய்வது வால்ட்க்குப் பிடிக்கவில்லை.

1926ம் ஆண்டில், மொத்தம் 13 ஆலிஸ் காமெடிகள் வந்தன. அடுத்த வருடம் (1927), முதல் எட்டு மாதங்களுக்குள் இந்த வரிசையில் பதினேழு படங்கள் வெளியாகிவிட்டன.

இப்படித் தொடர்ந்து ஏகப்பட்ட படங்களில் ஆலிஸைப் பார்த்துவிட்டதாலோ என்னவோ, ரசிகர்களிடையே ஆலிஸ் காமெடிகளுக்கான வரவேற்பு குறையத் தொடங்கியிருந்தது. ஒரு நிஜச் சிறுமி, ஏகப்பட்ட கார்ட்டூன் கதாபாத்திரங்கள் என்கிற உத்தி அவர்களுக்குச் சலித்துப்போய்விட்டது.

இதனால், ஆலிஸ் காமெடிகளை நிறுத்திவிட்டு, வேறு முயற்சிகளில் இறங்கலாம் என்ற முடிவுக்கு வந்தார் வால்ட் டிஸ்னி. பல காலமாக ஆலிஸ் வரிசைப் படங்களை விமர்சித்துக்கொண்டிருந்த சார்லஸ் மின்ட்ஸுக்கு, இதில் மிகவும் சந்தோஷம்!

1927ம் ஆண்டு ஆகஸ்ட் 22ம் தேதி வெளியான *'Alice in the Big League'*தான் ஆலிஸ் வரிசையின் கடைசிப் படம். திரையரங்குகளில் வெளியாகாத *'Alice's Wonderland'* படத்தையும் சேர்த்துப் பார்த்தால், நான்கு ஆண்டுகளில் ஐம்பத்தாறு ஆலிஸ் காமெடிகளைத் தயாரித்திருந்தார் வால்ட் டிஸ்னி. இவற்றுள் பெரும்பாலானவை வெற்றிப் படங்கள்.

ஆலிஸ் வரிசையை முடிவுக்குக் கொண்டுவருவது என்று

தீர்மானித்ததும், அடுத்து என்ன என்கிற விவாதம் தொடங்கிவிட்டது. யுனிவர்சல் பிக்சர்ஸ் *(Universal Pictures)* நிறுவனத்துடன் புதிய ஒப்பந்தம் செய்துகொண்டிருந்த சார்லஸ் மின்ட்ஸ், ஒரு புதிய கார்ட்டூன் கதாபாத்திரத்தை உருவாக்கவேண்டும் என்று வலியுறுத்தினார்.

இந்தப் பேச்சுகளின்போது உதயமான கதாபாத்திரம்தான், ஆஸ்வால்ட்!

'Oswald, The Lucky Rabbit' என்று பெயரிடப்பட்ட இந்த அதிர்ஷ்டசாலி முயலை வரைந்தவர், உப் ஐவெர்க்ஸ். அவருடைய கார்ட்டூன் சித்திரம் ஏற்றுக்கொள்ளப்பட்டதும், ஆஸ்வால்ட் முயலை மையமாகக் கொண்ட முதலாவது கார்ட்டூன் படம் உருவானது.

அந்தப் படத்தின் பெயர், *'Poor Papa'*. 1927ம் ஆண்டு மத்தியில் தயாரிக்கப்பட்ட இந்தப் படம், விநியோகஸ்தர்களுக்குக் கொஞ்சமும் பிடிக்கவில்லை. கதை சரியில்லை, ஆஸ்வால்ட் முயலை இன்னும் சுறுசுறுப்பாகக் காண்பிக்கவேண்டும் என்றெல்லாம் பல காரணங்களைச் சொல்லி, படத்தை நிராகரித்துவிட்டார்கள்.

இந்த விமர்சனங்களின் அடிப்படையில், இன்னொரு புதிய ஆஸ்வால்ட் படத்தை உருவாக்கியது வால்ட் டிஸ்னியின் நிறுவனம். *'Trolley Troubles'* என்று பெயரிடப்பட்ட இந்தப் படம், எல்லோரையும் கவர்ந்தது. இன்னொரு அட்டகாசமான புதிய அனிமேஷன் ஹீரோ உருவாகிவிட்டது என்று உற்சாகமானார்கள்.

கடைசி ஆலிஸ் படம் வெளியாகி இரண்டு வாரங்களில், 1927ம் ஆண்டு செப்டம்பர் 5ம் தேதி, ஆஸ்வால்டின் முதல் படம் வெளியானது. குறும்பான ஆஸ்வால்ட் முயலை ரசிகர்கள் விரும்பிப் பார்த்தார்கள். அந்தப் படம் உடனடி வெற்றியடைந்தது.

இதையடுத்து, மேலும் ஆஸ்வால்ட் படங்களுக்கான

கோரிக்கைகள் பல இடங்களிலிருந்து வரத் தொடங்கின. டிஸ்னி நிறுவனம் வரிசையாகப் பல ஆஸ்வால்ட் அனிமேஷன்களை உருவாக்குவதற்கான ஒப்பந்தம் கையெழுத்தானது. அவர்களுக்கு ஓரளவு லாபமும் ஒழுங்காகக் கிடைக்க ஆரம்பித்தது.

இத்தனை நாள்களாக அவர்கள் பட்ட கஷ்டங்கள் அனைத்தும் மறைந்து, வால்ட் டிஸ்னி, ராய் டிஸ்னி இருவர் கையிலும் பணம் தாராளமாகப் புழங்க ஆரம்பித்தது இந்தக் காலகட்டத்தில்தான். இருவரும் ஒரேமாதிரியான வீடுகளை வாங்கிக் குடியேறினார்கள்.

ஆஸ்வால்ட் வரிசைப் படங்களிலும், சார்லஸ் மின்ட்ஸின் குறுக்கீடுகள் அவ்வப்போது இருந்தன. கதையமைப்பு, கதாபாத்திரங்களின் பின்னணி போன்றவற்றிலெல்லாம் அநாவசியமாக கவனம் செலுத்தாமல், நிறைய நகைச்சுவைத் துணுக்குகளை வரிசையாகக் கொட்டுங்கள், அதுதான் வெற்றிக்கான சூத்திரம் என்று வால்ட் டிஸ்னியைத் தொல்லை செய்தார் அவர்.

ஆனால், அனிமேஷன் படங்கள் வெற்றியடைவது, அவற்றின் நகைச்சுவை அம்சங்களால் மட்டுமில்லை என்று வால்ட் டிஸ்னிக்குத் தோன்றியது. படத்தில் தோன்றும் பாத்திரங்கள், கையால் வரையப்பட்ட வெறும் ஓவியங்கள் அல்ல, நிஜமான மனிதர்கள், அல்லது பிராணிகள் என்கிற எண்ணத்தை ரசிகர்கள் பெறும்போதுதான், அவர்களால் படத்துடன் முழுக்க ஒன்றமுடியும் என்று அவர் நம்பினார்.

இதனால், டிஸ்னியின் எந்த அனிமேஷன் படத்திலும், முதல் விநாடியிலிருந்து ரசிகர்களைச் சிரிக்கவைக்கிற முயற்சி இருக்காது. ஓரிரு சுருக்கமான காட்சிகளின்மூலம் கதையையும், கதாபாத்திரங்களையும் நமக்குத் தெளிவாக அறிமுகப்படுத்தியபிறகுதான், காமெடி பண்ணுகிற முயற்சியில் இறங்குவார் டிஸ்னி.

வால்ட் டிஸ்னியின் இந்தச் சிந்தனையை, கடைசிவரை சார்லஸ் மின்ட்ஸால் உணர்ந்துகொள்ளமுடியவில்லை. காட்சிகளைச்

சொல்லுமுன், அவற்றின் பின்னணி, பாத்திரங்களை முதலில் ரசிகர்களின் மனத்துக்குள் விதைக்கவேண்டும் என்பது அவருக்குப் புரியவே இல்லை. வால்ட் டிஸ்னி அநாவசியமாக நேரத்தை, பணத்தை வீணாக்குகிறார் என்றுதான் நினைத்தார் அவர்.

அவர்கள் இருவருக்கும் இடையிலான இந்தக் கருத்து வேறுபாடு, சின்ன விரிசலாகத் தொடங்கி, படிப்படியாக வளர்ந்து மிகப் பெரிய பிளவாகிவிட்டது. இதனை வால்ட் டிஸ்னி, சார்லஸ் மின்ட்ஸ் இருவருமே உணர்ந்துதான் இருந்தார்கள். இந்தப் பூசல்களெல்லாம் எங்கே சென்று முடியுமோ என்று வால்ட் மிகவும் கவலைப்பட்டுக்கொண்டிருந்தார்.

கடைசியில், அந்த வெடிகுண்டு வெடித்தபோது, அதன் அதிர்ச்சி வால்ட் டிஸ்னியால் தாங்கமுடியாமல் இருந்தது.

8. இரட்டை துரோகம்

'ஸாரி மிஸ்டர் டிஸ்னி', என்றார் சார்லி மின்ட்ஸ், 'நீங்கள் கேட்பது எனக்கு நியாயமாகப் படவில்லை'

வால்ட் டிஸ்னி களைப்போடு அவரை நிமிர்ந்து பார்த்து, 'மிஸ்டர் மின்ட்ஸ், இதைவிட நியாயமான ஒரு கோரிக்கை இருக்கவேமுடியாது', என்றார். 'கார்ட்டூன் படம் எடுப்பதற்கான செலவுகள் மிகவும் அதிகரித்துவிட்டன. நீங்கள் தருகிற பணத்தில் எங்களுடைய ஊழியர்களுக்கு ஒழுங்காகச் சம்பளம் தரக்கூட முடிவதில்லை.'

'அப்படியானால் உங்களுக்கு ஒழுங்காகப் படம் எடுக்கத் தெரியவில்லை என்றுதான் அர்த்தம்' அவருடைய குரலில் லேசான கேலியும் கிண்டலும் கலந்திருந்தது. 'இப்போது உங்களுக்குத் தருகிற தொகையே அதிகம் என்று நான் நினைத்துக்கொண்டிருக்கிறேன். நீங்கள் இன்னும் கூடுதலாகக் கேட்பது வேடிக்கையாக இருக்கிறது.'

டிஸ்னிக்குள் லேசான எரிச்சல் மூண்டது. கார்ட்டூன் படம் எடுப்பதுபற்றி இந்த ஆளுக்கு என்ன தெரியும்? எங்கோ

நியூயார்க்கில் பந்தாவாக அலுவலகம் அமைத்துக்கொண்டு உட்கார்ந்துவிட்டால் ஆச்சா? நிஜத்தில் தினந்தோறும் ஓவியங்களோடு, ஓவியர்களோடு போராடுகிறவர்களுக்குதானே அதில் இருக்கிற அவஸ்தைகள் புரியும்.

சார்லி மின்ட்ஸைச் சந்திப்பதற்காக அவர் லாஸ் ஏஞ்சலஸிலிருந்து கிளம்பியபோதே, வால்ட் டிஸ்னியின் அண்ணன் ராய் டிஸ்னி எல்லாவற்றையும் தெளிவாகச் சொல்லியிருந்தார், ‘வால்ட், நம்முடைய ஆஸ்வால்ட் கார்ட்டூன்கள் நல்ல வெற்றியடைந்திருக்கின்றன. தியேட்டர்காரர்களிடமும் ரசிகர்களிடமும் அவற்றுக்குப் பிரமாதமான வரவேற்பு இருக்கிறது, பெரிய அளவில் லாபம் வருகிறது.’

ஆனால், இப்படிக் கொழிக்கிற லாபம் முழுவதும், அந்தப் படங்களை வாங்கி விநியோகிக்கும் சார்லி மின்ட்ஸுக்கும், யுனிவர்ஸல் பிக்சர்ஸுக்கும்தான் சென்று சேர்கிறது. ஆயிரக்கணக்கான ஓவியங்களைப் பொறுமையாக வரைந்து, படம் பிடித்து, அனிமேஷன் செய்து, கார்ட்டூன்களாக உருவாக்கும் டிஸ்னி சகோதரர்களின் நிறுவனத்துக்கு இதனால் பைசா பிரயோஜனம் இல்லை.

டிஸ்னி தயாரிக்கிற ஒவ்வொரு படத்துக்கும், சார்லி மின்ட்ஸின் நிறுவனம் சுமார் இரண்டாயிரம் டாலர்கள் தருகிறது. அந்தத் தொகைக்குள் அவர் தனது படத்தை எடுத்து முடித்து, ஊழியர்களுக்குச் சம்பளம் கொடுத்து, இதர செலவுகள் எல்லாவற்றையும் பார்த்துக்கொள்ளவேண்டும்.

இங்கேதான் பிரச்னை ஆரம்பித்தது. இந்த இரண்டாயிரம் டாலர்களுக்குள், வால்ட் டிஸ்னி எதிர்பார்க்கிற தரத்தில் கார்ட்டூன் படங்களை எடுக்கமுடியவில்லை. பணம் மிச்சப்படுத்துவதற்காக, கார்ட்டூன் என்ற பெயரில் எதையோ அரைவேக்காடாக எடுத்துச் சுருட்டிக் கொடுப்பதில் அவருக்கு விருப்பம் இல்லை.

தனது ஒவ்வொரு படத்திலும், ஒவ்வொரு காட்சியையும்

நுணுக்கமாக கவனித்து, சின்னப் பிசிறுகளைக்கூட சரி செய்து கச்சிதமாகத் தரவேண்டும் என்பதில் உறுதியாக இருந்தார் டிஸ்னி. இதற்காகப் பல ஓவியங்களைத் திரும்ப வரையவேண்டியிருந்தது. அவற்றைப் பதிவு செய்கிற திரைப்படச் சுருள்கள் கணக்கின்றி வீணாகின.

அதுமட்டுமில்லை. படமெடுப்பதற்கு அதே பழைய உத்திகளை நம்பிக்கொண்டிருக்காமல், இந்தத் துறை சார்ந்து புதிதாக வந்திருக்கும் நவீன தொழில்நுட்பங்கள் எல்லாவற்றையும் தனது படங்களில் பயன்படுத்தவேண்டும் என்று விரும்பினார் வால்ட் டிஸ்னி. அப்போதுதான், தங்களுடைய நிறுவனம் அனிமேஷனில் அடுத்த தளத்துக்கு நகரமுடியும் என்பது அவருடைய தெளிவான நம்பிக்கை.

ஆனால், இதையெல்லாம் செய்வதற்குப் பணம் வேண்டாமா? இப்போது கிடைக்கிற சொற்பத் தொகையில், இப்படி 'பர்ஃபெக்ட்' படங்களை எடுப்பதோ, அடுத்த கட்டத்துக்கு முன்னேறுவதோ சாத்தியமே இல்லை.

இதையெல்லாம் விவாதித்தபிறகுதான், சார்லி மின்ட்ஸை நேரில் சந்தித்துப் பேசுவது என்று முடிவெடுத்தார் வால்ட் டிஸ்னி. ஒவ்வொரு படத்துக்கும் அவர் தருகிற தொகையை, பத்து அல்லது இருபது சதவிகிதமாவது உயர்த்தி, 2500 டாலர்கள் அளவுக்குக் கொண்டுவந்துவிடவேண்டும் என்பது அவருடைய நோக்கம்.

ஆனால் இந்த ஆள், கால் மேல் கால் போட்டுக்கொண்டு, 'இரண்டாயிரம் டாலர்களே அதிகம்' என்கிறார். அடுத்த படத்திலிருந்து இந்தத் தொகையை ஆயிரத்து எண்ணூறு டாலர்களாகக் குறைக்கப்போகிறாராம்.

1800 டாலர்களுக்கு குப்பைப் படம்தான் எடுக்கமுடியும். இந்த விஷயத்தில் வால்ட் டிஸ்னிக்குக் கொஞ்சமும் சந்தேகம் இல்லை. கலை விஷயத்தில் இப்படிச் செலவுக் கணக்குப்பார்த்தால், தரம் குறைந்துபோகும், திரும்பத் திரும்ப ஒரே இடத்தில்

சுற்றிக்கொண்டிருக்கவேண்டியதுதான், அரை இஞ்ச்கூட முன்னேறமுடியாது.

இதையெல்லாம் வால்ட் டிஸ்னி எத்தனை பொறுமையாக எடுத்துச் சொன்னாலும், இந்த சார்லி மின்ட்ஸுக்குப் புரிவதாக இல்லை. எப்படியாவது செலவைக் குறைத்தாகவேண்டும், அது ஒன்றுதான் எனக்கு முக்கியம் என்று ஒற்றைக் காலில் நிற்கிறார்.

நீண்ட விவாதங்களுக்குப்பிறகு, ஒருகட்டத்தில் பொறுமையிழந்த வால்ட் டிஸ்னி, 'மிஸ்டர் மின்ட்ஸ், நீங்கள் இந்த விஷயத்தில் தொடர்ந்து பிடிவாதம் காட்டினால், நம்முடைய நட்பும் ஒப்பந்தமும் முறிந்துபோகும்' என்றார் எரிச்சலுடன், 'நீங்கள் எங்களுக்குத் தருகிற தொகையை உடனே உயர்த்தாவிட்டால், நான் வேறு விநியோகஸ்தர்களிடம் பேசவேண்டியிருக்கும்.'

அவருடைய கோபத்தை ரசிப்பதுபோல் சிரித்தார் சார்லி மின்ட்ஸ், 'யாரிடம் வேண்டுமானாலும் பேசிக்கொள்ளுங்கள் டிஸ்னி, ஆனால், அதற்குமுன்னால், உங்களுக்கு நான் இரண்டு முக்கியமான விஷயங்கள் சொல்லவேண்டும்.'

அதென்ன இரண்டு விஷயங்கள்? களைப்போடு அவரை நிமிர்ந்து பார்த்தார் வால்ட் டிஸ்னி. இதற்குமேல் நீயும் நானும் பேசுவதற்கு என்ன இருக்கிறது என்று கேட்பதுபோல் இருந்தது அவருடைய பார்வை.

சார்லி மின்ட்ஸ் நிதானமான குரலில் சொன்ன அந்த இரு தகவல்களும், வால்ட் டிஸ்னியின் காலுக்குக் கீழே இருந்த தரையை நழுவச் செய்துவிட்டன. சற்றும் எதிர்பாராத அதிர்ச்சியில் பேசமாட்டாதவராக உறைந்துபோய்விட்டார் அவர்.

முதலாவதாக, வால்ட் டிஸ்னியின் நிறுவனத்தினர் உருவாக்கிய 'ஆஸ்வால்ட்' என்ற கற்பனைக் கதாபாத்திரம், நிஜத்தில் அவருக்குச் சொந்தமானது அல்ல. அதற்கான உரிமம், சார்லி மின்ட்ஸ் மற்றும் யுனிவர்சல் பிக்சர்ஸிடம் இருக்கிறது.

அடுத்த அடி, இன்னும் பலமானது. இப்போது வால்ட் டிஸ்னிக்குக் கீழே பணிபுரிந்துகொண்டிருக்கும் அனிமேஷன் கலைஞர்களில் பெரும்பாலானோர், அவரை விட்டு விலகி, சார்லி மின்ட்ஸின் சொந்த நிறுவனத்தில் சேர்வதாகத் தீர்மானித்துவிட்டார்கள்.

சுருக்கமாகச் சொன்னால், பிரபலமான ஆஸ்வால்ட் கார்ட்டூன் கதாபாத்திரம், அதை உருவாக்குகிற குழு என்று இரண்டையும், டிஸ்னியிடமிருந்து திருடிக்கொண்டுவிட்டார் சார்லி மின்ட்ஸ்.

லேசான நமுட்டுச் சிரிப்போடு இந்தச் 'செய்தி'களை அறிவித்த சார்லி மின்ட்ஸ், 'இனிமேல் உங்களுக்கு வேறு வழியே இல்லை டிஸ்னி. பேசாமல், நீங்களும் என்னிடமே வேலைக்குச் சேர்ந்துவிடுங்கள்' என்றார்.

அவருடைய நுணுக்கமான கிண்டலையெல்லாம் உணர்கிற நிலைமையில் வால்ட் டிஸ்னி அப்போது இல்லை. இந்த இரட்டை துரோகத்தின் வலி அவரைப் பேரதிர்ச்சியில் தள்ளியிருந்தது.

சார்லி மின்ட்ஸ் பணத்துக்காக எதையும் செய்வார் என்று ஏற்கெனவே பலர் வால்ட் டிஸ்னியிடம் சொல்லியிருக்கிறார்கள். ஆகவே, அவருடைய இந்த 'திடீர்' வில்லன் அவதாரம் டிஸ்னிக்கு அவ்வளவாக அதிர்ச்சியளிக்கவில்லை. ஆனால், தன்னிடம் வேலை பார்த்த கலைஞர்கள் இப்படித் தனக்கே நம்பிக்கை துரோகம் செய்துவிட்டார்கள் என்பதைத்தான் அவரால் நம்பமுடியவில்லை, தாங்கமுடியவில்லை.

டிஸ்னியிடம் பணிபுரிந்த அனிமேஷன் கலைஞர்களில் பெரும்பாலானோருக்கு, அவர் முதலாளிமட்டுமில்லை, ஆசிரியரும்கூட. ஒவ்வொருவருக்கும் அனிமேஷன் கலையின் அரிச்சுவடியில் தொடங்கி, தனக்குத் தெரிந்ததையெல்லாம் அவர்களுக்கும் சொல்லித்தந்து உருவாக்கியிருந்தார். எல்லாவற்றையும் கற்றுக்கொண்டு, இப்போது அவர் காலையே வாரிவிட்டார்கள்.

நினைக்க நினைக்க, வால்ட் டிஸ்னிக்கு ஆற்றாமை பொங்கியது. நமக்குக் கீழே சம்பளம் வாங்குகிற ஊழியர்கள் என்று யாரையும் நினைக்காமல், ஒவ்வொருவரிடமும் சொந்த சிநேகிதர்கள்போல் பழகினேனே. அத்தனைக்கும் இதுதான் அவர்கள் தந்திருக்கிற பதில் மரியாதையா?

அவருடைய எண்ண ஓட்டத்தைப் புரிந்துகொண்டவர்போல், 'இதற்குமேல் யோசித்து எந்தப் பிரயோஜனமும் இல்லை மிஸ்டர் டிஸ்னி', என்றார் சார்லி மின்ட்ஸ். 'ஒழுங்காக என்னுடைய நிபந்தனைகளையெல்லாம் ஏற்றுக்கொண்டால், நீங்களே தொடர்ந்து ஆஸ்வால்ட் படங்களைத் தயாரிக்கலாம். இல்லையென்றால், மற்றதை நாங்கள் பார்த்துக்கொள்கிறோம்'

இதைவிட நாசூக்கான ஒரு மிரட்டல், அல்லது விரட்டல் இருக்கவேமுடியாது. தன்னுடைய முக்கியக் கதாபாத்திரம், பெரும்பான்மை ஊழியர்களை இழந்துவிட்ட வால்ட் டிஸ்னி, இனிமேல் சுலபமாகத் தனது கட்டுப்பாட்டுக்குள் வந்துவிடுவார் என்று எதிர்பார்க்கிறார் சார்லஸ் மின்ட்ஸ்.

சில நிமிடங்கள் இதுபற்றித் தீவிரமாக யோசித்த வால்ட் டிஸ்னி, தெளிவான ஒரு முடிவுக்கு வந்தார். அநியாயமாகத் தனக்கு இப்படி ஒரு துரோகம் செய்திருக்கிறவர்களோடு தொடர்ந்து பணியாற்றுவதைவிட, வெளியே போய் கொஞ்சம் கஷ்டப்படலாம், தப்பில்லை.

உள்ளே மொத்தமாக நொறுங்கிப்போயிருந்தாலும், அதைக் காட்டிக்கொள்ளாமல் பழைய கம்பீரத்துடன் எழுந்துகொண்டார் வால்ட் டிஸ்னி. 'எல்லாவற்றுக்கும் ரொம்ப நன்றி, மிஸ்டர் மின்ட்ஸ்', என்று அவரிடம் கை குலுக்கிவிட்டு, மறுபேச்சில்லாமல் வெளியேறி நடந்தார்.

அவர் சென்ற பாதையையே சிறிது நேரத்துக்கு ஆச்சர்யமாகப் பார்த்துக்கொண்டிருந்த சார்லி மின்ட்ஸ், 'பிழைக்கத் தெரியாத மனுஷன்', என்று தனக்குள் மெல்ல முணுமுணுத்தார். அவருடைய 'ஸ்டார்' கதாபாத்திரம் போச்சு, முக்கியமான

அனிமேஷன் கலைஞர்கள் எல்லோரும் போய்விட்டார்கள், இதற்குமேல் இந்த ஆள் எங்கே போய் எப்படித் தொழில் நடத்தப்போகிறார்?

தனக்குக் கிடைத்திருக்கும் ஒரு நல்ல வாய்ப்பை, அசட்டுத்தனமாகச் செயல்பட்டுக் கெடுத்துக்கொண்ட வால்ட் டிஸ்னியின் கதை, இதோடு முடிந்துவிட்டது என்று தீர்மானித்தார் சார்லி மின்ட்ஸ்.

அவருக்குத் தெரியாத விஷயம், வால்ட் டிஸ்னிக்கு அது முடிவல்ல, ஆரம்பம்!

9. ரயிலில் கிடைத்த எலி

நியூயார்க்கிலிருந்து லாஸ் ஏஞ்சலஸ் திரும்புவதற்கான ரயிலில் ஏறி உட்கார்ந்திருந்தார் வால்ட் டிஸ்னி. பக்கத்தில் அவருடைய மனைவி லில்லியன் ஏதோ பேசிக்கொண்டிருக்கிறார். சுற்றிலும் பயணிகள், அவர்களை வழியனுப்ப வந்தவர்களின் சத்தமான பேச்சுகள், கடைசி நேர விடைபெறல்கள், பெட்டி நகர்த்தல்கள், இன்னும் ஏதேதோ கூச்சல்கள் கேட்டுக்கொண்டிருக்கின்றன.

இவை எல்லாமே, வால்ட் டிஸ்னியின் காதுகளை அடைந்தன, புத்திக்குச் செல்லவில்லை. அவருடைய மூளையும் இதயமும் ஒரே ஒரு விஷயத்தைதான் திரும்பத் திரும்ப நினைத்து ஆச்சர்யப்பட்டுக்கொண்டிருந்தன, கவலைப்பட்டுக் கொண்டிருந்தன, வேதனைப்பட்டுக்கொண்டிருந்தன, கலவரப்பட்டுக்கொண்டிருந்தன.

எல்லாம் போய்விட்டது. வெற்றிக் கதாபாத்திரமான ஆஸ்வால்டும், அதை உருவாக்கிய அனிமேட்டர்களில் பெரும்பாலானோரும் இனிமேல் சார்லஸ் மின்ட்ஸ் கட்சி. அப்படியானால், டிஸ்னி நிறுவனம்? மீண்டும் பூஜ்ஜியத்திலிருந்துதான் ஆரம்பித்தாகவேண்டும்.

இனிமேல் தனது நிறுவனத்தின் எதிர்காலம் எப்படி இருக்கும் என்று வால்ட் டிஸ்னியால் கற்பனைகூட செய்யமுடியவில்லை. மறுபடி ஒவ்வொரு விநியோகஸ்தராகத் தேடி அலைந்து, வாய்ப்புக் கேட்கவேண்டும் என்பதை நினைத்தாலே, அவருக்கு வெறுப்பாக இருந்தது.

ஆலிஸ் மற்றும் ஆஸ்வால்ட் படங்களின் உதவியுடன், வால்ட் டிஸ்னி அப்போதுதான் தனக்கென்று ஹாலிவுட்டில் ஒரு தனிப் பெயரையும் புகழையும் சம்பாதிக்கத் தொடங்கியிருந்த காலகட்டம். ஏகப்பட்ட கனவுகளோடு படிப்படியாக முன்னேறிக்கொண்டிருக்கையில், இப்படி ஒரு திடீர் துரோகத்தை அவர் கொஞ்சமும் எதிர்பார்த்திருக்கவில்லை.

துரோகம் என்றால், சாதாரண துரோகமா? கடைசி விநாடிவரை சிரித்துச் சிரித்துப் பழகிவிட்டு, திடுதிப்பென்று கழுத்தில் கத்தி வைப்பதற்கு இவர்களால் எப்படி முடிகிறது?

வெகுநேரம் இப்படி ஆற்றாமையோடு புலம்பிக்கொண்டிருந்த வால்ட் டிஸ்னி, கடைசியில் ஒரு தெளிவான முடிவுக்கு வந்தார். நடந்ததையே நினைத்து வருத்தப்படுவதில், முடங்கிப்போவதில் எந்தப் பிரயோஜனமும் இல்லை, அடுத்து நடக்கவேண்டியதை யோசிப்பதுதான் புத்திசாலித்தனம் என்று தீர்மானித்த அவர், மனத்துக்குள் சில அடிப்படைக் கேள்விகளைக் கேட்டுக்கொண்டு, நிலைமையை அலசத் தொடங்கினார்.

இப்போது என்ன பிரச்னை?

ஆஸ்வால்ட் கதாபாத்திரம் போய்விட்டது. அதோடு கூடவே, என்னுடைய கற்பனையுமா தொலைந்துபோய்விட்டது? ஆஸ்வால்டுக்கு பதிலாக, அதேமாதிரி இன்னொரு வெற்றிகரமான கதாபாத்திரத்தை என்னால் உருவாக்கமுடியாதா என்ன?

அடுத்து, நண்பர்களாகப் பழகிய, என்னிடம் தொழில் கற்றுக்கொண்ட அனிமேஷன் கலைஞர்கள் எனக்கு துரோகம் செய்துவிட்டுக் கிளம்பிவிட்டார்கள். இதில் என்னுடைய

தவறு என்று எதுவும் இல்லாதபோது, நான் ஏன் அதை நினைத்து வருந்தவேண்டும்? இவர்களுக்கு பதிலாக வேறு சில திறமைசாலி இளைஞர்களைக் கண்டுபிடித்து உருவாக்குவது அப்படியொன்றும் சிரமமில்லையே!

அவர்களையும் குற்றம் சொல்வதற்கில்லை. பின்னாள்களில் வால்ட் டிஸ்னி உலகப் புகழ் பெறப்போகிறார். அவருடைய ஸ்டூடியோவில் பணம் கணக்கின்றிக் குவியப்போகிறது என்றெல்லாம் அவர்களுக்கு என்ன ஜோசியமா தெரியும்? யாரோ ஒரு புண்ணியவான் சம்பளத்தைக் கூட்டுகிறான் என்றதும், சந்தோஷமாகப் பின்னாலேயே போய்விட்டார்கள்.

'டிஸ்னி' என்ற பெயரைப் பிரபலமாக்கிய கலகலப்பான ஜாலி முயல் ஆஸ்வால்ட். இரண்டே வருடங்களுக்குள் (1927 - 28) ஆஸ்வால்டைக் கதாநாயகனாகக் கொண்டு, இருபத்தைந்து படங்களுக்குமேல் தயாரித்திருந்தார் வால்ட் டிஸ்னி.

அதுவும் குறிப்பாக, 1928ம் ஆண்டில் தொடர்ந்து ஒரு டஜன் ஹிட் படங்கள் கொடுத்திருந்த ஆஸ்வால்டுக்கு, இப்போது தனி ரசிகர் கூட்டமே உருவாகத் தொடங்கியிருந்தது. ஆகவே, இந்தச் சூழ்நிலையில் ஆஸ்வால்டை இழப்பது டிஸ்னி நிறுவனத்துக்குப் பொருளாதாரரீதியில் மிகப் பெரிய அடி.

பணத்தை விடுங்கள், ஆஸ்வால்ட் என்று ஒரு கதாபாத்திரத்தை, முதல் புள்ளியிலிருந்து ஆரம்பித்து உருவாக்கி, வளர்த்து, இப்போது அதை மொத்தமாக யாரோ ஒருவரிடம் இழந்துவிட்டோமே என்கிற எண்ணம்தான் வால்ட் டிஸ்னியை மிகவும் வருத்தியது.

ஆனால், இப்போது வால்ட் டிஸ்னி என்னதான் புலம்பினாலும், இனிமேல் ஆஸ்வால்ட் அவருக்கு இல்லை என்றாகிவிட்டது. அடுத்து என்ன?

'அவர்கள் என்னுடைய ஒரு கதாபாத்திரத்தைத் திருடியிருக்கலாம். ஆனால், எனது கற்பனைத் திறமையை யாராலும் பறித்துவிடமுடியாது' என்று தனக்குள் கம்பீரமாகச்

சொல்லிக்கொண்டார் டிஸ்னி. அந்த விநாடியிலிருந்து, ஆஸ்வால்டைப்பற்றி அவர் கவலைப்படவில்லை. அதற்கு பதிலாக வேறொரு கதாபாத்திரத்தை உருவாக்குவதில்தான் அவரது மொத்தச் சிந்தனையும் குவிந்திருந்தது.

சார்லஸ் மின்ட்ஸிடம் பேசுவதற்காகத் தன்னை நியூயார்க் நகருக்கு அனுப்பிவைத்த ராய் டிஸ்னி, அங்கே என்ன ஆச்சோ என்று கவலைப்பட்டுக்கொண்டு உட்கார்ந்திருப்பார் என்பது வால்ட் டிஸ்னிக்கு நன்றாகத் தெரியும். ஆஸ்வால்ட் பறிபோய்விட்ட விஷயத்தைச் சொல்லி அநாவசியமாக அவரையும் கலவரப்படுத்தவேண்டாம் என்று முடிவெடுத்தார் அவர்.

இதனால், ரயில் கிளம்புவதற்குச் சற்று முன்பாகத்தான், ராய்க்கு ஒரு தந்தி கொடுத்திருந்தார் வால்ட் டிஸ்னி. சார்லஸ் மின்ட்ஸ் அலுவலகத்தில் என்ன நடந்தது என்று எதையும் அந்தத் தந்தியில் குறிப்பிடாமல், 'எல்லாம் சரியாக இருக்கிறது. கவலைப்படவேண்டாம். நேரில் வந்து விவரமாகச் சொல்கிறேன்' என்றுமட்டும் பொதுவாகக் குறிப்பிட்டிருந்தார் அவர்.

'எல்லாம் சரியாக இருக்கிறது' - இந்த வாசகத்தை நினைக்க நினைக்க, வால்ட் டிஸ்னிக்கு அத்தனை சோகத்திலும் சிரிப்பு வந்தது. பச்சைப் பொய், இங்கே எல்லாம் தப்பாக இருக்கிறது. நாளைக் காலை டிஸ்னி நிறுவனம் இருக்குமா, இருக்காதா என்பதுகூட தெரியாதபடி நிலைமை மிக மோசமாக இருக்கிறது.

அண்ணனிடம் இப்படிப் பொய் சொல்லிவிட்டோமே என்று வால்ட் டிஸ்னி மனத்தில் எந்தக் குற்றவுணர்ச்சியும் இல்லை. மாறாக, தன்னுடைய ரயில் லாஸ் ஏஞ்சலஸ் செல்வதற்குள், அந்தப் பொய்யை உண்மையாக்கிவிடவேண்டும் என்றுதான் துடித்துக்கொண்டிருந்தார் அவர்.

அதாவது, ஆஸ்வால்ட்போலவே துறுதுறுப்பான, குழந்தைகள், பெரியவர்கள் என எல்லோரையும் கவரக்கூடிய இன்னொரு சுவாரஸ்யமான கதாபாத்திரத்தை

உடனடியாக உருவாக்கிவிட்டால், அதன்பிறகு டிஸ்னி நிறுவனம் ஆஸ்வால்டின் இழப்பை நினைத்து அவ்வளவாகக் கவலைப்படவேண்டியதில்லை, முடங்கிப்போகவேண்டிய அவசியம் இல்லை. 'எல்லாம் சரியாக இருக்கிறது' என்று அவர் தந்தியில் எழுதிய வாசகம் உண்மையாகிவிடும்.

அந்தப் பயணம் முழுவதும், வால்ட் டிஸ்னிக்கு வேறு சிந்தனையே இல்லை. ரயிலில் அவருக்கு ஒதுக்கப்பட்டிருந்த மேல் பர்த்தில் படுத்தபடி, புதிய அனிமேஷன் கதாபாத்திரங்கள் பலவற்றை மனத்துக்குள் வரைந்து பார்த்து அழித்துக்கொண்டிருந்தார் அவர்.

பூனை, நாய், மாடு, குதிரை, பன்றி, யானை, ஏன் டைனோசரைக்கூடக் கதாநாயகனாக்கி அனிமேஷன் படங்கள் வந்துவிட்டன. ஆகவே, இவற்றிலிருந்து விலகி, கொஞ்சம் வித்தியாசமாகச் சிந்திக்கவேண்டும் என்று எண்ணினார் வால்ட் டிஸ்னி.

அப்போதுதான், பல வருடங்களுக்கு முன்னால், தன்னுடைய ஓவியக் கூடத்தில் சந்தித்த ஒரு நண்பனை நினைவுக்குக் கொண்டுவந்தார் டிஸ்னி. பேசாமல் அவனைக் கார்ட்டூன் கதாபாத்திரமாக்கிவிட்டால் என்ன?

டிஸ்னியின் அந்தச் சிநேகிதன், ஓர் எலி!

கன்ஸாஸில், வால்ட் டிஸ்னியின் ஓவிய அறைக்கு அவ்வப்போது பல எலிகள் வருவதுண்டு. ஏதேனும் சாப்பிடக் கிடைக்குமா என்று குப்பைக் கூடைகளை உருட்டும் எலிகள், இரவு நெடுநேரம் வேலை செய்யும் வால்ட் டிஸ்னிக்குத் தொந்தரவாக இருந்தன. ஆகவே, அந்த எலிகளைப் பிடித்துக் கூண்டில் அடைத்துவைத்தார் அவர்.

அவற்றுள், பழுப்பு நிறத்தில் அமைதியான தோற்றத்துடன் இருந்த ஓர் எலி, வால்ட் டிஸ்னியின் கவனத்தைக் கவர்ந்தது. மற்ற எலிகளெல்லாம் அந்தக் கூண்டிலிருந்து தப்பித்துச் செல்வதற்குத் தீவிர முயற்சி செய்துகொண்டிருந்தன. ஆனால்,

இந்த எலிமட்டும், அவருடைய விருந்தாளிபோல் அங்கேயே தங்கிவிட்டது. அதற்கு 'மார்டிமெர்' (Mortimer) என்று செல்லப் பெயர் சூட்டினார் வால்ட்.

அப்போதிலிருந்து, அந்த ஓவிய அறைக்குள் வால்ட் டிஸ்னியின் நெருங்கிய தோழனாகிவிட்டது மார்டிமெர். எப்போதும் தனியாகவே ஓவியப் பணிகளில் ஈடுபட்டுப் பழகிய அவருக்கு, இந்தப் புதுமையான நட்பு பிடித்திருந்தது.

எல்லோரும் நாய், பூனையைப் பழக்குவார்கள். ஆனால் வால்ட் டிஸ்னி, தன்னுடைய மார்டிமெர் எலிக்குப் பல விஷயங்களைச் சொல்லிக்கொடுத்துப் பழக்கினார். அதுவும் ஆர்வத்தோடு கற்றுக்கொண்டு, அவருடைய கட்டளைகளுக்கு அடிபணிந்தது.

பின்னர், வால்ட் டிஸ்னி கன்ஸாஸிலிருந்து லாஸ் ஏஞ்சலஸுக்குக் கிளம்பியபோது, மார்டிமெரைப் பிரிவது கட்டாயமாயிற்று. மனமே இல்லாமல், அதனை வெளியே விடுவித்து, வழியனுப்பிவைத்தார் அவர்.

இப்போது அந்த எலியை நினைத்துக்கொண்ட வால்ட் டிஸ்னி, சட்டென்று உற்சாகக் குவியலாகிவிட்டார். ஆஸ்வால்ட்போலவே, மார்டிமெர் எலியாலும் பல்வேறு சாகசங்களைச் சுவாரஸ்யமாகச் செய்யமுடியும் என்று கற்பனை செய்த அவர், மார்டிமெரை நினைவுக்குக் கொண்டுவந்து, கைக்குக் கிடைத்த காகிதம் ஒன்றில் மளமளவென்று ஓவியமாக வரைய ஆரம்பித்தார்.

அவருடைய அந்த ஓவியம், கிட்டத்தட்ட ஆஸ்வால்டைப் போலவேதான் அமைந்திருந்தது. ஆஸ்வால்ட் முயலுக்கு நீளக் காதுகள், மார்டிமெர் எலிக்கு வட்டக் காதுகள், இந்த ஒரு வித்தியாசத்தைத் தவிர்த்துவிட்டுப் பார்த்தால், அந்த முதல் ஓவியத்தில் மார்டிமெர் மற்றும் பழைய ஆஸ்வால்ட் இடையே பெரிதாக எந்த வித்தியாசமும் தெரியவில்லை.

பல மாதங்களாக ஆஸ்வால்டைப் பார்த்து / வரைந்து பழகியிருந்த வால்ட் டிஸ்னி, அதே ஞாபகத்தில் எலியையும்

முயல்போல வரைந்துவிட்டாரா. அல்லது, தன்னிடமிருந்து ஆஸ்வால்டைத் திருடியவர்களுக்கு, அவர்கள் பாணியிலேயே பதிலடி கொடுக்கத் தீர்மானித்திருந்தாரா என்பது தெரியவில்லை. ஆனால் இப்போதும், இந்த இரு கதாபாத்திரங்களின் வெளித் தோற்றங்களை ஒப்பிடுகையில், அவற்றினிடையே ஆறு வித்தியாசங்களைச் சொல்வது சிரமம்தான்.

மளமளவென்று தன்னுடைய பழைய சிநேகிதனைக் கார்ட்டூன் வடிவத்தில் வரைந்து முடித்த டிஸ்னி, பக்கத்திலிருந்த மனைவி லில்லியிடம் அந்த ஓவியத்தைக் காண்பித்தார், 'இனிமேல் இந்த எலிதான் நம்முடைய புதிய அனிமேஷன் ஹீரோ', என்றார் பெருமையுடன்.

'நன்றாக இருக்கிறது', என்று உற்சாகமாகச் சொன்ன லில்லி, 'இந்த எலிக்கு என்ன பெயர் வைத்திருக்கிறீர்கள்?', என்றார் ஆவலுடன்.

'மார்டிமெர்' என்றார் டிஸ்னி.

'ம்ஹூம், சரியில்லை', என்று உதட்டைப் பிதுக்கிய அவருடைய மனைவி, 'இது ஏதோ பெண் பிள்ளைப் பெயர்போல இருக்கிறது', என்றார். அதற்குபதிலாக, எளிமையான, உச்சரிக்கச் சுலபமான இன்னொரு நல்ல பெயரைச் சிபாரிசு செய்தார் அவர், 'மிக்கி'!

இப்போது 'மிக்கி மவுஸ்' (Mickey Mouse) என்று உலகப் பிரபலமாகிவிட்ட இந்த எலிக் கதாபாத்திரம், முதன்முதலாக எப்படி உருவானது என்று கேட்டால், டிஸ்னி நிறுவனம் சொல்லும் அதிகாரப்பூர்வமான சரித்திரம் இதுதான். ஆனால், இதை நம்பாதவர்கள், உண்மையில் 'மிக்கி'யை உருவாக்கியது வால்ட் டிஸ்னி அல்ல என்று மறுக்கிறவர்கள் இன்றைக்கும் இருக்கிறார்கள்.

இவர்கள் முன்வைக்கும் முக்கியமான கேள்விகள் இரண்டு. முதலாவதாக, வால்ட் டிஸ்னியின் நிறுவனத்தில் பணிபுரிந்துகொண்டிருந்த பெரும்பாலான அனிமேஷன் கலைஞர்கள், அப்போது சார்லஸ் மின்ட்ஸூடன்

சென்றுவிட்டார்கள். ஆனால், அவர்களுள் மிக முக்கியமானவரான உப் ஐவெர்க்ஸ் மட்டும் டிஸ்னியுடனே இருந்துவிட்டார். ஏன்?

அடுத்து, மற்ற ஓவியர்களைப்போலவே, உப் ஐவெர்க்ஸுக்கும் பொருளாதாரச் சிரமங்கள் இருந்தன. ஆஸ்வால்ட் முயலை அனிமேஷனுக்குப் பொருத்தமாக உருவாக்கியது ஐவெர்க்ஸ்தான் என்பது சார்லஸ் மின்ட்ஸுக்கு நன்றாகத் தெரியும். ஆனாலும், அவர் ஐவெர்க்ஸை 'வளைத்துப்போட' முயற்சி செய்யவில்லை. அல்லது, அவருடைய வலையில் ஐவெர்க்ஸ் சிக்கவில்லை. ஏன்?

இந்த இரு 'ஏன்'களையும் மையமாக வைத்துதான், வால்ட் டிஸ்னிக்கு எதிரான வாதம் பின்னப்படுகிறது. 'மிக்கி' என்று பெயர் சூட்டியது வேண்டுமானால் லில்லியன் டிஸ்னியாக இருக்கலாம். ஆனால், முதன்முதலாக அந்த எலியைக் கார்ட்டூன் கதாபாத்திரமாக வரைந்தவர் உப் ஐவெர்க்ஸ்தான் என்கிறார்கள் இவர்கள்.

அதாவது, தன்னுடன் பணிபுரியும் சக ஊழியர்கள் பலர், சார்லஸ் மின்ட்ஸின் புதிய நிறுவனத்துக்குத் தாவப்போகிறார்கள் என்பது உப் ஐவெர்க்ஸுக்குத் தெரிந்திருந்தது. அதேபோல், ஆஸ்வால்ட் கதாபாத்திரத்தைத் தொடர்ந்து பயன்படுத்துவதற்கான உரிமை டிஸ்னி நிறுவனத்திடம் இல்லை என்பதையும் அறிந்திருந்த அவர், இந்த இரு விஷயங்களும் சேர்ந்துகொண்டால், நிலைமை படுமோசமாகிவிடும் என்பதைப் புரிந்துகொண்டார்.

இதனால், வால்ட் டிஸ்னி நியூயார்க்குக்குச் சென்றிருந்தபோது, ஆஸ்வால்டுக்கு பதிலாகச் சில புதிய அனிமேஷன் கதாபாத்திரங்களைக் கற்பனை செய்யத் தொடங்கினார் உப் ஐவெர்க்ஸ். அப்படி அவர் வரைந்த பல ஓவியங்களில், மனிதனைப்போல் உடை அணிந்த ஓர் எலியும் இடம்பெற்றிருந்தது.

நியூயார்க்கிலிருந்து வால்ட் டிஸ்னி திரும்பியதும், தன்னுடைய

புதிய ஓவியங்களை அவரிடம் காண்பித்தார் உப் ஐவெர்க்ஸ். அவற்றுள், இந்த எலிக் கதாபாத்திரம் வால்ட்க்கு மிகவும் பிடித்திருந்தது. ஆகவே, அதற்கு 'மிக்கி' என்று பெயர் சூட்டப்பட்டு, டிஸ்னியின் அடுத்த படத்தில் கதாநாயகனாகத் தேர்வு செய்யப்பட்டது.

இந்த இரு கதைகள்மட்டுமின்றி, 'மிக்கி' உருவானதுபற்றி மேலும் சில ஊகங்கள், குற்றச்சாட்டுகளும் உண்டு.

- பென்சில்வேனியாவைச் சேர்ந்த பெர்ஃபார்மோ டாய்ஸ் *(Performo Toys)* என்ற நிறுவனம், தாங்கள் தயாரித்த பொம்மை ஒன்றைக் காப்பியடித்துதான் மிக்கி கதாபாத்திரம் உருவாக்கப்பட்டது என்று குற்றம் சாட்டியுள்ளது

- ஆலிஸ், ஆஸ்வால்டுக்கு முன்பிருந்தே மிகப் பிரபலமாக இருந்த ஃபெலிக்ஸ்' *(Felix The Cat)* அனிமேஷன் வரிசையில், 'மில்டன்' *(Milton)* என்ற பெயரில் ஓர் எலிக் கதாபாத்திரம் உண்டு. அதுதான் 'மிக்கி'க்கான அடிப்படை என்று சிலர் சொல்கிறார்கள்

- 'மிக்கி மெக்குரே' *(Mickey McGuire)* என்ற புகழ் பெற்ற கதாபாத்திரத்தில் நடித்த நடிகர் மிக்கி ரூனே *(Mickey Roone)*, இந்தக் காலகட்டத்தில் வால்ட் டிஸ்னியைச் சந்தித்திருக்கிறார். அதன்பிறகுதான், டிஸ்னி தன்னுடைய பெயரைத் தழுவி, 'மிக்கி மவுஸ்' கதாபாத்திரத்தை உருவாக்கினார் என்று இவர் சொல்லியிருக்கிறார்

இப்படி ஏகப்பட்ட கதைகள் உலாவினாலும், பெரும்பாலும் வால்ட் டிஸ்னிதான் 'மிக்கி'யை உருவாக்கியவராகக் கருதப்படுகிறார். இதற்காக, 1932ம் ஆண்டு சிறப்பு ஆஸ்கார் விருது பெற்றார் அவர்.

அப்போது அவருடைய நண்பர் உப் ஐவெர்க்ஸ் டிஸ்னி நிறுவனத்துடன் இல்லை. சில மனக் கசப்புகளால் அங்கிருந்து வெளியேறி, வேறொரு நிறுவனத்தில் அனிமேஷன் கலைஞராகப் பணிபுரிந்துகொண்டிருந்தார் அவர்.

ஆகவே, ஒருவேளை 'மிக்கி'யின் உருவாக்கத்தில் வால்ட் டிஸ்னிக்கு எந்தப் பங்கும் இல்லையென்றால், அவருக்கு ஆஸ்கார் வழங்குவது சரியல்ல என்று உப் ஐவெர்க்ஸ் மறுத்திருக்கலாம். ஆனால், எந்தக் காலகட்டத்திலும் அப்படியொரு கருத்தை ஐவெர்க்ஸ் சொல்லியிருப்பதாகத் தெரியவில்லை.

தவிர, 1928ல் சார்லஸ் மின்ட்ஸால் ஏமாற்றப்பட்ட வால்ட் டிஸ்னிக்கு, தனது நிறுவனத்தின் எதிர்காலத்தைப்பற்றிய பயமும் கவலையும் நிச்சயமாக இருந்திருக்கும். ஆகவே, லாஸ் ஏஞ்சலஸுக்கு ரயிலில் திரும்பிய அவர், இதைப்பற்றிச் சிந்திக்காமல், வேறொரு புதிய கதாபாத்திரத்தைக் கற்பனை செய்யாமல் இருந்திருக்க வாய்ப்பில்லை.

இப்படிப் பல காரணங்களை முன்வைத்து, மிக்கியை உருவாக்கியவர் வால்ட் டிஸ்னிதான் என்று அவரது நிறுவனமும் ஆதரவாளர்களும் வாதிடுகிறார்கள். எனினும், முற்றிலுமாக உறுதிசெய்யப்படாத இந்த விஷயத்தில் ஒரு மெலிதான மர்மம் நீடிக்கிறது.

முதன்முதலாக மிக்கியை ஓர் ஓவியமாகத் தீட்டியவர் யார் என்கிற விஷயத்தில் சந்தேகங்கள், குழப்பங்கள், கேள்விகள் நீடித்தாலும், வெறும் ஓவியமாக இருந்த மிக்கியை ஒரு சிறந்த அனிமேஷன் கதாபாத்திரமாக உருவாக்கியவர் உப் ஐவெர்க்ஸ்தான் என்பதில் எந்தச் சந்தேகமும் இல்லை.

மிக்கி ஒரு புதிய கதாபாத்திரமாக அறிமுகமானதில் தொடங்கி, முதல் இரு ஆண்டுகளுக்கு வெளிவந்த எல்லா மிக்கி அனிமேஷன் படங்களும், முழுக்கமுழுக்க உப் ஐவெர்க்ஸின் கைவண்ணத்தில் உருவானவைதான். மிக்கியின் உருவ அமைப்பு, உடைகள் உள்பட, ஒவ்வொரு விஷயத்தையும் நுணுக்கமாகப் பார்த்துப் பார்த்து வடிவமைத்தார் உப் ஐவெர்க்ஸ். இவற்றுள் பெரும்பாலான விஷயங்களில் இன்றுவரை மாற்றமில்லை என்பதால், உப் ஐவெர்க்ஸ் வடிவமைத்த மிக்கியைத்தான் நாம் இப்போதும் பார்த்து ரசித்துக்கொண்டிருக்கிறோம்.

ஆஸ்வால்டுக்கு பதிலாக, மிக்கி என்கிற ஓர் எலியை முக்கியக் கதாபாத்திரமாகக் கொண்டு கார்ட்டூன்கள் தயாரிப்பது என்று டிஸ்னி நிறுவனம் முடிவு செய்தபோது, அதை உடனடியாக நிறைவேற்றமுடியாதபடி அவர்களுக்குச் சில யதார்த்தமான பிரச்னைகள் இருந்தன.

என்னதான் சார்லஸ் மின்ட்ஸுடன் சண்டை போட்டுக்கொண்டு வெளியேறியிருந்தாலும், அந்தப் பழைய ஒப்பந்தம் இன்னும் முடிவுக்கு வரவில்லை. ஆகவே, மேலும் ஓரிரு ஆஸ்வால்ட் படங்களை வால்ட் டிஸ்னி தயாரிக்கவேண்டியிருந்தது.

அதுமட்டுமில்லை, டிஸ்னியிடமிருந்து விலகி, சார்லஸ் மின்ட்ஸின் புதிய நிறுவனத்துக்குச் செல்லத் தீர்மானித்துவிட்ட அனிமேஷன் கலைஞர்கள், இன்னும் பெட்டியைக் கட்டிக்கொண்டு கிளம்பவில்லை. ஆகவே, அவர்களை மிகவும் கவனமாகக் கையாளவேண்டியிருந்தது.

இன்னும் சில வாரங்களில் போட்டிக் கம்பெனிக்குச் செல்லப்போகிற அவர்கள்முன்னால், தன்னுடைய புதிய கதாபாத்திரமான மிக்கியைப்பற்றிப் பேசுவதற்கு வால்ட் டிஸ்னி விரும்பவில்லை. இந்த விஷயம் சார்லஸ் மின்ட்ஸுக்குத் தெரிந்துவிட்டால், ஆஸ்வால்டைப்போலவே மிக்கியையும் திருடிவிடுவார் என்று நினைத்தார் அவர்.

ஆகவே, மிக்கி சம்பந்தப்பட்ட எல்லா விஷயங்களும், பரம ரகசியமாக வைக்கப்பட்டிருந்தன. வால்ட் டிஸ்னி, உப் ஐவெர்க்ஸ், இவர்களோடு லெஸ் க்ளார்க் (Les Clark) என்ற விசுவாசமான இளைஞர் - இப்படி மிகச் சிலருக்குதான் மிக்கிபற்றித் தெரிந்திருந்தது.

நமக்கெல்லாம் 'மிக்கி மவுஸ்' என்பது ஒரு நகைச்சுவைக் கதாபாத்திரம்தான். ஆனால், மிக்கி அறிமுகமான அந்த முதல் அனிமேஷன் படம் எடுக்கப்பட்ட கதை, மர்ம நாவல்களுக்கு இணையான விறுவிறுப்பைக் கொண்டது.

பகல் நேரம் முழுக்க, டிஸ்னி நிறுவனம் கடைசி ஆஸ்வால்ட்

படங்களைத் தயாரிப்பதில் மட்டுமே கவனம் செலுத்தியது. சுற்றிலும் 'எட்டப்பன்'கள் நிறைந்திருக்கிற அந்த வேளையில், வால்ட் டிஸ்னி உள்பட யாரும் மிக்கியைப்பற்றிப் பேசக்கூட மாட்டார்கள்.

டிஸ்னி அலுவலகத்தில், உப் ஐவெர்க்ஸுக்கு என்று ஒரு தனியறை ஒதுக்கப்பட்டிருந்தது. அதனுள் நுழைந்து கதவைப் பூட்டிக்கொண்டு, அவர் மிக்கி மவுஸ் அனிமேஷனுக்கான ஓவியங்களை ரகசியமாக வரைவார்.

அதாவது, வெளியே பகிரங்கமாக ஆஸ்வால்ட் கதாபாத்திரத்தை ஏறக்கட்டி அனுப்புவதற்கான வேலைகள் நடக்கும். உள்ளே, கமுக்கமாக மிக்கியின் அறிமுகப் படம் தயாராகிக்கொண்டிருக்கும்.

வால்ட் டிஸ்னியைப் பொறுத்தவரை, இந்தக் கடைசி ஆஸ்வால்ட் படங்களை எடுத்து முடிப்பதற்காகத்தான் நான் பிறந்தேன் என்பதுபோல் அப்பாவியாக முகத்தை வைத்துக்கொண்டு, வழக்கம்போல் எல்லா ஊழியர்களையும் அதட்டி வேலை வாங்கிக்கொண்டிருந்தார் அவர். ஆஸ்வால்ட் வரிசையைத் தத்துக் கொடுத்தபிறகு, அடுத்து என்ன செய்யப்போகிறோம் என்பதுபற்றி அவர் வாயைத் திறக்கவே இல்லை.

இந்த நேரத்தில், உப் ஐவெர்க்ஸும், நம்பிக்கைக்குரிய வேறு சில ஓவியர்களும், நாள்முழுக்க ரகசியமாக மிக்கி ஓவியங்களை வரைவார்கள். மாலை நேரத்தில், மற்றவர்கள் எல்லாம் கிளம்பிப் போனபிறகு, இந்த ஓவியங்கள் கேமராவில் பதிவு செய்யப்பட்டு, அனிமேஷனாக ஓட்டிப்பார்க்கப்படும்.

ராத்திரி வெகுநேரம்வரை தொடர்கிற இந்தப் பணிகள் முடிந்ததும், மிக்கி சம்பந்தப்பட்ட எல்லா விஷயங்களையும், கசக்கிப்போட்ட காகிதங்களைக்கூட விட்டுவைக்காமல் சேகரித்து, ஒளித்துவைத்துவிடுவார்கள். மறுநாள் காலை, மற்ற அனிமேஷன் கலைஞர்கள் திரும்பி வரும்போது, ராத்திரி ஓர் எலி அங்கே ஓடிக்கொண்டிருந்த அடையாளங்களே எவையும் இருக்காது.

இப்படி ராவோடு ராவாக வால்ட் டிஸ்னியின் தோழர்கள் உருவாக்கிக்கொண்டிருந்த அந்தப் படத்தின் பெயர், 'ப்ளேன் க்ரேஸி' *(Plane Crazy)*. இதில் மிக்கி ஒரு விமானியாகத் தோன்றியது.

தன்னுடைய காதலியான மின்னி*(Minnie)* என்கிற எலியைத் தன்னுடன் விமானத்தில் வருமாறு அழைக்கிறது மிக்கி எலி. மின்னியும் அதற்குச் சம்மதித்து விமானத்தில் ஏறி உட்கார்கிறது. இருவரும் ஜோடியாக பறக்கத் தொடங்குகிறார்கள்.

விமானம் மேலே சென்றதும், மிக்கி மின்னியை முத்தமிட முயற்சி செய்கிறது. அதைத் தடுக்கப் போராடும் மின்னி, ஒருகட்டத்தில் கோபமடைந்து, பாராசூட்மூலம் கீழே குதித்துவிடுகிறது. அதன்பிறகு, விமானம் தனது கட்டுப்பாட்டை இழந்து திரியத் தொடங்குகிறது. அதில் மிக்கி படும் அவஸ்தைகள்தான் 'ப்ளேன் க்ரேஸி'யின் முக்கியக் கதை.

பள்ளி நாள்களிலிருந்து சார்லி சாப்ளின் பிரியரான வால்ட் டிஸ்னி, அவருடைய நகைச்சுவை சேஷ்டைகளையெல்லாம் ஓர் எலி செய்தால் எப்படி இருக்கும் என்று கற்பனை செய்தார். அவையே ஆரம்பகால மிக்கி படங்களின் கதைகளாக, காட்சிகளாக உருவெடுத்தன.

'ப்ளேன் க்ரேஸி' படம் உருவாகிக்கொண்டிருந்தபோது, வால்ட் டிஸ்னி ஒரு முக்கியமான வேலை செய்தார். ஆஸ்வால்ட் விஷயத்தில் கிடைத்த கசப்பான அனுபவத்தின் காரணமாக, மிக்கி கதாபாத்திரத்தைத் தன்னுடைய பெயரில் காப்புரிமைப் பதிவு செய்துகொண்டார் அவர். அப்போதிலிருந்து, டிஸ்னியின் எல்லாக் கதாபாத்திரங்களும் அவருடைய நிறுவனத்துக்கு மட்டுமே சொந்தமாகப் பதிவு செய்யப்படுகின்றன.

இதனிடையே, கடைசி ஆஸ்வால்ட் படம் தயாராகிவிட்டது. அதனை சார்லஸ் மின்ட்ஸிடம் ஒப்படைத்த கையோடு, அவர் இருக்கும் திசைக்கு ஒரு பெரிய கும்பிடு போட்டு விலகிவிட்டார் வால்ட் டிஸ்னி.

அதன்பிறகு, சார்லஸ் மின்ட்ஸின் நிறுவனம் ஆஸ்வால்ட் கதாபாத்திரத்தை மையமாக வைத்து மேலும் பல அனிமேஷன் படங்களைத் தயாரித்தது. ஆஸ்வால்டைக் கதாநாயகனாகக் கொண்டு கார்ட்டூன் புத்தகங்கள்கூட வெளிவந்தன.

1928ல் தனது முதலாவது 'சூப்பர் ஹிட்' கதாபாத்திரமான ஆஸ்வால்டை இழந்த டிஸ்னி நிறுவனம், 78 வருடங்கள் கழித்து, இந்த ஆண்டு (2006) அதற்கான உரிமையைத் திரும்பப் பெற்றிருக்கிறது.

ஆனால், இந்த முக்கால் நூற்றாண்டு காலமும், டிஸ்னி நிறுவனம் ஆஸ்வால்டுக்காகக் காத்துக்கொண்டிருக்கவில்லை. மிக்கி மவுஸ் அவர்களை வேறொரு உயர்ந்த தளத்துக்குக் கொண்டுசென்றிருந்தது.

10. மவுசு

மிக்கி மவுஸின் அறிமுகப் படமான 'ப்ளேன் க்ரேஸி' தயாரானதும், டிஸ்னி நிறுவனத்திலிருந்தவர்களுக்குத் திரையிட்டுக் காண்பிக்கப்பட்டது. பார்த்தவர்கள் எல்லோரும் மிக்கியை விரும்பி ரசித்தார்கள். அவர் கற்பனை செய்ததுபோலவே படம் உருவாகியிருந்ததில் வால்ட் டிஸ்னிக்கும் முழுத் திருப்தி.

இந்தப் படமும், மிக்கி கதாபாத்திரமும் மிகப் பெரிய வெற்றியடையும் என்று வால்ட் டிஸ்னிக்கு உறுதியாகத் தோன்றியது. மிகுந்த நம்பிக்கையோடு, விநியோகஸ்தர்களைப் படம் பார்க்க அழைத்தார் அவர்.

ஆனால், 'ப்ளேன் க்ரேஸி'யைப் பார்த்த வெளியாள்கள் யாரும் அதில் அவ்வளவாக ஆர்வம் காட்டவில்லை. 'படம் ஓகே' என்பதுபோல் மையமாகக் கருத்துச் சொல்லிவிட்டு வெளியேறிவிட்டார்கள். அடுத்தடுத்து, வால்ட் டிஸ்னி தொடர்புகொண்ட சிறிய, பெரிய விநியோகஸ்தர்கள் யாருமே, இந்தப் படத்தைப் பெரிதாக ரசிக்கவில்லை.

வால்ட் டிஸ்னி அதிர்ந்துபோய்விட்டார். ஆரம்பகாலத்தில் அவர் பல இடங்களில் வாய்ப்புக்காக அலைந்து திரிந்தது உண்மைதான். ஆனால், இன்றுவரை அவருடைய படங்களைப் பார்த்தவர்கள் யாரும் பாராட்டுகளைத்தவிர வேறெதையும்

சொன்னதில்லை. ஆலிஸ், ஆஸ்வால்ட் என்று அறிமுகப் படத்திலேயே 'க்ளிக்'கான கதாபாத்திரங்களைதான் அவர் இதுவரை உருவாக்கியிருக்கிறார்.

ஆகவே, 'ப்ளேன் க்ரேஸி'யைப் பார்த்ததும், மிக்கியின் எல்லாப் படங்களையும் நாங்கள்தான் விநியோகிப்போம் என்று எல்லோரும் போட்டி போட்டுக்கொண்டு வருவார்கள் என்றுதான் வால்ட் டிஸ்னி எதிர்பார்த்துக்கொண்டிருந்தார். ஆனால் அதற்கு நேரெதிராக, முதன்முறையாக அவர் உருவாக்கிய ஒரு கதாபாத்திரம் யாருக்கும் பிடிக்காமல்போய்விட்டது.

எங்கே, எப்படித் தவறு நடந்தது என்று புரியாமல் குழம்பினார் வால்ட் டிஸ்னி. பிரச்னை எதுவானாலும், உடனடியாக அதைச் சரி செய்து மிக்கியை வெற்றிபெறச் செய்தாகவேண்டும். டிஸ்னி நிறுவனத்தின் மொத்த எதிர்காலமும், இந்த ஒற்றைக் கதாபாத்திரத்தை நம்பித்தான் இருக்கிறது.

கொஞ்சம் நிதானமாக யோசித்தபோது, அவருக்கு ஒரு விஷயம் நினைவுக்கு வந்தது. ஆஸ்வால்டின் முதலாவது படமும் இப்படிதான் நிராகரிக்கப்பட்டது. பின்னர், இன்னொரு படம் எடுத்துக் காட்டியபோது அந்தக் கதாபாத்திரத்தை எல்லோரும் விரும்பி ஏற்றுக்கொண்டார்கள்.

ஆகவே, 'ப்ளேன் க்ரேஸி'யைப் பற்றிக் கவலைப்பட்டுக் கொண்டிருக்காமல் இன்னொரு மிக்கி படம் எடுக்கலாம் என்று முடிவு செய்தார் வால்ட் டிஸ்னி. அந்த இரண்டாவது படத்துக்கு '*The Galloping Gaucho*' என்று பெயர் சூட்டப்பட்டது.

இந்தப் படத்துக்கும் விநியோகஸ்தர்கள் மத்தியில் ஆதரவு இல்லை. எல்லோரும் படம் பார்க்கிறார்கள், குறையாக எதுவும் சொல்வதில்லை, பாராட்டுவதும் இல்லை, அப்படியே எழுந்து வெளியே போய்விடுகிறார்கள்.

அடுத்து என்ன செய்வது என்று வால்ட் டிஸ்னிக்குப் புரியவே இல்லை. மிக்கிக்கு பதிலாக இன்னொரு கதாபாத்திரத்தை உருவாக்கவேண்டுமா?

மிக்கி கதாபாத்திரத்தின்மீது வால்ட் டிஸ்னிக்கு முழு நம்பிக்கை இருந்தது. சுறுசுறுப்பான அந்த புத்திசாலி எலியை மக்கள் கண்டிப்பாக ரசிப்பார்கள் என்று அவருடைய உள்மனம் சொன்னது.

ஆனால், முதலில் விநியோகஸ்தர்கள் மிக்கியை ரசித்தால்தானே படத்தைப் பரவலாகக் கொண்டுசெல்லமுடியும்? அவர்கள் ஒவ்வொரு மிக்கி படத்தையும் பார்த்தபிறகு, முகத்தில் எந்த உணர்ச்சியும் காட்டாமல், நாசூக்காகக் கை குலுக்கிவிட்டு வெளியே போய்விட்டால், என்ன செய்வது?

இந்த விஷயத்தில் தன்னுடைய முன்முடிவுகளையெல்லாம் ஓரமாக ஒதுக்கிவைத்துவிட்டு, விநியோகஸ்தர்களுக்கு மிக்கி படங்களின்மீது ஆர்வம் எழாதது ஏன் என்று ஒரு மூன்றாம் மனிதரின் பார்வையிலிருந்து யோசிக்கத் தொடங்கினார் வால்ட் டிஸ்னி.

1923ல் வால்ட் டிஸ்னி ஹாலிவுட்டுக்குக் கிளம்பிவந்த காலகட்டத்தோடு ஒப்பிடுகையில், இப்போது ஏகப்பட்ட நிறுவனங்கள் அனிமேஷன் படங்களை எடுக்கத் தொடங்கிவிட்டன. ஒவ்வொருவரும், ஐந்தாறு கார்ட்டூன் கதாபாத்திரங்களையாவது உருவாக்கியிருக்கிறார்கள். இந்த நிலைமையில், மிக்கி என்று ஒரு புதிய கதாபாத்திரத்தை வால்ட் டிஸ்னி முன்வைத்தால், அது பத்தோடு பதினொன்றாகதான் பார்க்கப்படுகிறது.

ஆகவே, இத்தனை அனிமேஷன் கதாநாயகர்களின் போட்டியை மீறி மிக்கி ஜெயிக்கவேண்டுமானால், மற்ற கார்ட்டூன் கதாபாத்திரங்கள் செய்யாத ஒன்றை மிக்கி செய்யவேண்டும், அல்லது மற்ற அனிமேஷன் படங்கள் தராத ஓர் அனுபவத்தை, மிக்கியின் படங்கள் தரவேண்டும். இல்லாவிட்டால், வால்ட் டிஸ்னி எதிர்பார்க்கும் 'மெகா' வெற்றி சாத்தியமே இல்லை.

இதற்காக, மற்றவர்களிடமிருந்து மிக்கியை வேறுபடுத்திக் காண்பிக்கும் தனித்துவமான ஓர் அம்சத்தைத்

தேடிக்கொண்டிருந்தார் வால்ட் டிஸ்னி. ஏதாவது புதுமையாகச் செய்தாகவேண்டும். அதுவும் சீக்கிரமாகவே.

இந்தச் சமயத்தில்தான், மௌனப் படங்களில் ஒலியை இணைக்கும் 'டாக்கீஸ்' *(Talkies)* என்ற பேசும் படங்களுக்கான தொழில்நுட்பம் அறிமுகமாகியிருந்தது. அதுவரை வெறும் சலனங்களை மட்டும் பதிவு செய்துகொண்டிருந்த நிலைமை மாறி, திரைப்படங்களில் சத்தத்தையும் சேர்க்கமுடிந்தது.

1926ம் ஆண்டு வெளியான 'டான் ஜுவான்' *(Don Juan)* திரைப்படத்தில், காட்சிகளுக்குப் பின்னணி இசை சேர்க்கப்பட்டிருந்தது. அடுத்த ஆண்டு வெளியான 'தி ஜாஸ் சிங்கர்' *(The Jazz Singer)* படத்தில், கதாபாத்திரங்கள் முதன்முறையாக வசனம் பேசினார்கள்.

இதையடுத்து, இந்தக் காலகட்டத்தில் தயாராகிக்கொண்டிருந்த பல படங்கள், பின்னணி இசை மற்றும் வசனங்களுடன் வெளிவரத் தொடங்கின. இந்தப் படங்களைத் திரையிடுவதற்காக, பெரும்பாலான தியேட்டர்களில் விசேஷ ஒலிபரப்பு, ஒலிபெருக்கி வசதிகள் செய்யப்பட்டன.

அதே திரையரங்குகளில்தான், முக்கியப் படங்களுக்குமுன்பாக அனிமேஷன் குறும்படங்கள் திரையிடப்பட்டன. ஆனால், அவை இன்னும் மௌனப் படங்களாகவே இருந்தன.

இதை கவனித்த வால்ட் டிஸ்னிக்கு ஒரு நல்ல யோசனை தோன்றியது - நடிகர்களைக் கொண்ட மற்ற படங்களைப் போலவே, அனிமேஷன் படங்களிலும் பின்னணி இசை, வசனங்களைச் சேர்த்தால் என்ன? எப்போதும் தனது படங்களில் புதிய தொழில்நுட்பங்களைப் பயன்படுத்துவதில் ஆர்வம் மிகுந்த வால்ட் டிஸ்னிக்கு, இந்த யோசனை மிகவும் பிடித்திருந்தது.

அதுவரை தயாராகியிருந்த இரண்டு மிக்கி அனிமேஷன்களும், மௌனப் படங்கள்தான். அடுத்த மூன்றாவது படத்தில் சத்தத்தைச் சேர்த்துவிட்டால், விநியோகஸ்தர்களைக்

கவர்ந்துவிடமுடியும், மக்களும் இந்தப் புதுமையை ரசிப்பார்கள் என்று கணக்குப் போட்டார் வால்ட் டிஸ்னி.

ஆனால், மௌனப் படங்களில் ஒலியைச் சேர்க்கும் தொழில்நுட்பம், அப்போது மிகவும் ஆரம்ப நிலையில்தான் இருந்தது. இதற்காக வெவ்வேறு நபர்கள், பலவிதமான கருவிகளை உருவாக்கியிருந்தார்கள். எல்லாமே விலை உயர்ந்தவை, ஆனால், ஒவ்வொன்றிலும் சில குறைகளாவது இருந்தன.

இதைப்பற்றி எதுவுமே தெரியாமல், வால்ட் டிஸ்னியும், உப் ஐவெர்க்ஸூம் தங்களுடைய மூன்றாவது மிக்கி படத்தை உருவாக்கத்தொடங்கினார்கள். 'ஸ்டீம்போட் வில்லி' *(Steamboat Willie)* என்பது அந்தப் படத்தின் பெயர்.

வழக்கம்போல், படம் சிறப்பாக வந்திருந்தது. கப்பல் ஒன்றின் மாலுமிக்கு உதவியாளராக மிக்கி செம கலாட்டா செய்திருந்தது. இதையடுத்து, இந்தப் படத்துக்குச் சத்தம் சேர்ப்பதற்கான வேலைகளுக்காக நியூயார்க் கிளம்பினார் வால்ட் டிஸ்னி.

அனிமேஷன் காட்சிகளுக்குப் பொருத்தமாகப் பின்னணி இசையை எழுதி வாங்குவதோ, அதைத் தனியாகப் பதிவு செய்வதோ வால்ட் டிஸ்னிக்குப் பெரிய பிரச்னை இல்லை. அதன்பிறகு, காட்சிகளையும், பின்னணி இசையையும் ஒன்றாக இணைக்கும் *'Synchronization'* என்கிற சமாசாரம்தான் பெரிய தலைவலியாக இருந்தது.

இதற்காக அதிகம் செலவழிக்கிற நிலைமையிலும் அப்போது வால்ட் டிஸ்னி இல்லை. ஆகவே, குறைந்த செலவில் யாரேனும் சின்க்ரனைசேஷன் செய்து தருவார்களா என்று தேடிக்கொண்டிருந்தார் அவர்.

அப்போது, அயர்லாந்தைச் சேர்ந்த பாட் பவர்ஸ் *(Pat Powers)* என்பவர் வால்ட் டிஸ்னிக்கு உதவ முன்வந்தார். அவர் கண்டுபிடித்திருந்த சினிஃபோன் *(Cinephone)* என்ற கருவியின் உதவியுடன் 'ஸ்டீம்போட் வில்லி' திரைப்படத்துக்கு ஒலி கூட்டப்பட்டது.

ஒலிப்பதிவுக்குப்பிறகு, மிக்கியின் கலாட்டாக்கள் மேலும் அழகாக மெருகேறித் தெரிந்தன. இப்போது விநியோகஸ்தர்கள் நிச்சயம் இந்தப் படத்தின்மீது ஆர்வம் காட்டுவார்கள் என வால்ட் டிஸ்னிக்கு நம்பிக்கை பிறந்தது. ஏனெனில், பேசும் அனிமேஷன் படம் என்பது அந்தக் காலத்தில் ஒரு புதுமை.

ஆனால், அவர் எதிர்பார்த்ததுபோல் இப்போதும் விநியோகஸ்தர்கள் மிக்கி படங்களை வாங்கி வெளியிடுவதற்குத் தயாராக இல்லை. பார்த்தார்கள், 'புதுசா இருக்கு' என்று பாராட்டினார்கள், அவ்வளவுதான்.

இதனால் சோர்வடையாமல், வால்ட் டிஸ்னி தொடர்ந்து போராடிக்கொண்டிருந்தார். பல்வேறு நிறுவனங்களின் பிரதிநிதிகளை அழைத்து, படத்தைத் திரையிட்டுக் காண்பித்தார். எந்தப் பலனும் இல்லை.

இதைவிட மோசம், 'மிக்கி'யை ரசித்த சில நிறுவனங்கள், அந்தக் கதாபாத்திரத்தின் உரிமையைத் தங்களுக்கு எழுதித் தந்தால், இந்தப் படத்தை வாங்கிக்கொள்கிறோம் என்று ஆசை காட்டினார்கள். ஏற்கெனவே ஆஸ்வால்ட் விஷயத்தில் ஏமாற்றப்பட்டிருந்த வால்ட் டிஸ்னி, இந்த நிபந்தனைக்குச் சம்மதிக்க மறுத்துவிட்டார்.

கடைசியில், 'ஸ்டீம்போட் வில்லி'க்கு ஒலிப்பதிவு செய்த பாட் பவர்ஸ், இந்தப் படத்தை அவரே ஒப்பந்த அடிப்படையில் வாங்கி வெளியிட விரும்புவதாகத் தெரிவித்தார். மிக்கி கதாபாத்திரத்தின் உரிமை வால்ட் டிஸ்னியிடமே இருக்கும், மொத்த லாபத்தில் பத்து சதவிகிதம் பாட் பவர்ஸுக்குச் செல்லும் என்று தீர்மானிக்கப்பட்டது.

இதன்மூலம், ஒருவழியாக மிக்கி வரிசைக்கு ஒரு நல்ல தொடக்கம் கிடைத்துவிட்டது என்பதில் வால்ட் டிஸ்னிக்கு மிகவும் சந்தோஷம். ஆனால், அவருடைய அண்ணன் ராய் டிஸ்னிக்கு, ஏனோ பாட் பவர்ஸைப் பிடிக்கவே இல்லை. 'அந்த ஆளைப் பார்த்தால், நல்லவர்போல் தெரியவில்லை' என்று வால்ட்டை எச்சரித்தார் அவர்.

அண்ணனுக்கு யாரைப் பார்த்தாலும் சந்தேகம் என்று இந்த எச்சரிக்கையை அலட்சியப்படுத்திவிட்டார் வால்ட் டிஸ்னி. 'ஸ்டீம்போட் வில்லி'யை வெளியிடுவதற்கான ஏற்பாடுகளில் கவனம் செலுத்த ஆரம்பித்தார் அவர்.

தயாரிப்பு வரிசையில் பார்த்தால், 'ஸ்டீம்போட் வில்லி' மிக்கியின் மூன்றாவது படம். திரையரங்குகளில் வெளியான வரிசைப்படியும்கூட, அது இரண்டாவது படம்தான். என்றாலும், பெரும்பாலான ஆவணங்கள், இதையே மிக்கியின் அறிமுகப் படமாகக் குறிப்பிடுகின்றன.

இதற்கு முக்கியக் காரணம், அதற்குமுன் (1928, மே 15) வெளியாகியிருந்த மிக்கியின் 'ப்ளேன் க்ரேஸி', பெரும்பாலான திரையரங்குகளில் காட்டப்படவில்லை. தவிர, 'ஸ்டீம்போட் வில்லி' சத்தத்துடன் வெளிவந்ததால், முந்தைய மௌனப்படமான 'ப்ளேன் க்ரேஸி' திரும்பப் பெறப்பட்டுவிட்டது. அதன்பிறகு, மிக்கியின் முதல் இரு படங்களுக்கும் ஒலிப்பதிவு செய்து, அவற்றையும் பேசும்படங்களாக மாற்றி வெளியிட்டார் வால்ட் டிஸ்னி.

1928ம் ஆண்டு நவம்பர் 18ம் தேதி வெளியான 'ஸ்டீம்போட் வில்லி' திரைப்படம், வந்த வேகத்தில் ரசிகர்களின் மனத்தை அள்ளிக்கொண்டது. மிக்கியின் துறுதுறுப்பான பாத்திர அமைப்பு, நகைச்சுவை பொங்கும் காட்சிகள், பிரம்மாண்டமான தாக்கத்தைத் தரும் ஒலிக்கோர்ப்பு என எல்லாவிதங்களிலும் மக்களை அசரடித்துவிட்டது அந்தப் படம்.

விமர்சகர்கள், ரசிகர்கள் என எல்லாத் தரப்பினரும் மிக்கியைப் பாராட்டி வரவேற்றார்கள். அடுத்தடுத்து நான்கு மிக்கி திரைப்படங்கள் வெளியானதும், அந்த எலி அமெரிக்காவுக்கே செல்லப் பிள்ளையாகிவிட்டது. குழந்தைகள் மிக்கியைப் பார்ப்பதற்காகக் கூட்டம்கூட்டமாகத் திரையரங்குகளுக்குப் படையெடுத்தார்கள்.

அதுவரை வெளியான எந்த அனிமேஷன் படம், கதாபாத்திரத்துக்கும் கிடைக்காத ஒரு வரவேற்பு, மிக்கி மவுஸ்

வரிசைக்குக் கிடைத்தது. தியேட்டர் வாசலில் 'மிக்கி'க்குத் தனி கட் அவுட் வைத்து, 'இங்கே மிக்கி மவுஸ் படங்கள் காட்டப்படுகின்றன' என்று போர்ட் எழுதிவைக்கும் அளவுக்கு அந்தக் கதாபாத்திரம் பிரபலமாகிவிட்டது.

இங்கே கவனிக்கவேண்டிய விஷயம், இந்தத் திரையரங்குகளில் காண்பிக்கப்பட்ட முக்கியப் படங்கள் வேறு. அவற்றுக்கு முன்னால் திரையிடப்படும் மிக்கி கார்ட்டூன்களுக்காக, மக்கள் ஒரே படத்தைப் பலமுறை பார்க்க ஆரம்பித்தார்கள். ஒரு காட்சி பார்த்துவிட்டு, மிக்கிக்காக அடுத்த காட்சிக்கும் டிக்கெட் வாங்கிக்கொண்டு உள்ளே திரும்பிப் போனவர்கள் உண்டு.

இப்படி மக்களின் முழு ஆதரவை அள்ளிக்கொண்டிருந்த மிக்கியை மையமாக வைத்து, வரிசையாகப் பல புதிய கார்ட்டூன் படங்களைத் தயாரிக்கத் தொடங்கினார் வால்ட் டிஸ்னி. அநேகமாக இவற்றுள் எல்லாப் படங்களும் 'சூப்பர் டூப்பர் ஹிட்' ரகத்தைச் சேர்ந்தவை.

இதையடுத்து, அமெரிக்காவில் பெருவெற்றியடைந்த மிக்கியை, மற்ற நாடுகளுக்கும் கொண்டு செல்கிற முயற்சிகள் தொடங்கின. படிப்படியாக, மொத்தம் பதினான்கு மொழிகளுக்குமேல் மிக்கி படங்கள் மொழிமாற்றம் செய்யப்பட்டு வெளியாகின. உலகம் முழுவதும் மிக்கி ரசிகர் கூட்டம் விரிவடைந்தது.

குறிப்பாக, அமெரிக்காவில் மிக்கி அடைந்த வெற்றி அசாதாரணமானது. அப்போது ஒரு மிகப் பெரிய பொருளாதாரச் சரிவைச் சந்தித்துக்கொண்டிருந்த அந்த தேசம், மிக்கியைப் பார்த்துத் தங்களுடைய கவலைகளைத் தற்காலிகமாக மறந்து, மனம் விட்டுச் சிரித்தது.

இதேபோல், உலகெங்கும் சிறுவர்களில் தொடங்கி, பெருந்தலைவர்கள்வரை மிக்கிக்கு விசிறிகள் கிடைத்தார்கள். அமெரிக்க அதிபர் ஃப்ரான்க்ளின் ரூஸ்வெல்ட் *(Franklin Delano Roosevelt)*, இத்தாலியின் சர்வாதிகாரி முசோலினி *(Benito Mussolini)*, இங்கிலாந்து அரசர் ஐந்தாம் ஜார்ஜ் *(George V)*, ஏன்

நம் ஊர் ஹைதராபாத் நிஜாம்கூட, அப்போது மிக்கியின் பரம ரசிகர்களாக இருந்தார்கள்.

1929ம் ஆண்டில் தொடங்கி, சராசரியாக மாதத்துக்கு ஒரு மிக்கி கார்ட்டூனைத் தயாரிக்கத் தொடங்கினார் வால்ட் டிஸ்னி. பழையபடி அவருடைய நிறுவனத்தில் ஏகப்பட்ட அனிமேஷன் கலைஞர்கள் புதிதாகச் சேர்க்கப்பட்டார்கள். மிக விரைவில், இந்தத் துறையில் மற்ற எல்லா நிறுவனங்களையும்விட அதிகப் புகழ், அதிக லாபம் என்று சிறப்பாக இயங்கத் தொடங்கிவிட்டது டிஸ்னி நிறுவனம்.

இந்தச் சூழ்நிலையில்தான், 'ஸில்லி ஸிம்ஃபனீஸ்' (Silly Symphonies) என்ற பெயரில் புதுமையான இன்னோர் அனிமேஷன் வரிசையை அறிமுகப்படுத்தத் தீர்மானித்தார் வால்ட் டிஸ்னி.

உண்மையில், அப்போது மிக்கி மவுஸுக்கு இருந்த மவுசை வைத்துப் பார்த்தால், இப்படி இன்னொரு தொடரை அவர் ஆரம்பிக்கவேண்டிய அவசியமே இல்லை. அந்த நேரத்தில் கூடுதலாக நான்கு மிக்கி அனிமேஷன்கள் தயாரித்தால், நன்றாகக் காசை அள்ளிவிடலாம்.

மிக்கி படங்களை வாங்கி விநியோகித்துக்கொண்டிருந்த பாட் பவர்ஸ், இதைத்தான் வால்ட் டிஸ்னிக்கு எடுத்துச் சொன்னார். 'இந்தப் புதிய யோசனையைப் பேசாமல் மூட்டை கட்டிவிட்டு, மிக்கியில் அதிக கவனம் செலுத்துங்கள்.'

இந்த விஷயம் வால்ட் டிஸ்னிக்கும் நன்கு தெரிந்ததுதான். ஆனால், மிக்கி கார்ட்டூன்களில் மக்கள் சில விஷயங்களைத் தான் திரும்பத் திரும்ப எதிர்பார்க்கிறார்கள். ஆகவே, அவற்றில் புதுமையான அனிமேஷன் உத்திகளைச் செய்துபார்ப்பதற்கான வாய்ப்புகள் குறைவு. இதனால்தான், தன்னுடைய குழுவினரின் திறமைகளைப் பட்டை தீட்டுவதற்காக, வேறு அனிமேஷன் முயற்சிகளில் இறங்க முடிவு செய்தார் வால்ட் டிஸ்னி.

உதாரணமாக, 'ஸில்லி ஸிம்ஃபனீஸ்' வரிசையில், மிக்கிபோல் தொடர்ச்சியான கதாபாத்திரங்கள் எவையும் இல்லை. ஆகவே,

ஒவ்வொரு படத்திலும், புதுசுபுதுசாகப் பாத்திரங்களை அறிமுகப்படுத்தலாம், வித்தியாசமான கதைப் பின்னணிகள், புதுமையான காட்சியமைப்புகள் என்று முயன்றுபார்க்கலாம்.

மற்ற கார்ட்டூன் படங்களில், காட்சிகள் அனைத்தும் தயாரானபிறகுதான், அவற்றுக்குப் பொருத்தமாகப் பின்னணி இசை எழுதப்பட்டு, இசைக்கப்படும். ஆனால், 'ஸில்லி ஸிம்ஃபனி'களில், ஏற்கெனவே பதிவு செய்யப்பட்ட இசைக்குப் பொருந்தும்படி கார்ட்டூன்கள் உருவாக்கப்பட்டன.

இதுபோல், இன்னும் பல புதுமையான உத்திகள், நவீன தொழில்நுட்பங்களில் தன்னுடைய குழுவினர் பயிற்சி பெறவேண்டும் என்று விரும்பிய வால்ட் டிஸ்னி, இந்தப் புது வரிசையை அதற்கான களமாகப் பயன்படுத்திக்கொள்ளும்படி அவர்களை ஊக்குவித்தார்.

1929ம் ஆண்டு வெளியான முதலாவது ஸில்லி ஸிம்ஃபனி அனிமேஷனின் பெயர், 'The Skeleton Dance'. மிக்கி அளவுக்குப் புகழ் பெறாவிட்டாலும், இந்த வரிசையும் குறிப்பிடத்தக்க வெற்றியைப் பெற்றது. அதைவிட முக்கியமாக, டிஸ்னி நிறுவனத்துக்குப் புதுமைப் பித்தர்கள் என்று நல்ல பெயர் வாங்கிக்கொடுத்தது.

ஆரம்பத்தில், 'இந்தப் படங்களை யாரும் வாங்க மறுக்கிறார்கள்' என்று புலம்பினார் பாட் பவர்ஸ். 'நீங்கள் பேசாமல் மிக்கி படங்களை மட்டுமே தயாரியுங்கள்' என்று கெஞ்சாத குறையாகக் கேட்டுக்கொண்டார்.

அவர் என்னதான் சொன்னாலும், தன்னுடைய முடிவிலிருந்து வால்ட் டிஸ்னி பின்வாங்கவில்லை. வரிசையாக ஸில்லி ஸிம்ஃபனிகள் தயாரிக்கப்பட்டு வெளியாகின. வால்ட் டிஸ்னி எதிர்பார்த்ததுபோலவே, சிறிது காலத்தில் அதுவும் மக்களால் விரும்பி ஏற்றுக்கொள்ளப்பட்டது.

அப்போதிலிருந்து, வண்ணப் படங்கள், ஸ்டீரியோ ஒலிப்பதிவு என்று திரைப்படத்துறையில் எந்த நவீன தொழில்நுட்பம்

அறிமுகப்படுத்தப்பட்டாலும், அதைப் பொருத்தமான முறையில் பயன்படுத்தி ஒரு 'ஸில்லி ஸிம்ஃபனி' தயாரித்துவிடுவார் வால்ட் டிஸ்னி. தன்னுடைய ஊழியர்கள் இதில் நல்ல தேர்ச்சி பெற்றபின்னர், மிக்கி வரிசைக் கார்ட்டூன்களிலும் அதைப் பயன்படுத்தத் தொடங்குவார்.

சுருக்கமாகச் சொன்னால், மிக்கி வரிசையின்மூலம் நன்றாகச் சம்பாதித்துக்கொண்டிருந்த வால்ட் டிஸ்னி, அந்த வருமானத்தைக் கெடுத்துக்கொள்ளாமலேயே, பல்வேறு புதிய விஷயங்களை முதன்முதலாக முயன்றுபார்த்து நிலைப்படுத்துகிறவராக, அனிமேஷன் துறையின் முன்னோடியாகவும் இயங்குவதற்கு இந்த 'ஸில்லி ஸிஃம்பனீஸ்' வரிசை உதவியது.

டிஸ்னி நிறுவனத்தில் இப்போது மிக்கி படங்களுக்காக ஒரு குழு, ஸில்லி ஸிம்ஃபனிகளுக்காக இன்னொரு குழு என்று இரண்டு பிரிவுகள் உருவாகியிருந்தன. இரு குழுக்களும் ஓய்வில்லாமல் உழைத்துக்கொண்டிருந்தார்கள்.

முக்கியமாக, உப் ஐவெர்க்ஸ் இந்த இரு வரிசைப் படங்களுக்கும் மிக முக்கியமான பங்களிப்பை வழங்கிக்கொண்டிருந்தார். கடும் உழைப்புக்குச் சளைக்காத அவர், இந்தக் காலகட்டத்தில் மிக்கி மவுஸ் மற்றும் ஸில்லி ஸிம்ஃபனி வரிசைப் படங்களுக்காக, தினந்தோறும் அறுநூறு, எழுநூறு படங்கள்வரை வரைந்து தள்ளிக்கொண்டிருந்தார்.

இதை கவனித்த பாட் பவர்ஸ், வால்ட் டிஸ்னியின் வெற்றிகள் அனைத்துக்கும், உப் ஐவெர்க்ஸ்தான் காரணம் என்று முடிவுசெய்தார். அவரை மையமாக வைத்து ஒரு சதி வலை பின்னப்பட்டது.

11. குழந்தைத் தோழர்

மிக்கியின் 'ஸ்டீம்போட் வில்லி' திரைப்படத்துக்கு ஒலிப்பதிவு செய்வதற்காக பாட் பவர்ஸை முதன்முறை சந்தித்தபோதே, அவர்மீது ராய் டிஸ்னிக்கு லேசான சந்தேகம் எழுந்திருந்தது. பின்னர், அவர் மிக்கி திரைப்படங்களின் மொத்த விநியோகஸ்தராகவும் ஆகிவிட்டதால், அவரை மேலும் உன்னிப்பாகக் கண்காணிக்க ஆரம்பித்தார் ராய்.

விநியோக உரிமைகளுக்காக டிஸ்னி நிறுவனத்துடன் பாட் பவர்ஸ் செய்துகொண்டிருந்த ஒப்பந்தத்தில், ராய் டிஸ்னிக்குத் திருப்தியே இல்லை. மிகத் தந்திரமாக அவர் நம்மைச் சுரண்ட முயல்கிறார் என்று வால்ட் டிஸ்னியிடம் வெளிப்படையாகச் சொல்லிவிட்டார் அவர்.

ஆனால், இதைப்பற்றி மேலும் கவனிக்க வாய்ப்பே இல்லாதபடி, மிக்கி வரிசை மகா வெற்றியடைந்துவிட்டது. அதன்பிறகு நாலாதிசைகளிலிருந்தும் புதிய மிக்கி கார்ட்டூன்களைக் கேட்டுக் கோரிக்கைகள் வந்து குவிந்ததால், டிஸ்னி நிறுவனத்தில் ராத்திரி பகலாக அனிமேஷன் படங்களைத் தயாரிக்கிற வேலைகள்தான் நடந்துகொண்டிருந்தன. வேறு எதைப்பற்றியும் யோசிப்பதற்கு நேரமிருக்கவில்லை.

பாட் பவர்ஸ் நல்லவர் இல்லை என்று ராய் டிஸ்னி சொன்னதை, வால்ட் டிஸ்னி அலட்சியப்படுத்தியிருக்கலாம். ஆனால், இந்த விஷயத்தில் ராய்க்குக் கொஞ்சம்கூட சந்தேகமே இல்லை. நிச்சயமாக அவர் நம்மை ஏமாற்றிக்கொண்டிருக்கிறார் என்று நம்பிய அவர், இதனைச் சாட்சியத்தோடு நிரூபிப்பதற்கான சந்தர்ப்பத்துக்காகக் காத்திருந்தார்.

மிக்கி படங்களின் தொடர் வெற்றியால், அவற்றை விநியோகித்துக்கொண்டிருந்த பாட் பவர்ஸ் நன்கு சம்பாதித்தார். ஆனால், டிஸ்னி நிறுவனத்துக்குக் கிடைக்கவேண்டிய பணம்மட்டும், முறைப்படி வழங்கப்படவில்லை. மிகக் குறைந்த அளவு தொகைதான், அதுவும் ஒழுங்கற்ற முறையில் கிடைத்துக்கொண்டிருந்தது.

இதைச் சுட்டிக்காட்டிய ராய் டிஸ்னி, தயவுசெய்து பாட் பவர்ஸை நம்பவேண்டாம் என்று வால்ட் டிஸ்னியை மீண்டும் எச்சரித்தார். ஒருவேளை அண்ணன் சொல்வது உண்மையாக இருக்குமோ என்று வால்ட் டிஸ்னி யோசித்துக்கொண்டிருந்தபோது, பிரச்னை பெரிதாகிவிட்டது.

டிஸ்னி நிறுவனத்தின் வெற்றிக்கெல்லாம் உப் ஐவெர்க்ஸ்தான் காரணம் என்று முடிவுகட்டியிருந்த பாட் பவர்ஸ், அவருக்கு அதிக சம்பளம், சுதந்தரம் கொடுப்பதாகச் சொல்லி, ஐவெர்க்ஸைத் தன்னுடைய சொந்த அனிமேஷன் நிறுவனத்தில் இணையும்படி அழைத்துக்கொண்டிருந்தார்.

முன்பு சார்லஸ் மின்ட்ஸ் செய்த அதே சூழ்ச்சிதான். ஆனால், இந்தமுறை இழப்பு மிகப் பெரியதாக இருந்தது. உப் ஐவெர்க்ஸ் டிஸ்னி நிறுவனத்திலிருந்து விலகுவதாகத் தீர்மானித்துவிட்டார்.

டிஸ்னியுடன் தனக்கு என்ன மனக் கசப்பு என்பதுபற்றி உப் ஐவெர்க்ஸ் வெளிப்படையாகப் பேசவே இல்லை. எப்போதும் வால்ட் டிஸ்னியின் கட்டுப்பாட்டில் இயங்கிக்கொண்டிருப்பதாக அவர் உணர்ந்திருக்கலாம், எல்லா விஷயங்களிலும் வால்ட்தான் இறுதி முடிவு எடுப்பதால், தனது படைப்பு சுதந்தரம் பாதிக்கப்படுவதாகக் கருதியிருக்கலாம் என்று நம்பப்படுகிறது.

தவிர, இந்தக் காலகட்டத்தில் வெளியான மிக்கி கார்ட்டூன்கள் அனைத்திலும், உப் ஐவெர்க்ஸின் முக்கியமான பங்களிப்பு இருந்தது. எனினும், மிக்கி என்றால் வால்ட் டிஸ்னி என்பதுபோன்ற ஒரு பிம்பத்தை அவர் திட்டமிட்டு உருவாக்குகிறார், தனக்கு உரிய முக்கியத்துவம் தரப்படுவதில்லை என உப் ஐவெர்க்ஸுக்கு வருத்தம் இருந்ததாகச் சொல்கிறார்கள்.

எல்லாமே வதந்திகள்தான். இந்த விஷயத்தில் உறுதிசெய்யப்பட்ட தகவல்கள் என்று எதுவுமே இல்லை. திடீரென்று ஒருநாள் உப் ஐவெர்க்ஸ் டிஸ்னி நிறுவனத்திலிருந்து விலகிவிட்டார். அவ்வளவுதான்.

இங்கே குறிப்பிட்டுச் சொல்லவேண்டிய இன்னொரு விஷயம், 1930ம் ஆண்டு வெளியேறிய உப் ஐவெர்க்ஸ், பத்து வருடங்களுக்குப்பிறகு, 1940ல் மீண்டும் டிஸ்னி நிறுவனத்துக்குத் திரும்பினார். முக்கிய அனிமேஷன் கலைஞராகத் தொடர்ந்தார். டிஸ்னியின் பிற்காலப் படங்கள், தீம் பார்க் வடிவமைப்புகளில் அவருடைய பங்களிப்பு இருந்தது.

பாட் பவர்ஸ் உப் ஐவெர்க்ஸைத் தன்னுடைய நிறுவனத்துக்குக் கொத்திக்கொண்டபோது, அவருடைய சாயம் வெளுத்துவிட்டது. ஆனால், அதற்குள் பல ஆயிரம் டாலர்கள் டிஸ்னி நிறுவனத்தை ஏமாற்றியிருந்தார் அவர்.

இந்த இரண்டாவது துரோகம், மனிதர்களின்மீது வால்ட் டிஸ்னி கொண்டிருந்த நம்பிக்கையையே சிதைத்துவிட்டது. அதன்பிறகு வாழ்நாள்முழுவதும், தன்னைச் சுற்றியுள்ளவர்கள் எல்லோரின்மீதும் ஒரு சந்தேகப் பார்வை கொண்டவராகவே வாழ்ந்தார் அவர்.

அப்போதைக்கு, கசப்பான இந்த நினைவுகளை எப்படியோ ஜீரணித்துக்கொண்ட வால்ட் டிஸ்னி, பாட் பவர்ஸ் சுருட்டிய மொத்தத் தொகையையும் நஷ்டக் கணக்கில் எழுதிவிட்டார். பின்னர், அடுத்து என்ன என்று தீவிரமாக யோசிக்கத் தொடங்கினார்.

மிக்கி மவுஸ் இப்போது மிக மிகப் பிரபலமாகிவிட்டதால், பாட் பவர்ஸுக்கு பதிலாக இன்னொரு நல்ல விநியோகஸ்தரைப் பிடிப்பது சிரமமில்லை. அவனவன் நீ, நான் என்று போட்டி போட்டுக்கொண்டு ஓடி வருவார்கள்.

ஆனால், உப் ஐவெர்க்ஸ்? அவருடைய இழப்பை ஈடு செய்யமுடியுமா?

முடிந்தாகவேண்டும். வேறு வழியே இல்லை. ஒற்றை மனிதரை நம்பி, மொத்த நிறுவனமும் இருக்கமுடியாது, இருக்கக்கூடாது என்று நினைத்துக்கொண்ட வால்ட் டிஸ்னி, ஐவெர்க்ஸுக்குப் பதிலாக, திறமையான, அனுபவம் மிக்க அனிமேஷன் கலைஞர்களைத் தேடத் தொடங்கினார்.

இதனிடையே, அதே ஆண்டு (1930), மிக்கி மற்றும் இதர கார்ட்டூன் படங்களை விநியோகிப்பதற்காக, கொலம்பியா பிக்சர்ஸ் (Colombia Pictures) நிறுவனத்துடன் புதிய ஒப்பந்தம் ஒன்றில் கையெழுத்திட்டது டிஸ்னி நிறுவனம். அதன்பிறகு, 'யுனைடட் ஆர்டிஸ்ட்' (United Artists) நிறுவனம் இந்தப் பொறுப்பை ஏற்றுக்கொண்டது.

இந்தக் காலகட்டத்தில்தான், முதன்முறையாக, டிஸ்னி நிறுவனத்துக்குக் கிடைக்கவேண்டிய எல்லாத் தொகைகளும் சரியான நேரத்தில் கிடைத்தன. அந்நிறுவனம் குறிப்பிடத்தக்க அளவில் லாபம் ஈட்டத் தொடங்கியது.

ஆனால் அதேசமயம், மிகப் பெரிய விநியோக நிறுவனங்களுடன் இணைந்து செயல்படுவதில் இருக்கிற எல்லாச் சிரமங்களையும் அனுபவிக்கத் தொடங்கினார் வால்ட் டிஸ்னி. முன்புபோல், அவர் விருப்பப்படி நிதானமாகப் படங்களை உருவாக்கமுடியவில்லை. விநியோகஸ்தர்கள் எல்லாவற்றுக்கும் ஒரு காலக்கெடு நிர்ணயித்து, இது ஆச்சா, அது ஆச்சா என்று எந்நேரமும் தொல்லைப்படுத்திக்கொண்டிருந்தார்கள்.

ஒருகட்டத்தில், இந்தத் தொடர் தொந்தரவுகள், தொணதொணப்புகளைத் தாங்கமுடியாமல், மிகுந்த

மன அழுத்தத்துக்கு ஆளாகிவிட்டார் வால்ட் டிஸ்னி. தொலைபேசியைக் கையில் எடுத்தால், அவரால் பேசக்கூட முடியவில்லை. அடிக்கடி, யாராலும் கட்டுப்படுத்த முடியாதபடி கதறி அழத் தொடங்கினார்.

போதாக்குறைக்கு, வால்ட் டிஸ்னியின் இல்லற வாழ்க்கையிலும் சில சிரமங்கள் தலைகாட்டின. அவருடைய மனைவி லில்லியன் கருவுற்றார். ஆனால், எதிர்பாராதவிதமாக, அந்தக் கரு கலைந்துவிட்டது. இதே சோகம் இன்னொருமுறையும் தொடர்ந்தபோது, உடலளவிலும் மனத்தளவிலும் மிகத் தளர்ந்துபோனார் அவர்.

குழந்தைகளின்மீது மிகுந்த நேசம் கொண்டவர் வால்ட் டிஸ்னி. குறைந்தபட்சம் பத்துக் குழந்தைகளாவது பெற்றுக்கொள்ளவேண்டும் என்பதுதான் அவருடைய ஆசை. ஆனால் இப்போது, இந்தப் பிரச்னைகளால் தன்னுடைய மனைவியின் உடல்நிலைபற்றிய வேதனையும், தனக்குக் குழந்தைகளே இல்லாமல் போய்விடுமோ என்கிற கவலையும் அவரை வதைத்தது.

இப்படித் தொழில் சார்ந்த கவலைகள், தனிப்பட்ட சோகம் எல்லாமாகச் சேர்ந்துகொண்டு, வால்ட் டிஸ்னியை மொத்தமாக முடக்கிவிட்டது. அவரைப் பரிசோதித்த மருத்துவர்கள், அவருக்கு நல்ல ஓய்வும், கொஞ்சம் உடற்பயிற்சியும் தேவை என்று சிபாரிசு செய்தார்கள்.

பள்ளிப் பருவத்தில், பேப்பர் பையனாக வேலை செய்யத் தொடங்கிய காலத்திலிருந்து, வால்ட் டிஸ்னி நீண்ட விடுமுறையோ, ஓய்வோ எடுத்துக்கொண்டதே இல்லை. ஹாலிவுட் வந்தபிறகு, ஒவ்வொரு நாளும் குறைந்தது பதினான்கு மணி நேரங்களுக்காவது வேலை பார்ப்பார். பதினைந்து வருடங்களுக்குமேல் இப்படித் தொடர்ச்சியாக உழைத்துக்கொண்டிருந்ததுதான், அவருடைய மன அழுத்தத்துக்குக் காரணமாகிவிட்டது.

இப்போது, மருத்துவர்கள் ஆலோசனைப்படி, அனிமேஷன், விநியோகம், காலக்கெடு, லாபம், நஷ்டம் எல்லாவற்றையும் மறந்து, சில வாரங்கள் விடுமுறை எடுத்துக்கொள்ளத் தீர்மானித்தார் வால்ட் டிஸ்னி. இந்த ஓய்வுக் காலத்தில், மன மாறுதலுக்காக, தன் மனைவி லில்லியுடன் கப்பலில் உலகைச் சுற்றி வரத் தொடங்கினார் அவர்.

இந்தப் பயணத்தின்போதுதான், பல வருடங்களுக்குப்பிறகு மீண்டும் நிதானமாக இயற்கையை ரசிக்கத் தொடங்கினார் வால்ட் டிஸ்னி. மீண்டும் சின்னக் குழந்தையாக, மர்சலின் பண்ணைக்கே சென்றுவிட்டதுபோல் உணர்ந்தார் அவர். இதமான சூழ்நிலையும், மனைவியுடன் மனம் விட்டுப் பேசுவதற்கான தனிமையும், பல புதிய நாடுகளைப் பார்க்கும் அனுபவமும் அவர் மனதைக் கொஞ்சம்கொஞ்சமாக இளகச்செய்தது.

உலகப் பயணம் முடிந்து அமெரிக்கா திரும்பியபிறகும்கூட, தமது பழைய நண்பர்களுடன் நேரம் செலவிடுவது, குத்துச்சண்டை, கால்ஃப், போலோ விளையாடப் பழகுவது என்று பணி அழுத்தங்கள் தன்னை பாதிக்காதபடி தனது தினசரி நடவடிக்கைகளை அமைத்துக்கொண்டார் வால்ட் டிஸ்னி.

இந்த மனச் சிகிச்சைகள் அனைத்தும், நல்ல பலனளித்தன. ஒரே ஆண்டுக்குள், மீண்டும் பழைய உற்சாகமான, சுறுசுறுப்பான வால்ட் டிஸ்னியைப் பார்க்கமுடிந்தது. அவரது கார்ட்டூன் கதாபாத்திரங்களைப்போலவே, அமுக்கப்பட்ட இடத்திலிருந்து துள்ளி எழுந்துவிட்டார் மனிதர்.

வால்ட் டிஸ்னி முன்புபோல் ஸ்டூடியோவில் கவனம் செலுத்தத் தொடங்கியதும், அவரது அனிமேஷன் கலைஞர்களும் உற்சாகமாகிவிட்டார்கள். அப்போது, வண்ணத் திரைப்படங்களுக்கான தொழில்நுட்பம் அறிமுகமாகியிருந்தது. புதிய சவால்களை எப்போதும் விரும்பும் வால்ட் டிஸ்னி, வண்ணத்தில் அனிமேஷன் படம் எடுப்பதற்கான முயற்சிகளில் இறங்கினார்.

வழக்கம்போல், இதற்கும் 'ஸில்லி ஸிம்ஃபனி' வரிசைதான் களம் அமைத்துக்கொடுத்தது. அந்தத் தொடர்வரிசையில் தயாராகியிருந்த '*Flowers and Trees*' என்ற கறுப்பு வெள்ளை அனிமேஷன் படத்தை எடுத்துக்கொண்டு, அதற்கு வண்ணம் சேர்க்கத் தொடங்கியது வால்ட் டிஸ்னியின் குழு.

ஏற்கெனவே இந்தப் படத்துக்கான தயாரிப்புப் பணிகள் அனைத்தும் முடிவடைந்துவிட்ட சூழ்நிலையில், அதை மீண்டும் கையில் எடுத்துக்கொண்டு வண்ணம் தீட்டுவது வீண் வேலை, அநாவசியச் செலவு என்று வாதாடினார் ராய் டிஸ்னி. ஆனால், அவருடைய பேச்சை யார் கேட்டார்கள்?

1932ம் ஆண்டு வெளிவந்த '*Flowers and Trees*', டிஸ்னி நிறுவனத்தின் சரித்திரத்தில் மிக முக்கியமான மைல் கல் படமாக அமைந்தது. பெரும் வெற்றியடைந்த இந்தப் படம், டிஸ்னிக்குச் சிறந்த கார்ட்டூன் படத்துக்கான ஆஸ்கார் விருதையும் பெற்றுத்தந்தது.

அதே ஆண்டு, இன்னொரு சிறப்பு ஆஸ்கார் விருதையும் பெற்றுக்கொண்டார் வால்ட் டிஸ்னி. மிக்கி மவுஸ் கதாபாத்திரத்தை உருவாக்கியதற்காக வழங்கப்பட்ட கௌரவ விருது அது.

பெருமைக்குரிய இந்த கௌரவ ஆஸ்கார் விருது, அதுவரை இரண்டே நபர்களுக்குதான் வழங்கப்பட்டிருந்தது. வால்ட் டிஸ்னிக்குமுன்பு அந்த விருதைப் பெற்றிருந்தவர், அவரது இளவயதுக் கதாநாயகரான சார்லி சாப்ளின்.

இதே சமயத்தில், வீட்டிலும் நல்ல செய்தி. லில்லியன் டிஸ்னி மீண்டும் கருவுற்றிருந்தார். இதற்காகச் சந்தோஷப்பட்டு முடித்தவுடன், இந்தமுறையாவது எந்தப் பிரச்னையும் இல்லாமல் குழந்தை நல்லபடியாகப் பிறக்கவேண்டுமே என்று பதற்றத்துடன் நகத்தைக் கடிக்க ஆரம்பித்தார் வால்ட் டிஸ்னி.

வால்ட் டிஸ்னியின் 32வது பிறந்த நாள் முடிந்த சில தினங்களுக்குப்பிறகு, 1933ம் ஆண்டு, டிசம்பர் 18ம் தேதி, வால்ட்

டிஸ்னியின் முதல் மகள் பிறந்தாள். அவளுக்கு டயானெ மேரி டிஸ்னி *(Diane Marie Disney)* என்று பெயர் சூட்டப்பட்டது.

டயானெ பிறந்தபோது, வால்ட் டிஸ்னியின் வீடு, அலுவலகம், ஸ்டூடியோ என எல்லா இடங்களிலும் கொண்டாட்டங்கள் அரங்கேறின. சந்தோஷத்தில் திக்குமுக்காடிப்போன டிஸ்னி, தன் மகளுக்காக வீடுமுழுதும் பொம்மைகள், விளையாட்டுப் பொருள்களைக் குவித்தார், அவள்மீது பாசத்தைப் பொழிந்தார், ஆனால், அதீத செல்லத்தில் அவள் கெட்டுவிடக்கூடாதே என்று கவலைப்படலானார். அவளை எப்படி வளர்க்கவேண்டும், எப்படி வளர்க்கக்கூடாது என்றெல்லாம் அவரும் லில்லியும் மணிக்கணக்காகப் பேசித் தீர்த்தார்கள்.

டயானெ பிறந்து நான்கு வருடங்களுக்குப்பிறகு, 1936ம் ஆண்டு டிசம்பர் 21ம் தேதி பிறந்த ஒரு பெண் குழந்தையைத் தத்தெடுத்துக்கொண்டார்கள் வால்ட் - லில்லியன் தம்பதியினர். 1937 ஜனவரியில், இரண்டு வார சிசுவாக டிஸ்னியின் வீட்டுக்குள் வந்த இந்தக் குழந்தைக்கு ஷரோன் மே டிஸ்னி *(Sharon Mae Disney)* என்று பெயர் வைக்கப்பட்டது.

வால்ட் டிஸ்னி தன்னுடைய இரு மகள்களுக்கும் இடையே எப்போதும் எந்தவிதமான வித்தியாசமும் பாவித்ததில்லை. ஷரோன் தத்தெடுக்கப்பட்டவர் என்கிற விஷயத்தைக்கூட, முடிந்தவரை பத்திரிகைகள், பிற ஊடகங்களுக்குத் தெரியாதபடி மறைத்துதான் வைத்திருந்தார்கள். நண்பர்கள், உறவினர்கள் என யாரேனும் அவர்களை வேறுபடுத்திப் பேசினால், வால்ட் டிஸ்னிக்குக் கடும் கோபம் வந்துவிடும்.

‘குழந்தைகளைப் பெற்றுக்கொள்வதற்கு இரண்டு வழிகள் உண்டு’ என்று ஒருமுறை டயானெவிடம் சொன்னார் வால்ட் டிஸ்னி, ‘நாமாகப் பெற்றுக்கொள்வது ஒரு வழி, தத்தெடுப்பது இன்னொரு வழி. நீயும் ஷரோனும் நாங்கள் பெற்றுக்கொண்ட குழந்தைகள். உங்களைப் பெறுவதற்கு நாங்கள் தேர்ந்தெடுத்த வழிதான் வேறு வேறு, மற்றபடி உங்களுக்குள் எந்த வித்தியாசமும் இல்லை’

டயானெ மற்றும் ஷரோன் இருவர்மீதும் உயிரையே வைத்திருந்த வால்ட் டிஸ்னி, அவர்கள்மீது ஊடகங்களின் வெளிச்சம் படாதபடி கவனமாக வளர்ந்தார். தன்னுடைய மகள்களைப்பற்றிய விவரங்கள் வெளியே பரவினால், அதைப் பயன்படுத்திக்கொண்டு யாரேனும் பணத்துக்காக அவர்களைக் கடத்திச்சென்றுவிடுவார்களோ என்று அவருக்குள் ஒரு பயம் எப்போதும் இருந்தது.

பத்து வயதிலிருந்து, முப்பது வயதுவரை ஓய்வில்லாமல் உழைத்த வால்ட் டிஸ்னி, தன்னுடைய குழந்தைகளுக்காகதான் கொஞ்சம் ஓய்வெடுத்துக்கொண்டு, அவர்களுடன் அதிக நேரம் செலவிடத் தொடங்கினார். அவர்கள் சொல்லும் கதைகள், சம்பவங்களைப் பொறுமையுடன் கேட்பது, அவர்களை விளையாட அழைத்துச்செல்வது, அவர்களின் மழலை முயற்சிகளைப் பாராட்டி ஊக்குவிப்பது ஆகியவற்றில் தனது எல்லாக் கவலைகளையும் மறந்தார் வால்ட் டிஸ்னி.

தான் ஒரு பிரபலமான, பிஸியான மனிதர் என்பதை அவர் தன்னுடைய மகள்களிடம் சொன்னதே கிடையாது. அவர்களோடு விளையாடுகையில், அவர் ஒரு சாதாரணத் தந்தை. அவ்வளவுதான்.

குழந்தைகள் பள்ளி செல்லத் தொடங்கியதும், தினந்தோறும் அவர்களை வால்ட் டிஸ்னியேதான் பள்ளிக்கு அழைத்துச் சென்றார். அலுவலகத்தில் எத்தனை வேலை இருந்தாலும், மகள்களின் பள்ளி விழாக்கள், அவர்கள் பங்குபெறும் மற்ற நிகழ்ச்சிகள் என்றால் தவறாமல் ஆஜராகிவிடுவார் அவர்.

ஞாயிற்றுக்கிழமை என்பது, டிஸ்னி குடும்பத்தைப் பொறுத்தவரை, ‘டாடி’ஸ் டே’ (Daddy’s Day). அன்று முழுவதும், தன் மகள்களுக்காக ஒதுக்கிவிடுவார் வால்ட் டிஸ்னி. பூங்காக்கள், ரங்க ராட்டினம் சுற்றுவது, ஸ்டூடியோவை உலா வருவது, மிருகக் காட்சி சாலை, சர்க்கஸ், கண்காட்சிகள், திருவிழாக்கள் என அவர்கள் எங்கே செல்ல விரும்புகிறார்களோ அங்கெல்லாம் அழைத்துச் செல்வார்.

இப்படி மகள்களோடு இருக்கும் பொழுதுகள், முழுக்கமுழுக்க அவர்களுக்கானவை. ஆகவே, அந்த நேரத்தில், அலுவலகத்தைப்பற்றியோ, அரைகுறையாக நிற்கிற அனிமேஷன் படைப்புகளைப்பற்றியோ சிந்திக்கக்கூடாது, கவலைப்படக்கூடாது என்று மனத்துக்குள் ஒரு கண்டிப்பான விதிமுறையை உருவாக்கிப் பின்பற்றிக்கொண்டிருந்தார் வால்ட் டிஸ்னி.

இதனால், 'விளையாடியது போதும், கிளம்புங்கள்' என்று அவர்களை எப்போதும் அவர் அவசரப்படுத்தியதில்லை. மாறாக, எப்போது எங்கே செல்லவேண்டும், எப்போது வீட்டுக்குக் கிளம்பவேண்டும் என்பதையெல்லாம் குழந்தைகள்தான் தீர்மானித்தார்கள். அவர்கள் செல்லுமிடங்களிலெல்லாம், தானும் ஒரு குழந்தையாக மாறி, அவர்களோடு உற்சாகமாக விளையாடிக்கொண்டிருந்தார் வால்ட் டிஸ்னி.

பின்னர் டயானே, ஷரோன் இருவரும் விளையாட்டுப் பருவத்தைக் கடந்தபிறகு, அதற்காக அதிகம் வருத்தப்பட்டவர் வால்ட் டிஸ்னியாகதான் இருக்கும். இப்போது அவருடன் விளையாடுவதற்கும் யாரும் துணை இல்லையே!

வால்ட் டிஸ்னியின் மகள்கள் இருவருக்கும் திருமணமாகி, பேரப் பிள்ளைகள் பிறந்தபோதுதான், அவருடைய முகத்தில் மீண்டும் அதே பழைய உற்சாகச் சிரிப்பைப் பார்க்கமுடிந்தது. இப்போது அவருக்கு நிறைய ஓய்வு இருந்ததால், பேரன், பேத்திகளுடன் ஆனந்தமாக நேரம் செலவிடமுடிந்தது.

தான் எப்போதும், ஒரு சின்னக் குழந்தையின் கோணத்திலிருந்துதான் உலகைப் பார்ப்பதாக வால்ட் டிஸ்னி அடிக்கடி சொல்வதுண்டு. அதனால்தானோ என்னவோ, அவருடைய வாழ்நாள் முழுவதும், குழந்தைகள்தான் அவரது உற்ற தோழர்களாக இருந்தார்கள். அவரும் குழந்தைகளை நன்கு புரிந்துவைத்துக்கொண்டு, அவர்களுக்குப் பிடிக்கும்படியான படைப்புகளையே உருவாக்கினார்.

ஆனால், வால்ட் டிஸ்னியின் இந்தச் சிந்தனைகள் எப்போதும் மற்ற ‘பெரிய’வர்களுக்குப் புரிய மறுத்ததுதான் விநோதம். குழந்தைகளால் உற்சாகமாக வரவேற்கப்பட்ட பல சிறப்பான யோசனைகளை அவர் சிந்தித்துச் செயல்படுத்தியிருக்கிறார். ஆனால், அந்த யோசனைகளையெல்லாம் அவர் முதன்முறையாக முன்வைத்தபோதெல்லாம், மற்றவர்கள் யாருக்கும் அது புரியவில்லை. இதெல்லாம் யதார்த்தத்துக்குச் சரிப்படாது என்று சொல்லி, அவற்றை நிராகரிக்க முயன்றார்கள்.

உதாரணமாக, டயானெவுக்கு இரண்டு வயது நெருங்கிக் கொண்டிருந்தபோது, வால்ட் டிஸ்னிக்கு ஒரு புதுமையான அனிமேஷன் படத்துக்கான யோசனை தோன்றியது. அதை அவர் உற்சாகமாக அறிவித்தபோது, சுற்றியிருந்தவர்கள் எல்லோரும் அதிர்ச்சியில் உறைந்துபோய்விட்டார்கள்.

12. பனி வெள்ளை அழகி

உலகம்முழுவதும், தேவதைக் கதைகளைக் கேட்டுப் பழகிய குழந்தைகளுக்கு ஸ்னோ வொய்ட் *(Snow White)* என்ற அழகான இளவரசியை நிச்சயமாகத் தெரிந்திருக்கும்.

ஸ்னோ வொய்ட் மற்றும் அவளது தோழர்களான ஏழு குள்ளர்களின் கதை, பல நாடுகளில், பல கலாசாரங்களில் வெவ்வேறு விதமாகச் சொல்லப்படுகிறது. இவற்றுள் பொதுவாக அறியப்படும் வடிவம், பிரதர்ஸ் கிரிம் *(Brothers Grimm)* திரட்டியது.

பனிபோன்ற வெண்மை அழகைக் கொண்டவள் ஸ்னோ வொய்ட். ஆனால், அவள் வாழ்வில் பெரிய சோகம், அவள் பிறந்ததும், அவளுடைய தாய் இறந்துவிடுகிறார். தந்தை இன்னொரு திருமணம் செய்துகொள்கிறார்.

புதிதாக வந்த சித்தியிடம், எல்லாம் தெரிந்த ஒரு கண்ணாடி இருக்கிறது. தினந்தோறும் அதைப் பார்த்து, 'இந்த உலகிலேயே மிகச் சிறந்த அழகி யார்?', என்று கேட்பது அவருடைய வழக்கம். இந்தக் கேள்விக்கு, 'நீங்கள்தான் உலக அழகி' என்று அந்தக் கண்ணாடி பதில் சொல்லும்.

ஆனால், ஸ்னோ வொய்ட்க்கு ஏழு வயதானதிலிருந்து, அந்தக் கண்ணாடி, 'ஸ்னோ வொய்ட்தான் உலகிலேயே மிக அழகான பெண்' என்று அறிவித்துவிடுகிறது. இதனால், சித்திக்கு ஸ்னோ வொய்ட்மீது பொறாமை.

எப்படியாவது ஸ்னோ வொய்ட்டை அழித்துவிடவேண்டும், அப்போதுதான் தனக்கு மீண்டும் உலக அழகிப் பட்டம் கிடைக்கும் என்று முடிவுகட்டும் அவர், ஒரு வேட்டைக்காரரை அழைத்து, ஸ்னோ வொய்ட்டைக் கொன்றுவிடுமாறு ஆணையிடுகிறார்.

அந்த வேட்டைக்காரர், ஸ்னோ வொய்ட்டைக் காட்டினுள் அழைத்துச் செல்கிறார். ஆனால், ஒரு பாவமும் அறியாத அந்தச் சிறுமியைக் கொல்ல அவருக்கு மனம் வரவில்லை. ஆகவே, அவளை உயிரோடு தப்பிக்கவிடுகிறார். அவள் ஏழு குள்ளர்களின் குடிசையில் தஞ்சம் அடைகிறாள். அவர்களுக்குச் சிறந்த தோழியாக அன்போடு நடந்துகொள்கிறாள்.

அதன்பிறகு, இந்த விஷயம் சித்திக்குத் தெரியவருகிறது. இந்த வேலைக்கு மற்றவர்களை நம்பிப் புண்ணியம் இல்லை என்று அவர் தானே ஸ்னோ வொய்ட்டைக் கொல்வதற்குக் கிளம்புகிறார். மாறுவேடத்தில் வந்து அவர் தருகிற விஷ ஆப்பிளைத் தின்று ஸ்னோ வொய்ட் மயக்கமடைகிறாள்.

ஸ்னோ வொய்ட்டின் சித்தி உள்பட எல்லோரும், அவள் இறந்துவிட்டதாகத்தான் நினைக்கிறார்கள். ஆனால் உண்மையில், அவள் உயிரோடுதான் இருக்கிறாள். ஒரு ராஜகுமாரன் வந்து அவளை உயிர்ப்பித்துத் திருமணம் செய்துகொள்கிறான்.

இந்தக் கதைமுழுவதையும் வால்ட் டிஸ்னி பொறுமையாகச் சொல்லிமுடித்தபோது, அவருடைய அனிமேஷன் குழுவினர் அவரை விநோதமாகப் பார்த்தார்கள். இது எல்லோருக்கும் தெரிந்த கதைதானே? இதை எதற்காக நம்மிடம் சொல்கிறார் டிஸ்னி? ஒருவேளை, இது அலுவலகம் என்பதை மறந்து, வீட்டில் குழந்தைக்குக் கதை சொல்கிற ஞாபகத்தில் பேசிக்கொண்டிருக்கிறாரோ?

அவர்களுடைய குழப்பத்தைப் புரிந்துகொண்டதுபோல் சிரித்தார் வால்ட் டிஸ்னி, 'விஷயம் இதுதான் நண்பர்களே, ஸ்னோ வொய்ட் கதையை நாம் அனிமேஷன் படமாக எடுக்கப்போகிறோம்'

இதைக் கேட்டதும், அங்கிருந்தவர்களின் குழப்பம் மேலும் அதிகமாகிவிட்டது. பொதுவாக கார்ட்டூன் படங்களுக்குக் கிடைக்கிற ஆறு அல்லது ஏழு நிமிடங்களுக்குள், இத்தனை பெரிய கதையை எப்படிச் சொல்லிமுடிப்பது?

அவர்களுடைய இந்தக் குழப்பத்தையும் வால்ட் டிஸ்னி தெளிவுபடுத்தினார், 'நாம் எடுக்கப்போவது, ஒரு ரீல் அனிமேஷன் அல்ல. மற்ற திரைப்படங்களைப்போலவே, இது முழு நீள அனிமேஷன் படம்!'

முழு நீள அனிமேஷன் படம். அங்கிருந்த பலர் இப்போதுதான் இந்த வார்த்தையைக் கேள்விப்படுகிறார்கள். முழு நீளம் என்றால் எத்தனை ரீல், எவ்வளவு நேரம் ஓடும், அதைத் தயாரிப்பதற்கு எவ்வளவு நாளாகும் என்றெல்லாம் மனத்துக்குள் கணக்குப் போட்டுப்பார்த்தார்கள். ஆனால், யாருக்கும் எதுவும் சரியாகப் பிடிபடவில்லை.

ஆனால், வால்ட் டிஸ்னி தன்னுடைய முடிவில் உறுதியாக இருந்தார். ஸ்னோ வொய்ட் கதையை முழு நீள அனிமேஷன் படமாகத் தயாரித்தாகவேண்டும். இந்தத் துறையில் டிஸ்னி நிறுவனத்தின் அடுத்த பாய்ச்சல் அதுதான்.

வால்ட் டிஸ்னியின் மனைவி லில்லியன், அண்ணன் ராய் இருவருக்குமே, அவருடைய இந்த முயற்சி பிடிக்கவில்லை. மிக்கி மற்றும் ஸில்லி ஸிம்ஃபனி வரிசைகள் இரண்டுமே சிறப்பாகச் சென்றுகொண்டிருக்கும்போது, அநாவசியமாக இப்படி ஒரு புது முயற்சி அவசியமா என்று அவர்கள் வால்ட் டிஸ்னியின் மனத்தை மாற்ற முயன்றார்கள்.

முழு நீள அனிமேஷன் படம் என்றால், அதற்கு நிறைய பணம், நேரம் செலவாகும். அந்தப் படம் சரியாக ஓடாவிட்டால்,

மொத்தத்தையும் இழக்கவேண்டியதுதான். இதற்குமுன் இப்படி முழு நீள அனிமேஷன் படங்களை எடுக்க முயன்றவர்கள் யாரும், பெரிய வெற்றியைச் சம்பாதித்துவிடவில்லை என்பதைச் சுட்டிக்காட்டினார் ராய் டிஸ்னி.

ஆனால், இதுபோன்ற பழைய கணக்குகளில் வால்ட் டிஸ்னிக்கு ஆர்வம் இல்லை. அரை மில்லியன் டாலர்கள் செலவில் ஸ்னோ வொய்ட் கதையைப் பிரமாதமான அனிமேஷன் திரைப்படமாக எடுக்கப்போகிறேன் என்று பகிரங்கமாக அறிவித்துவிட்டார்.

இந்தத் தகவல் வெளியானதும், டிஸ்னியின் நண்பர்கள், போட்டியாளர்கள் என எல்லோரும் வியப்பில் வாயைப் பிளந்துவிட்டார்கள். அரை மில்லியன் செலவழித்து கார்ட்டூன் படமா? வால்ட் டிஸ்னிக்கு என்ன பைத்தியம் பிடித்துவிட்டதா?

ஸ்னோ வொய்ட் கதை சுவாரஸ்யமானதுதான். ஆனால், கிட்டத்தட்ட ஒன்றரை மணி நேரத்துக்கு ஒரு கார்ட்டூன் படத்தில் மக்களை உட்காரவைக்கமுடியுமா? அத்தனை நேரம் அனிமேஷனைப் பார்த்துக்கொண்டிருந்தால், அவர்களுக்குக் கண் வலிக்காதா? ஒருவேளை அப்படியே பார்த்தாலும், தங்கள்முன் அசைபவை வெறும் ஓவியங்கள்தான் என்பது அவர்களுக்குத் தெரியாதா? பிறகு எப்படி அவர்களால் படத்தோடு ஒன்றமுடியும்?

இப்படி அர்த்தமுள்ள, அர்த்தமற்ற ஏராளமான கேள்விகள் வால்ட் டிஸ்னியைச் சுற்றிவந்தன. எல்லாவற்றையும் ஒரு சின்னச் சிரிப்போடு ஒதுக்கித்தள்ளிவிட்டு, புதுப் படத்துக்கான வேலைகளில் கவனம் செலுத்தத் தொடங்கினார் அவர்.

ஏனெனில், முழு நீள அனிமேஷன் படம் ஒன்றை உருவாக்கவேண்டும் என்பது, வால்ட் டிஸ்னி திடுதிப்பென்று எடுத்த முடிவல்ல. நிதானமாக யோசித்து, பல விஷயங்களைப்பற்றிச் சிந்தித்தபிறகே இந்தத் தீர்மானத்துக்கு வந்திருந்தார் அவர்.

ஒரு ரீல் கார்ட்டூன் படங்களை எடுப்பதற்கான செலவு கொஞ்சம்கொஞ்சமாக அதிகரித்துக்கொண்டே இருக்கிறது. இத்தனை செலவு செய்து ஒரு படத்தை வெளியிட்டபிறகு, அதற்குச் சரியான வரவேற்பு இல்லாவிட்டால், நஷ்டம் நிச்சயமாகிறது. இந்தத் துறையில் போட்டியும் நாளுக்கு நாள் கூடிக்கொண்டிருக்கிறது.

தவிர, இப்போதெல்லாம் திரையரங்குகளில் வெளியாகும் முக்கியப் படங்களின் நீளம் அதிகமாகிவிட்டது. இதனால், அவர்கள் அனிமேஷன் குறும்படங்களைத் திரையிடுவதற்கு நேரமே இல்லை. பெரும்பாலான தியேட்டர்களில், கார்ட்டூன்கள் இல்லாமல், நேரடிப் படத்துக்குப் போய்விடுகிறார்கள்.

இதையெல்லாம் யோசிக்கிறபோது, 'ஷார்ட்ஸ்' *(Shorts)* என்று செல்லமாக அழைக்கப்படும் ஒரு ரீல் அனிமேஷன் படங்களுக்கான சந்தை, சீக்கிரத்தில் சுருங்கிப்போய்விடும். டிஸ்னியைப்போல் அனிமேஷன் குறும்படங்களை மட்டுமே நம்பியிருக்கிற நிறுவனங்கள், இப்போதே அதற்குத் தயாராகிக்கொள்வது நல்லது.

இப்படிச் சிந்தித்த வால்ட் டிஸ்னி, குறும்படங்கள் என்கிற சிறு வட்டத்திலிருந்து வெளியேறி, முழு நீள அனிமேஷன் படங்களைத் தயாரிக்கத் தொடங்கவேண்டும் என்று தீர்மானித்தார். இதற்காக, மக்களுக்குப் பிடிக்கக்கூடிய, திருப்பங்கள் நிறைந்த, சுவாரஸ்யமான ஸ்னோ வொய்ட் கதையைத் தேர்ந்தெடுத்தார் அவர்.

ஆனால், என்னதான் கதை சிறப்பாக இருந்தாலும், அத்தனை நேரம் மக்களுடைய ஆர்வத்தைத் தக்கவைத்துக்கொள்ள வேண்டுமானால், படத்தின் திரைக்கதை விறுவிறுப்பாக இருக்கவேண்டும். காட்சியமைப்புகள், அனிமேஷன் உத்திகள் என எல்லாவற்றிலும் அழகும் புதுமையும் கொஞ்சவேண்டும்.

இதற்காக, தன்னுடைய குழுவினரை முழு வேகத்தில் முடுக்கி விட்டார் வால்ட் டிஸ்னி. அப்போது தயாராகிக்கொண்டிருந்த

எல்லா ‘ஸில்லி ஸிம்ஃபனி’ வரிசைக் கார்ட்டூன்களையும், ஸ்னோ வொய்ட் குழுவினர் பல்வேறு உத்திகளைப் பயன்படுத்திப் பழகுவதற்குப் பயன்படுத்திக்கொண்டார்கள்.

இந்த விஷயத்தில் வால்ட் டிஸ்னி உறுதியோடு இருக்கிறார், நிஜமாகவே இப்படி ஒரு படத்தை எடுக்கப்போகிறார் என்று தெரிந்ததும், வெளியிலிருக்கும் கூட்டம் இந்தப் படத்துக்கு ஒரு செல்லப் பெயர் சூட்டிவிட்டது, ‘டிஸ்னியின் முட்டாள்தனம்’.

பிறகென்ன? அமெரிக்கா பொருளாதாரச் சரிவிலிருந்து இன்னும் மீளவில்லை. மக்கள் கால் காசு செலவழிப்பதானாலும் கவனமாக கணக்குப்பார்க்கிறார்கள். இந்தச் சூழ்நிலையில், அரை மில்லியன் டாலர்கள் செலவில் கார்ட்டூன் படமெடுப்பது முட்டாள்தனமல்லாமல் வேறு என்ன?

வழக்கம்போல், இதுபோன்ற விமர்சனங்கள் வால்ட் டிஸ்னியின் தீர்மானத்தை மாற்றவில்லை. ஆனால், தன்னுடைய ஊழியர்கள் இதை நினைத்து கவலைப்படக்கூடாது என்பதற்காக, ஒரு நாள் மாலை, மொத்தப் படத்தையும் அவரே நடித்துக் காண்பித்தார்.

வால்ட் டிஸ்னியே ஸ்னோ வொய்ட் உள்ளிட்ட எல்லாப் பாத்திரங்களாகவும் மாறி, வசனங்களை உணர்ச்சிமயமாகப் பேசி, அவரது கற்பனையில் இருக்கும் முழுப் படத்தை அவர்களுடைய கண்முன்னே விரித்துக் காண்பித்தபோது, அதைப் பார்த்தவர்கள் எல்லோரும் வியப்பில் ஆழ்ந்தார்கள். நாம் ஒரு மிகச் சிறந்த காவியத்தை உருவாக்கப்போகிறோம் என்கிற தெம்பு அவர்களுக்குப் பிறந்தது.

அதன்பிறகு, ஸ்னோ வொய்ட் படம் வேண்டுமா, வேண்டாமா என்பதுபற்றி டிஸ்னி நிறுவனத்துக்குள் எந்தச் சந்தேகமும் எழவில்லை. ராய்மட்டும்தான் அவ்வப்போது செலவுபற்றிப் புலம்பிக்கொண்டிருந்தார். மற்றவர்கள் எல்லோரும் சுறுசுறுப்பாகப் பட வேலைகளில் இறங்கியிருந்தார்கள்.

இந்த முழு நீள அனிமேஷன் படத்துக்கான பணிகள் தொடங்கியதும், செலவு மளமளவென்று அதிகரித்தது.

இதனால், ஒருகட்டத்தில் டிஸ்னி நிறுவனத்தின் வங்கிக் கணக்கு மொத்தமும் வறண்டுபோய்விட்டது.

அதற்காகப் படத்தைப் பாதியில் நிறுத்திவிடமுடியுமா? வங்கியில் கடன் பெற்றுப் படத்தை எடுத்து முடிப்பது என்று தீர்மானித்தார் வால்ட் டிஸ்னி. இதற்காக 'பேங்க் ஆஃப் அமெரிக்கா' *(Bank Of America)* அலுவலர்களைச் சந்தித்த அவர், ஸ்னோ வொய்ட் கதையை விரிவாகச் சொல்லி, அதுவரை எடுத்த காட்சிகளையும் திரையிட்டுக் காண்பித்தார்.

நல்லவேளையாக, மற்றவர்களைப்போல் வங்கி அலுவலர்கள் டிஸ்னியின் இந்தத் திட்டத்தை முட்டாள்தனமாக நினைக்கவில்லை. காவியத்தன்மை கொண்ட, மொத்த உலகத்துக்கும் பொருந்தக்கூடிய இந்தக் கதையை அனிமேஷன் படமாக எடுத்தால், எல்லா நாடுகளிலும் அது நல்ல வரவேற்பைப் பெறும், நன்கு பணம் சம்பாதிக்கும் என்கிற நம்பிக்கையில் டிஸ்னி நிறுவனத்துக்குப் பெருந்தொகையைக் கடனாகத் தர முன்வந்தது அந்த அமெரிக்க வங்கி.

இதையடுத்து, செலவைப்பற்றிக் கவலைப்படாமல், ஸ்னோ வொய்ட்டை இழைத்து இழைத்து உருவாக்கலானார் வால்ட் டிஸ்னி. சுமார் இரண்டரை லட்சம் ஓவியங்களைக் கொண்ட அந்தப் படத்தின் ஒவ்வொரு துணுக்கும், வால்ட் டிஸ்னியின் நெருப்புப் பார்வையிலிருந்து தப்பவில்லை. ஏதேனும் தவறாகத் தோன்றினால், தயக்கமே இல்லாமல், 'மீண்டும் ஓவியம் வரையுங்கள்' என்று சொல்லிவிடுவார் அவர்.

பொதுவாகவே, அனிமேஷன் படங்களில் நாய், பூனை, எலி, ஓநாய், குதிரைகள் போன்ற பிராணிகளைதான் அதிகம் பார்க்கிறோம், மனிதக் கதாபாத்திரங்கள் மிகக் குறைவாகவே இருக்கும். ஏன்?

மனித உருவத்தை அனிமேஷன் செய்வது மிகச் சிரமம். ஒரு மிருகம் மனிதன்போல் நடந்துகொள்வது வெறும் கற்பனைதான். ஆகவே, அந்த அனிமேஷன் பாத்திரம் ஏதேனும்

தவறாகச் செய்தால்கூட நமக்குத் தெரிகிற வாய்ப்பு இல்லை. ஆனால், ஒரு நிஜமான மனிதன் அனிமேஷன் பாத்திரமாகத் தோன்றும்போது, ஏதேனும் பிசிறு நேர்ந்துவிட்டால் ‘இந்தக் கை இப்படி அசையாதே’, என்று சாதாரண ரசிகர்கள்கூட கண்டுபிடித்துவிட்டார்கள்.

இதனால்தான், பெரும்பாலான அனிமேஷன் கதைகள் மிருகங்கள் அல்லது வேற்று கிரக ஜந்துக்களை அடிப்படையாக வைத்து எடுக்கப்படுகின்றன. முடிந்தவரை, நிஜ மனிதர்களை அனிமேஷன் செய்வதைத் தவிர்த்துவிடுவார்கள்.

ஆனால், ஸ்னோ வொய்ட் விஷயத்தில் வால்ட் டிஸ்னி அப்படிச் செய்யமுடியாது. கதாநாயகி, கதாநாயகன், வில்லி என்று முக்கியக் கதாபாத்திரங்கள் எல்லாமே நிஜ மனிதர்கள். போதாக்குறைக்கு, கதாநாயகிக்கு உதவியாக ஏழு குள்ளர்கள் வேறு. இத்தனை பேரையும் மக்கள் ஏற்றுக்கொள்ளும்படி பொருத்தமாக அனிமேஷன் செய்து காண்பிப்பது சாதாரண விஷயமில்லை.

இந்தச் சவாலை விரும்பி ஏற்றுக்கொண்ட வால்ட் டிஸ்னி, ஸ்னோ வொய்ட் திரைப்படத்தில் வரும் எல்லா மனிதக் கதாபாத்திரங்களையும் மிகச் சிறப்பானவகையில் உருவாக்கிக்காட்டினார். சும்மா திரையில் வந்துபோகிற ஓவியங்களாக இல்லாமல், ஒவ்வொரு பாத்திரமும் தன்னளவில் ஒரு தனி ஆளுமையாகவே *(Personality)* தோன்றும்படி கவனமாகச் செய்திருந்தார் அவர்.

விறுவிறுப்பான திரைக்கதை, பார்வையாளரை அடிக்க வராத மென்மையான வண்ணங்கள், எளிமையான வசனங்கள், இனிய பாடல்கள், பின்னணி இசை என்று எல்லாவிதங்களிலும் ஸ்னோ வொய்ட் திரைப்படம் அற்புதமாக அமைந்திருந்தது. சுமார் மூன்று வருட உழைப்பில் தயாரான அந்தப் படம், திரையில் வெளியாவதற்குமுன்பே, ‘க்ளாசிக்’ எனப்படும் காலத்தால் அழியாத படைப்பாக உருவாகிவிட்டது.

ஆனால், இத்தனையும் சும்மா வருமா? ஆரம்பத்தில் அரை மில்லியன் டாலர் செலவு என்று வால்ட் டிஸ்னி அறிவித்திருந்தார். ஆனால், படம் முடிவடைந்தபோது, அதைப்போல் மூன்று மடங்கு, ஒன்றரை மில்லியன் டாலர்களுக்குமேல் செலவாகிவிட்டது.

இதனால், படம் வெளியாகத் தயாரானபோது, டிஸ்னி நிறுவனம் மிகப் பெரிய கடன் சுமையைத் தாங்கிக்கொண்டிருந்தது. இந்தப் படம் மாபெரும் வெற்றி அடைந்தாகவேண்டும், இல்லையென்றால் கடனைத் திருப்பிச் செலுத்தமுடியாமல் அந்நிறுவனம் மூழ்கவேண்டியதுதான் என்கிற நிலைமை.

எப்போதும்போல், வால்ட் டிஸ்னி தன்னுடைய படைப்பில் மிகுந்த நம்பிக்கையோடு இருந்தார். ஆனால், ராய் டிஸ்னி உள்ளிட்ட மற்றவர்கள், முழு நீள அனிமேஷன் படத்தை மக்கள் பார்க்க வருவார்களா, அவர்களுக்குப் பிடிக்குமா, போதுமான வசூல், வெற்றி கிடைக்குமா, மூச்சுமுட்டும் கடனை ஒழுங்காக அடைக்கமுடியுமா என்றெல்லாம் கவலைப்படத் தொடங்கியிருந்தார்கள்.

‘ஸ்னோ வொய்ட்’ படம் வெளியாவதற்குமுன்பு, சில முக்கியப் பிரமுகர்களுக்கு மட்டும் சிறப்புக் காட்சியாகத் திரையிட்டுக் காண்பிக்கப்பட்டது. அதிலேயே, அந்தப் படத்தின் வெற்றி உறுதியாகிவிட்டது.

படத்தின் இறுதிப் பகுதியில், ஸ்னோ வொய்ட் மயங்கிக் கிடக்கிறாள். அவள் இறந்துவிட்டாள் என்று முடிவுகட்டும் குள்ளர்கள், அவளை ஒரு சவப்பெட்டியில் வைக்கிறார்கள். அந்தக் காட்சியில் வந்திருந்த பிரமுகர்களில் பலர் உணர்ச்சிவயப்பட்டு கண்களைத் துடைத்துக்கொண்டார்கள். ஸ்னோ வொய்ட் என்பவள் வெறும் ஓவியமாகமட்டும் இல்லாமல், பார்வையாளர்கள் எல்லோருடைய மனத்திலும் நின்றுவிட்டாள்.

அதுதான் வால்ட் டிஸ்னியின் சாமர்த்தியம். எவ்வளவு

பெரிய கதையை எடுத்துக்கொண்டாலும், அதில் எத்தனை பாத்திரங்கள் இருந்தாலும், அவற்றை வெற்று ஓவியங்களாக அமைக்காமல், நிஜமாக நம்முன்னே தோன்றி, நம்முடன் பழகக்கூடிய பாத்திரங்களாகச் செய்துவிட்டால், மக்கள் அந்தப் படத்தைக் கண்டிப்பாக ரசிப்பார்கள் என்பது அவருடைய நம்பிக்கை. அது கண்முன்னே நிஜமாகிக்கொண்டிருந்தது.

1934ல் தொடங்கப்பட்ட 'ஸ்னோ வொய்ட் & 7 குள்ளர்கள்' (Snow White & The 7 Dwarfs) திரைப்படம், 1937ம் ஆண்டு டிசம்பர் 21ம் தேதி, வால்ட் டிஸ்னியின் இரண்டாவது மகள் ஷரோன் பிறந்த தினத்தன்று வெளியானது.

ஹாலிவுட் வரலாற்றில் அதுவரை எந்தப் படத்துக்கும் கிடைத்திராத வரவேற்பை ஸ்னோ வொய்ட் அள்ளிக்கொண்டாள். நிஜ மனிதர்கள், சூப்பர் ஸ்டார்கள் நடித்த படங்களைக் காட்டிலும், இந்த அனிமேஷன் திரைப்படத்துக்குக் கூட்டம் குவிவது எல்லோருக்கும் ஆச்சர்யமாக இருந்தது.

ஆனால், ஸ்னோ வொய்ட் படத்தை ஒருமுறை பார்த்துவிட்டவர்களுக்கு, அந்த ஆச்சர்யமெல்லாம் கரைந்துபோய், வியப்பும் மலைப்பும்தான் மிஞ்சி நின்றது. படம்பற்றி வெளியான விமர்சனங்கள் ஒவ்வொன்றும், ஒரே விஷயத்தைதான் வெவ்வேறு வார்த்தைகளில் திரும்பத் திரும்ப சொல்லின, 'இதுபோல் ஒருபடம், இதுவரை வந்ததில்லை, இனிமேலும் வருமா என்பது சந்தேகம்தான்.'

இந்தப் படத்தை 'டிஸ்னியின் முட்டாள்தனம்' என்று வர்ணித்தவர்கள், இப்போது போன இடம் தெரியவில்லை. இன்றுவரை, வால்ட் டிஸ்னியின் ஸ்னோ வொய்ட் அனிமேஷன், பிரம்மாண்டமான ஒரு படத்தை, ரசிகர்களிடமிருந்து அன்னியப்பட்டுவிடாதவிதத்தில் எப்படித் தரவேண்டும் என்பதற்கு ஒரு பாடமாகவே மதிக்கப்படுகிறது. அநாவசியமாக எந்த அதிமேதாவித்தனத்தையும் வெளிப்படுத்தாமல், எளிமையாக, மிக நேரடியாக ஒரு கதையைச் சொல்லவேண்டியவிதத்தில் சொன்னால், அது மிகப் பெரிய வெற்றியடையும் என்கிற வால்ட்

டிஸ்னியின் நம்பிக்கையை, ஸ்னோ வொய்ட் உறுதிப்படுத்தியது.

ஒன்றரை மில்லியன் டாலர்கள் செலவில் தயாரிக்கப்பட்ட ஸ்னோ வொய்ட் திரைப்படம், முதல் வெளியீட்டில் எட்டு மில்லியன் டாலர்களுக்குமேல் சம்பாதித்தது. எல்லாக் கடன்களையும் வட்டியோடு திருப்பிச் செலுத்தியபிறகும், டிஸ்னி நிறுவனத்துக்கு நல்ல லாபம்.

உலகெங்கும், அதுவரை கார்ட்டூன் பார்க்காதவர்களைக்கூடத் தன்னுடைய ரசிகர்களாக்கிக்கொண்டுவிட்ட 'ஸ்னோ வொய்ட்' திரைப்படத்துக்கு, அடுத்த வருடம் சிறப்பு ஆஸ்கார் விருது கிடைத்தது. ஸ்னோ வொய்ட்க்கு ஒரு பெரிய ஆஸ்கார், கூடவே, அவளுடைய தோழர்களான ஏழு குள்ளர்களுக்கும் ஆளுக்கு ஒரு குட்டி ஆஸ்கார்கள் என்று வாங்கினார் வால்ட் டிஸ்னி.

ஸ்னோ வொய்ட் திரைப்படத்தில் சம்பாதித்த பணத்தைக்கொண்டுதான், டிஸ்னி நிறுவனம் தனக்கென்று புதிய ஸ்டூடியோ கட்டிக்கொண்டது. பர்பேங்க் *(Burbank)* பகுதியில் மூன்று மில்லியன் டாலர்கள் செலவில் கட்டப்பட்ட இந்த ஸ்டூடியோ, முழுக்கமுழுக்க வால்ட் டிஸ்னியின் தனி கவனத்தோடு வடிவமைக்கப்பட்டது.

1939ம் ஆண்டு டிசம்பர் 24ம் தேதி திறக்கப்பட்ட இந்தப் புதிய ஸ்டூடியோவில், டிஸ்னி ஊழியர்கள் வேலை பார்ப்பதற்கான அலுவல் அறைகள் மட்டுமின்றி, அவர்கள் ஓய்வெடுப்பதற்கு, போரடித்தால் சின்னதாக உலாச் சென்றுவருவதற்கு, விளையாடுவதற்கு என்று எல்லா சவுகர்யங்களும் இருந்தன. குளிர்பதனம், உணவகங்கள் என்று தொடங்கி, அவர்களுக்கு எல்லா வசதிகளும் கைக்கெட்டும் தூரத்தில் கிடைக்கும்படி செய்தார் வால்ட் டிஸ்னி.

இப்படியாக, ஸ்னோ வொய்ட் திரைப்படம், டிஸ்னி நிறுவனத்தை இன்னொரு தளத்துக்குக் கொண்டுசென்றுவிட்டது. அதன் ஊழியர்கள் எண்ணிக்கை கொஞ்சம்கொஞ்சமாக அதிகரித்து, ஆயிரத்தைத் தொட்டுவிட்டது. கதையாசிரியர்கள்,

ஓவியர்கள், அனிமேஷன் கலைஞர்கள், இசை வல்லுனர்கள், தொழில்நுட்பக் கலைஞர்கள் என்று டிஸ்னியின் சாம்ராஜ்யம் மிகப் பெரிதாக விரிவடைந்திருந்தது.

இதனிடையே, டிஸ்னியின் பிரதான கதாபாத்திரமான மிக்கிக்கு, ஏகப்பட்ட தோழர்கள் கிடைத்திருந்தார்கள். முதல் படத்திலேயே மிக்கியுடன் இணை சேர்ந்துவிட்ட மின்னி எலியைத்தவிர, 1930ல் அறிமுகப்படுத்தப்பட்ட ப்ளூட்டோ (Pluto) மற்றும் 1932ல் அறிமுகமான கூஃபி (Goofy) ஆகிய அல்சேஷன், மன்னிக்கவும், அனிமேஷன் நாய்த் தோழர்கள், 1934ல் தோன்றிய டொனால்ட் (Donald) வாத்து ஆகியோர், மிக்கிக்கு இணையான புகழைப் பெறத் தொடங்கியிருந்தார்கள்.

சொல்லப்போனால், ஒருகட்டத்துக்குப் பிறகு, மிக்கியைக் காட்டிலும், டொனால்ட், கூஃபி ஆகியோரை மையமாக வைத்து நிறைய படங்களை உருவாக்கத் தொடங்கியிருந்தது டிஸ்னி நிறுவனம்.

இதற்குச் சாட்சியமாக, ஒரு சின்னக் கணக்கு.

1940ம் ஆண்டுக்கு முந்தைய பத்து வருடங்களில், மிக்கியைக் கதாநாயகனாகக் கொண்டு எண்பதுக்கும் மேற்பட்ட படங்களைத் தயாரித்திருந்தது டிஸ்னி நிறுவனம். சராசரியாகப் பதினைந்து நாள்களுக்கு ஒரு மிக்கி படம் வெளிவந்து, வசூலை அள்ளிக்கொண்டிருந்த காலகட்டம் அது.

ஆனால், அதன்பிறகு, 1941முதல், 1965வரையிலான இருபத்தைந்து ஆண்டுகளில், வெறும் பதினான்கு மிக்கி படங்கள்தான் வந்திருந்தன. சராசரியாக, இரண்டு வருடங்களுக்கு ஒரு படம். அவ்வளவுதான், அவ்வளவேதான்.

இதே இருபத்தைந்து வருடங்களில், டிஸ்னி நிறுவனம் டொனால்ட் வாத்தை முக்கியக் கதாபாத்திரமாகக் கொண்டு நூறுக்கும் மேற்பட்ட படங்களை உருவாக்கியிருந்தது, கூஃபிகூட கிட்டத்தட்ட ஐம்பது படங்களில் நடித்துவிட்டது. ஆனால், மிக்கியின் ஸ்கோர்மட்டும், வெறும் பதினான்கு.

இது ஏன்? யாரேனும் மிக்கியைப்போன்ற ஒரு சூப்பர் ஸ்டார் கதாபாத்திரத்தை முடக்கி ஓரமாக உட்காரவைப்பார்களா?

இப்போது கேட்பதற்கு விநோதமாகதான் இருக்கிறது. ஆனால், உண்மையில் அதுதான் அப்போது நடந்தது. படம் தவறாமல் பொன்முட்டையிட்டுக்கொண்டிருந்த மிக்கிக்குக் கட்டாய ஓய்வு கொடுத்துவிட்டு, அந்த வரிசையைச் சேர்ந்த மற்ற கதாபாத்திரங்களுக்கு அதிக முக்கியத்துவம் தரத் தொடங்கிவிட்டது டிஸ்னி நிறுவனம். இதற்கான காரணம், மிகவும் நுட்பமானது.

ஆரம்பகாலப் படங்களில், மிக்கியின் கதாபாத்திரம் ஒரு ஜாலியான விளையாட்டுப் பிள்ளையாகவே உருவாக்கப்பட்டிருந்தது. கொஞ்சம் குறும்பான, சிலசமயங்களில் எல்லை மீறக்கூடிய ரவுடித்தனமான பாத்திரங்களில்கூட மிக்கியைப் பார்க்கமுடிந்தது.

ஆனால், மிகக் குறுகிய காலத்தில் உலகக் குழந்தைகளின் பாசத்துக்குரிய தோழனாக மிக்கி உருவெடுத்துவிட்டபிறகு, அதன் பாத்திரப்படைப்பில் டிஸ்னி நிறுவனம் அதிக கவனம் செலுத்தவேண்டியிருந்தது. தவறான, குழந்தைகளை பாதிக்கக்கூடிய எந்த விஷயத்தையும் மிக்கி செய்துவிடக்கூடாது என்பதால், மிக்கி தோன்றுகிற ஒவ்வொரு காட்சியையும், பலவிதமாக யோசித்தபிறகுதான் வடிவமைக்கமுடிந்தது.

ஒருவேளை இதில் அவர்கள் ஏதேனும் தவறு செய்துவிட்டால், போச்சு. உடனடியாக, ‘எங்கள் மிக்கி இப்படியெல்லாம் செய்யாதே’ என்று பல்வேறு நாடுகளிலிருந்து, வெவ்வேறு மொழிகளில் கடிதங்கள் வரத் தொடங்கிவிடும். இப்படியெல்லாம் மிக்கியைத் தவறாகச் சித்திரித்து எங்கள் குழந்தைகளைக் கெடுக்காதீர்கள் என்று பெற்றோர்கள் டிஸ்னி நிறுவனத்தைக் கண்டித்துக் கவலைப்படுவார்கள்.

இதனால், மிக்கி செய்யக்கூடியது எது, செய்யக்கூடாதது எது என்று ஒரு பெரிய ‘ரூல்ஸ் அண்ட் ரெகுலேஷன்ஸ்’

பட்டியலே உருவாகிவிட்டது. மிக்கிக்குக் கதைகளை உருவாக்குகிறவர்கள், இந்த விதிமுறைகளையெல்லாம் வெகு கவனமாகப் பின்பற்றவேண்டியதாயிற்று.

இதுபோன்ற தடைகளால், மிக்கியின் கௌரவமும், 'நல்ல பிள்ளை' பிம்பமும் காப்பாற்றப்பட்டதுதான். ஆனால், இதே காரணங்களால் கொஞ்சம்கொஞ்சமாக மிக்கி படங்களில் சுவாரஸ்யம் குறைய ஆரம்பித்தது. திரும்பத் திரும்ப, யாராவது தப்புச் செய்வார்கள், மிக்கி அதைக் கண்டித்து, அவர்களுடன் சண்டையிட்டு வெற்றியடையும். இந்த ஃபார்முலா எம்ஜியாருக்கும் ரஜினிக்கும் ஒத்துவரலாம், மிக்கிபோன்ற கார்ட்டூன் கதாபாத்திரத்துக்குச் சரிப்படுமா?

அதீத எதிர்பார்ப்புகள் மற்றும் கட்டுப்பாடுகளால், மிக்கி படங்கள் களையிழந்துவிட்டதை முதலில் கவனித்தவர் வால்ட் டிஸ்னிதான். இதை எப்படிச் சமாளிக்கலாம் என்று யோசித்தபோதுதான், அவருக்குப் பிரமாதமான ஒரு யோசனை தோன்றியது.

மிக்கியின் தோழர்களான டொனால்ட், கூஃபி போன்றோரை மிக்கி ரசிகர்கள் நன்கு அறிவார்கள். அவர்களை முக்கியக் கதாபாத்திரங்களாக அமைத்து, தனித்தனி வரிசைகளாக கார்ட்டூன்கள் வெளியிட்டால் என்ன?

இப்படி யோசித்த வால்ட் டிஸ்னி, அதன்பிறகு மிக்கியைத் தொந்தரவு செய்யாமல், 'நல்ல பிள்ளை'யாகவே விட்டுவிட்டார். டொனால்டும் கூஃபியும் இதர கதாபாத்திரங்களும் அவரது அனிமேஷன் படங்களை ஆக்கிரமித்துக்கொண்டன. மிக முக்கியமான படங்களுக்கு மட்டுமே மிக்கி கதாபாத்திரம் பயன்படுத்தப்பட்டது.

இதனால், வால்ட் டிஸ்னிக்கு இரட்டை லாபம். முன்பைவிட அதிக எண்ணிக்கையில் சுவாரஸ்யமான கார்ட்டூன் படங்களை உருவாக்கமுடிந்தது. அதேசமயம், மிக்கி எலி ஒரு பிரபலமான கார்ட்டூன் கதாபாத்திரம் என்கிற நிலையைக் கடந்து, டிஸ்னி

நிறுவனத்தின் அடையாளச் சின்னமாகவே மதிக்கப்படலானது.

இப்போதும், ஒரு பெரிய வட்டம் வரைந்து, அதன் இரு மூலைகளில் இரண்டு சிறு வட்டங்கள் வரைந்தால், உலகின் எந்த மூலையில் உள்ளவரும் 'மிக்கி'யைச் சட்டென்று அடையாளம் கண்டுகொள்வார்கள். உடனடியாக, டிஸ்னி நிறுவனமும் அவர்களுடைய நினைவுக்கு வரும்.

வால்ட் டிஸ்னி என்கிற நிஜ மனிதரின் திரை வடிவம்தான் மிக்கி என்று அவரோடு பழகியவர்கள் சொல்வதுண்டு. அதற்கேற்ப, நேர் சிந்தனை, தன்னம்பிக்கை, நிறைய, பெரிய கனவுகள், ஆர்வம், துறுதுறுப்பு, துள்ளல், சுறுசுறுப்பு, எதையும் செய்து முடிக்கிற, அதற்காக யாருடனும் மோதத் தயாராக இருக்கிற தைரியம் என்று, வால்ட் டிஸ்னியின் எல்லா நல்ல குணங்களையும், மிக்கியிடமும் பார்க்கமுடிகிறது.

இந்த ஒற்றுமையை, வால்ட் டிஸ்னியும் ஏற்றுக்கொண்டிருந்தார். தன்னுடைய மிகச் சிறந்த நண்பன் என்று அவர் எப்போதும் மிக்கியைத்தான் குறிப்பிடுவது வழக்கம். மிக்கி படங்களுக்கான கதை விவாதங்களின்போதெல்லாம், பெரும்பாலான யோசனைகளை, 'ம்ஹூம், மிக்கி அப்படிச் சிந்திக்காது' என்று சொல்லி மறுத்துவிடுவார் வால்ட் டிஸ்னி. கடைசிவரை, தன்னுடைய அனிமேஷன் வடிவமாகத்தான் அவர் மிக்கியைப் பார்த்தார்.

வால்ட் டிஸ்னியின் மறைவுக்குப்பிறகு, அவருடைய மனைவி லில்லியன் டிஸ்னி, மிக்கி இடம்பெற்ற பழைய, புதிய அனிமேஷன் படங்கள் பார்ப்பதை முற்றிலுமாகத் தவிர்த்துவிட்டார்.

'ஏன்?' என்று சிலர் கேட்டபோது, அவர் சொன்ன பதில், மிகவும் உருக்கமானது.

'திரையில் மிக்கியைப் பார்க்கும்போதெல்லாம், எனக்கு வால்ட் நினைவுதான் வருகிறது'

13. சந்தோஷமாக, ரொம்ப ரொம்ப சந்தோஷமாக...

ராத்திரி நேரங்களில், வால்ட் டிஸ்னி தன்னுடைய ஸ்டூடியோவில் தனியே வேலை பார்த்துக்கொண்டிருக்கும்போது, அவருடைய முக்கியமான பொழுதுபோக்கு, சக ஊழியர்களுடைய குப்பைத் தொட்டிகளில் கசக்கிப் போடப்பட்டிருக்கும் ஓவியத் தாள்களைப் பிரித்துப் பார்ப்பதுதான்.

விநோதமான இந்தப் பழக்கத்துக்கு அடிப்படைக் காரணம், நல்ல யோசனைகள் யாருக்கு வேண்டுமானாலும் வரலாம், ஆனால், அவை சிறப்பானவை என்று எல்லோராலும் இனம்கண்டுவிடமுடியாது. ஆகவே, தன்னுடைய ஊழியர்கள் 'தேறாது' என்று கழித்துக்கட்டிய காகிதங்களில்கூட, சில நல்ல கதாபாத்திரங்கள், யோசனைகள் ஒளிந்திருக்கலாம் என்று எதிர்பார்த்தார் வால்ட் டிஸ்னி. அதனால்தான், இந்தக் குப்பைத் தொட்டி ரெய்ட்.

ஆரம்பத்தில், டிஸ்னி தயாரித்த அனிமேஷன் படைப்புகள் அனைத்திலும், வால்ட் டிஸ்னியும் ஓர் ஓவியராகப் பங்களித்துக்கொண்டிருந்தார். ஆனால், ஒருகட்டத்துக்குப்பிறகு, அவருடைய நேரம் விலைமதிக்கமுடியாததாகிவிட்டது. ஆகவே,

தன்னைவிடச் சிறந்த ஓவியர்களிடம் அந்தப் பொறுப்பைக் கொடுத்துவிட்டு ஒதுங்கிக்கொண்டார் வால்ட் டிஸ்னி.

'இனிமேல் என்னை யாரும் ஓவியர் என்று அழைக்காதீர்கள்', என்று வால்ட் டிஸ்னி கிண்டலாகச் சொல்லிக்கொண்டதுண்டு, 'இப்போதெல்லாம், நான் ஒப்பந்தங்களில் கையெழுத்திடுவதற்காக மட்டுமே பேனாவைக் கையில் எடுக்கிறேன்.'

மிக்கி மவுஸின் ஆரம்பப் படங்களில், மிக்கி மற்றும் மின்னி எலிகளுக்கு அட்டகாசமாகக் குரல் கொடுத்துக்கொண்டிருந்தவர் வால்ட் டிஸ்னிதான். ஆனால், சிறிது காலத்துக்குப்பிறகு, அதையும் அவரால் தொடரமுடியவில்லை.

இந்தக் காலகட்டத்தில், அனிமேஷன் படங்களுக்கான கதை விவாதங்களில் பங்கேற்பது, காட்சியமைப்புகளை வடிவமைப்பதில் உதவுவது, புதுமையான உத்திகள், சிபாரிசுகளைச் சிபாரிசு செய்வது போன்றவற்றில்தான் வால்ட் டிஸ்னியின் பங்களிப்பு அதிகமாக இருந்தது.

ஆனால், டிஸ்னி நிறுவனத்தில் தயாராகும் எல்லா அனிமேஷன் படங்களும், வால்ட் டிஸ்னியின் இறுதி ஒப்புதல் இல்லாமல் வெளியாகிவிடமுடியாது. அந்த அளவுக்குக் கண்டிப்பான கட்டுப்பாட்டை வலியுறுத்தினார் அவர்.

அநேகமாக எல்லா அனிமேஷன் படங்களும், ஒரு நல்ல, நகைச்சுவையான யோசனையில்தான் தொடங்குகின்றன. அவற்றைச் சரியானமுறையில் படங்களாக எடுப்பதற்குச் சில தர ஒழுங்குகளை நிர்ணயித்திருந்தார் வால்ட் டிஸ்னி.

முதலாவதாக, கதை விவாதம். ஒரு சின்ன யோசனையைக் கையில் எடுத்துக்கொண்டு, கொஞ்சம்கொஞ்சமாக ஊதிப் பெரிதாக்குவார்கள். கதைப் பின்னணி, காட்சி அமைப்புகள், கதாபாத்திரங்கள், நகைச்சுவை அம்சங்கள், உத்திகள் என எல்லாம் விரிவாக விவாதிக்கப்படும்.

பெரும்பாலும் இந்த விவாதங்களின் வால்ட் டிஸ்னி

நேரடியாகப் பங்கேற்பார். புத்திசாலித்தனமான, ஆனால், யதார்த்தத்துக்குப் பொருந்தாத யோசனைகளையெல்லாம், அவற்றை யார் சொல்லியிருந்தாலும் இடது கையால் ஒதுக்கி எறிந்துவிடுவார் அவர். அதேசமயம், சிறப்பான யோசனைகளைச் சொல்கிறவர்களுக்கு உடனடி ஷொட்டும் அங்கீகாரமும் நிச்சயம்.

கதையில் ஏதேனும் ஒரு பெரிய முடிச்சு விழுந்திருக்கும். அதைப் பிசிறில்லாமல் அவிழ்த்தெடுப்பது எப்படி எல்லோரும் ஆளாளுக்குப் பேசிக்கொண்டிருக்கையில், வால்ட் டிஸ்னி திடீரென்று குறுக்கிட்டு, ஒரு சின்ன யோசனை சொல்வார். வந்த சுவடு தெரியாமல் முடிச்சு தானாகக் கழன்றுகொள்ளும்.

டிஸ்னி நிறுவனத்தின்மூலம் வெளியான பெரும்பாலான அனிமேஷன் படங்களில், வால்ட் டிஸ்னியின் முக்கியமான பங்களிப்பு இதுதான். அனிமேஷன் உலகத்தைப் பொறுத்தவரை, அவரால் தீர்க்கமுடியாத சவால்கள் என்று எவையுமே இல்லை. எல்லா நவீன உத்திகளையும், தங்கள் படங்களில் உறுத்தாதமுறையில் பயன்படுத்துவதற்கு ஒரு வழி யோசித்து வைத்திருப்பார் அவர்.

இந்த விவாதங்களின் முடிவில், கதை இறுதி செய்யப்படும். அதைப் படமாக எடுக்கவிருக்கும் குழு, இயக்குனர், மற்ற கலைஞர்கள் முடிவு செய்யப்படுவார்கள். அதன்பிறகு, இந்தக் கதை பல்வேறு காட்சிகளாகப் பிரிக்கப்பட்டு, மாதிரி ஓவியங்களுடன் திரைக்கதை தயாராகும். அதை இயக்குனரும், சில சமயங்களில் வால்ட் டிஸ்னியும் படித்து ஒப்புதல் அளிப்பார்கள்.

அடுத்து, படம் வரைகிற பணி தொடங்கும். டிஸ்னி நிறுவனத்தின் மூத்த ஓவியர்கள், கதையின் முக்கியக் காட்சிகளைத் தேர்ந்தெடுத்து, அவற்றுக்கான ஓவியங்களை நுணுக்கமாக வரைவார்கள்.

கோபம், பயம், மகிழ்ச்சி, துக்கம், குறும்பு என்று வெவ்வேறு

கதாபாத்திரங்களின் விதவிதமான முகபாவங்களை வரைவதற்காக, எல்லா டிஸ்னி ஓவியர்களின் மேஜையிலும் ஒரு பெரிய கண்ணாடி இருக்கும். அதில் பலவிதமாக நடித்துப் பார்த்து, அதை அப்படியே ஓவியமாக வரைவார்கள்.

ஆரம்பகாலத்தில், பல மிருகக் கதாபாத்திரங்களை மையமாக வைத்துப் படங்கள் தயாராகிக்கொண்டிருந்ததால், டிஸ்னி ஸ்டூடியோவில் ஒரு மினி மிருகக் காட்சிச் சாலையே இருந்ததாகச் சொல்வார்கள். ஆனால், மிருகங்கள் மனிதர்களின் முகபாவங்களைச் செய்கிறபோதுதான், அந்தச் சேஷ்டைகளுக்கு வரவேற்பு அதிகம் இருக்கும் என்று புரிந்தபிறகு, ஓவியர்கள் ஜூவைக் கழற்றிவிட்டு, கண்ணாடியை நம்பத் தொடங்கிவிட்டார்கள்.

முகபாவங்களை வேண்டுமானால் கண்ணாடியைப் பார்த்து வரைந்துவிடலாம். மற்ற விஷயங்களை? இதற்காகவும் பல விநோதமான வழிமுறைகளைப் பின்பற்றினார்கள் டிஸ்னி ஓவியர்கள்.

ஜோராக மழை பெய்கிறபோது அதில் சொட்டச்சொட்ட நனைந்தபடி, மேலே ஆகாயத்தைப் பார்த்துக்கொண்டிருந்த ஒரு டிஸ்னி ஊழியரிடம், 'என்ன செய்கிறீர்கள்?' என்று ஒருவர் விசாரித்தார். அதற்கு அவர் சொன்ன பதில், 'மின்னல் எப்படி அடிக்கிறது என்பதைப் படித்துக்கொண்டிருக்கிறேன்.'

இப்படி சீனியர்கள் 'பார்த்துப் பார்த்து' வரைந்த முக்கிய ஓவியங்களை எடுத்துக்கொண்டு, இளைய ஓவியர்கள் அவற்றுக்கான பின்னணிகள், இடையில் உள்ள ஓவியங்களை வரைந்துமுடிப்பார்கள். இதில் காட்டுகிற திறமையைப் பொறுத்துதான், அவர்கள் அடுத்த நிலைக்குச் செல்லமுடியும்.

கோட்டோவியங்கள் அனைத்தும் தயாரானபிறகு, அவற்றைப் பதிவு செய்கிற வேலை. ஓவியங்கள் அனைத்தும் கேமராமூலம் பதிவாக்கப்பட்டு, அனிமேஷன் செய்யப்படும். இவற்றை உன்னிப்பாக கவனித்து, எங்கே எகிறிக் குதிக்கிறது

என்று கண்டறிந்து சரி செய்வார்கள். இப்படிப் பல்வேறு திருத்தங்களுக்குப் பிறகுதான், தொடர்ச்சியான, பிசிறில்லாத, பளிங்குபோல் நகர்கிற அனிமேஷன் படம் கிடைக்கும்.

ஆனால், முக்கியமான கடைசிக் கட்டமே அதன்பிறகுதான் தொடங்குகிறது. படத்தின் இயக்குனர் பார்த்து ஒப்புதல் அளித்த பிரதியை, கடைசியாக வால்ட் டிஸ்னி பார்வையிடுவார்.

மற்றவர்கள் யாருக்கும் தென்படாத சின்னச் சின்ன குறைகள்கூட, வால்ட் டிஸ்னியின் கழுகுப் பார்வைக்குத் தப்பமுடியாது. அவற்றைச் சுட்டிக்காட்டி, பொருத்தமான திருத்தங்களைச் சொல்லிக்கொண்டே செல்வார். ஏதேனும் பெரிய தவறுகள் தென்பட்டுவிட்டால், கோபத்தில் கண்டபடி திட்டுவார். இதனால், வால்ட் டிஸ்னி படம் பார்க்கிறார் என்றாலே, சம்பந்தப்பட்ட கலைஞர்கள் பயத்தில் நடுங்குவார்கள்.

ஆனால், அவருடைய இந்தக் கடைசி வடிகட்டலுக்குப்பிறகு, வால்ட் டிஸ்னி சொல்லும் திருத்தங்களைச் சரியானமுறையில் செய்துமுடித்துவிட்டால், படத்தின் தரம் பலமடங்கு உயர்ந்துவிடும், வெற்றியும் உறுதியாகிவிடும். இந்த விஷயம் எல்லோருக்கும் தெரிந்திருந்ததால்தான், அவரை வெறும் முதலாளியாக மட்டும் நினைக்காமல், ஓர் உயர்ந்த படைப்பாளியாக அனைவரும் மதித்து மரியாதை கொடுத்துக்கொண்டிருந்தார்கள்.

ஒருவழியாக, வால்ட் டிஸ்னியின் இறுதி ஒப்புதலைப் பெற்றபின்னர், படத்துக்கு வண்ணம் பூசுகிற வேலைகள் தொடங்கும். பிறகு மீண்டும் ஓவியங்களைப் பதிவாக்கி, அனிமேஷன் செய்யவேண்டும். கடைசியாக வசன ஒலிப்பதிவு, பின்னணி இசைக் கோர்ப்பு - இப்படி ஒரு சின்னஞ்சிறிய அனிமேஷன் படத்தை எடுத்து முடித்து வெளியிடுவதற்கு, குறைந்தது ஆறு மாதங்களாவது ஆகிவிடும்.

படங்களைப் பார்த்து விமர்சிக்கும்போது மட்டும், கோபக்காரத் தலைமை ஆசிரியரைப்போல் தென்படுகிற வால்ட் டிஸ்னி, மற்ற நேரங்களிலெல்லாம் எப்போதும்

சிரித்த முகத்தோடுதான் இருப்பார். யார் வேண்டுமானாலும், எப்போது வேண்டுமானாலும் அவரை அணுகி, ஒரு நல்ல யோசனையைச் சொல்லலாம். அவருக்குப் பிடித்திருந்தால், உடனே பாராட்டி, ஒப்புதல் கொடுத்துவிடுவார்.

வால்ட் டிஸ்னியுடன் பேசிப் பழகியவர்கள் எல்லோருக்கும், இவர் ஏன் நடிகராகவில்லை என்கிற ஆச்சர்யம் கலந்த கேள்வி கண்டிப்பாக இருக்கும். இதற்குக் காரணம், எதைப்பற்றிப் பேசுவதானாலும், உணர்ச்சிமயமாக ஒரு நாடகம்போலவே அதை நடித்துக் காண்பித்துவிடுகிற பழக்கம் அவருக்கு இருந்தது.

வேலை செய்யும்போது, உற்சாகமாக விசில் அடித்தபடி இருப்பது வால்ட் டிஸ்னியின் பழக்கம். அவரைச் சோகமாகப் பார்த்தவர்கள் யாருமே இல்லை. ‘எப்படி இருக்கிறீர்கள் வால்ட்?’, என்று யாராவது அவரிடம் கேட்டால், ‘சந்தோஷமாக இருக்கிறேன், ரொம்ப ரொம்ப சந்தோஷமாக இருக்கிறேன்’, என்றுதான் எப்போதும் பதில் சொல்வார்.

இதே காரணத்தால், சோகமான, எதிர்மறைக் கருத்துகளைச் சொல்லும் படங்களை வால்ட் டிஸ்னி எடுக்க விரும்பியதில்லை. மனித வாழ்க்கை அப்படியொன்றும் துயரமானது அல்ல, உலகப் பிரச்னைகள் எல்லாவற்றுக்கும் ஒரு பதில் உண்டு, ஒரு தீர்வு உண்டு என உறுதியாக நம்பினார் அவர்.

இப்படி வால்ட் டிஸ்னியைப்பற்றிச் சொல்வதற்கு ஏகப்பட்ட நல்ல விஷயங்கள் இருந்தாலும், அவரிடம் பெரும்பாலானோர் சுட்டிக்காட்டிய ஒரு குறை, தன்னிடம் பணிபுரிகிறவர்கள் எல்லோரையும் தனது கட்டுப்பாட்டில் வைத்துக்கொள்ளவேண்டும் என்று அவர் விரும்பியதுதான்.

‘வால்ட் டிஸ்னிக்குத் தன்னுடைய கதாபாத்திரங்களில் ஒன்றைப் பிடிக்காவிட்டால், உடனடியாக அதைக் கிழித்து எறிந்துவிடுவார்’, என்று புகழ்பெற்ற இயக்குனர் ஹிட்ச்சாக் *(Alfred Hitchcock)* வேடிக்கையாகக் குறிப்பிட்டிருக்கிறார். சோகமான விஷயம், வால்ட் டிஸ்னி தனக்குக் கீழே பணிபுரிந்த கலைஞர்களையும் கிட்டத்தட்ட அப்படிதான் நடத்திக்கொண்டிருந்தார். எல்லாம்

அவர் நினைத்தபடி நடக்கவேண்டும், இல்லாவிட்டால் நீங்கள் வெளியே போகலாம். அவ்வளவுதான்!

இதனால், பல கலைஞர்கள் வால்ட் டிஸ்னியுடன் பணிபுரிய விரும்பாமல் வெளியேறியதாகச் சொல்வார்கள். அவருடைய மிகச் சிறந்த பண்புகள் எல்லாவற்றுக்கும் எதிராக, ஒரு கரும்புள்ளிபோல இந்தக் குணம் அமைந்துவிட்டது.

கடைசிவரை, யார்மீதும் வால்ட் டிஸ்னிக்கு முழுமையான நம்பிக்கை பிறக்கவில்லை. எவரிடமும் பொறுப்புகளை முழுமையாக ஒப்படைக்க அவர் விரும்பியதில்லை. டிஸ்னி நிறுவனத்தில் பணிபுரிகிறவர்கள் எல்லோரும், அவர் விரும்பியதை விரும்பியபடி நிறைவேற்றிக் காண்பிக்க வேண்டியவர்களாக மட்டுமே அவருக்குத் தோன்றினார்கள்.

கனவுகளை யார் வேண்டுமானாலும் துரத்தலாம். ஆனால், அவற்றை நிஜமாகச் செய்து முடிப்பதற்கு நிறைய தைரியம் வேண்டும் என்று வால்ட் டிஸ்னி சொன்னதுண்டு. எல்லோரையும் தனது கட்டுப்பாட்டில் வைத்திருக்கவேண்டும் என்கிற அவருடைய எண்ணத்தைப் பலர் குற்றம் சொன்னாலும், தனது அனிமேஷன் சாம்ராஜ்யக் கனவைக் கண்முன்னே நிஜமாக்கிக் காட்டியவர் என்றவிதத்தில், வால்ட் டிஸ்னி ஒரு மிகப் பெரிய வெற்றியாளர்.

'உங்களுடைய சாதனைகளில், எதை நினைத்து நீங்கள் அதிகம் பெருமை கொள்கிறீர்கள்?', என்று ஒருமுறை வால்ட் டிஸ்னியிடம் கேட்கப்பட்டது.

மிக்கியை உருவாக்கியது, முழு நீள அனிமேஷன் திரைப்படம் எடுத்தது, டிஸ்னிலாண்ட் என்கிற கனவுலகத்தைக் கற்பனை செய்து வடிவமைத்தது என்று வால்ட் டிஸ்னியின் தனிப்பட்ட சாதனைகளாக ஏகப்பட்ட விஷயங்கள் இருந்தாலும், இவை எல்லாவற்றையும் தவிர்த்துவிட்டு, அவர் சொன்ன பதில், 'இப்படி ஒரு நிறுவனத்தை உருவாக்கி, நிலைநிறுத்தியதைதான் மிகப் பெருமையாக நினைக்கிறேன்!'

14. பிளவும் சரிவும்

ஸ்னோ வொய்ட் முழு நீளத் திரைப்படத்தின் வெற்றியைத் தொடர்ந்து, *Pinocchio, Fantasia* ஆகிய அனிமேஷன் படங்களை உருவாக்கினார் வால்ட் டிஸ்னி.

இந்தத் திரைப்படங்கள் சிறந்த கலைப்படைப்புகளாக மதிக்கப்பட்டாலும், வணிகரீதியில் ஸ்னோ வொய்ட் அளவுக்குப் பெரிய வெற்றியை அடைந்துவிடவில்லை. இதற்கு முக்கியமான காரணம், அப்போது இரண்டாம் உலகப் போர் தொடங்கியிருந்தது. இதனால், டிஸ்னி நிறுவனத்தின் வெளிநாட்டுச் சந்தை பாதிப்படைந்து, அதன் பொருளாதார நிலைமையில் மேலும் ஒரு சரிவு தொடங்கியது.

ஆனால், ஸ்னோ வொய்ட்போல் ஒரு லாபகரமான படத்தை எடுத்தபிறகுமா வால்ட் டிஸ்னிக்கு நிதிப் பிரச்னை?

அதுதான் இந்தச் சினிமாத் துறையின் விநோதமான நிலைமை. ஸ்னோ வொய்ட் திரைப்படம் டிஸ்னி நிறுவனத்துக்கு நல்ல லாபம் சம்பாதித்துக் கொடுத்தது உண்மைதான். ஆனால், இந்தத் தொகையின் பெரும்பகுதி, புதிய ஸ்டூடியோ கட்டுவதற்குச் செலவாகிவிட்டது.

அதன்பிறகு, மீண்டும் கடன் வாங்கி, வழக்கம்போல் ஏகப்பட்ட செலவு செய்துதான் தனது அடுத்த இரு முழு நீள அனிமேஷன் படங்களையும் தயாரித்திருந்தார் டிஸ்னி. இந்தப் படங்கள் போதுமான லாபம் அளிக்காததால், நிறுவனத்தின் கடன் சுமை அதிகரித்துவிட்டது.

அதன்பிறகு, டிஸ்னி நிறுவனத்தின் காலைச் சுற்றிய இந்தக் கடன் பாம்பு, பல ஆண்டுகளுக்கு அவர்களைத் தொடர்ந்து பயமுறுத்திக்கொண்டுதான் இருந்தது. எந்த விநாடியிலும் அந்நிறுவனம் கடனில் மூழ்கிவிடலாம் என்கிற நிலைமை, சுமார் இருபது வருடங்களுக்கு நீடித்தது. அறுபதுகளின் முற்பகுதியில்தான், எல்லாக் கடனையும் திருப்பிச் செலுத்தி, மீண்டும் டிஸ்னி நிறுவனம் லாபகரமாக இயங்கத் தொடங்கியது.

இந்த விவரமெல்லாம் தொழிலாளிகளுக்குத் தெரியுமா? வால்ட் டிஸ்னி எதற்கெல்லாமோ செலவு செய்கிறார், எங்களுக்குச் சரியானபடி சம்பளம் கொடுப்பதில்லை என்று சொல்லி, வேலை நிறுத்தத்தில் குதித்துவிட்டார்கள்.

இதைப்பற்றி வால்ட் டிஸ்னி கேள்விப்பட்டபோது, ஆத்திரத்தில் கொதித்துப்போய்விட்டார். தமது ஊழியர்களே தனக்கு எதிராகச் சதி செய்கிறார்கள், துரோகம் செய்கிறார்கள் என்றெல்லாம் கோபப்பட்ட அவர், தொழிலாளர் பிரதிநிதிகளுடன் பேசக்கூட மறுத்துவிட்டார்.

அப்போது டிஸ்னி நிறுவனம் இருந்த நிலைமையைப் பார்க்கிறபோது, வால்ட் டிஸ்னி வேண்டுமென்றே தொழிலாளர்களைச் சுரண்டவில்லை என்பது நிச்சயம். ஆனால், தன்னுடைய நிறுவனத்தில் தொழிலாளர் யூனியன், வேலை நிறுத்தம் என்றெல்லாம் தெரியவந்தபோது, அவர் நிலைமையைச் சரியாகக் கையாளவில்லை, மிகவும் உணர்ச்சிவசப்பட்டுவிட்டார்.

கொஞ்சம் நிதானமாக யோசித்திருந்தால், இருதரப்புப் பேச்சுவார்த்தைகளின்மூலம், இந்தப் பிரச்னை சுமுகமாகத்

தீர்க்கப்பட்டிருக்கலாம். ஆனால், கம்யூனிஸ்ட்கள் எனக்கு எதிராகச் சதி செய்கிறார்கள் என்று பகிரங்கமாக அறிவித்துவிட்டு, வால்ட் டிஸ்னி யாருடனும் பேச மறுத்துவிட்டதால், பிரச்னை பெரிதாகிவிட்டது.

இதையடுத்து, டிஸ்னி ஸ்டூடியோ சில வாரங்களுக்கு மூடப்பட்டது. அப்போதும் வால்ட் டிஸ்னி இறங்கி வரவில்லை. 'இந்தத் தொழிலாளர்களையெல்லாம் சொந்தக் குடும்பத்தினர்போல் நடத்தியது என்னுடைய தவறு' என்று தனக்குள் சொல்லிக்கொண்ட அவர், இந்த விவகாரத்தைத் தீர்க்கிற பொறுப்பைத் தன்னுடைய வழக்கறிஞர்களிடம் ஒப்படைத்துவிட்டு, வெளிநாடு சென்றுவிட்டார்.

அவர் திரும்பி வருவதற்குள், பிரச்னை ஒருவழியாகத் தீர்ந்துவிட்டது. ஆனால், வால்ட் டிஸ்னியின் வருத்தம் மறையவே இல்லை. இந்தச் சம்பவத்தின்மூலம் வால்ட் டிஸ்னிக்கும் அவரது தொழிலாளர்களுக்கும் இடையே நிரந்தரப் பிளவு உருவாகிவிட்டது.

பின்னர், அமெரிக்க தேசத்துக்கு எதிரான நடவடிக்கைகளைக் கட்டுப்படுத்தும் '*House of Un-American Activities*' குழுவினரிடம் இதுபற்றிப் பேசிய வால்ட் டிஸ்னி, தன்னுடைய நிறுவனத்தில் கம்யூனிஸ்ட்கள் திட்டமிட்டு ஊடுருவினார்கள், அவர்கள் ஏற்பாடு செய்ததுதான் இந்த வேலை நிறுத்தம் என்று உறுதியாகத் தெரிவித்தார்.

வால்ட் டிஸ்னியின் இந்த வாக்குமூலம், இன்றுவரை மிகப் பரபரப்பாகப் பேசப்படுகிற ஒரு விஷயமாக இருக்கிறது. அவரை ஒரு தீவிர கம்யூனிஸ்ட் எதிர்ப்பாளராகப் பதிவு செய்யும் ஊடகங்கள், இந்தப் பேச்சைத்தான் முக்கிய உதாரணமாகக் காண்பிக்கின்றன.

இதேபோல், ஹாலிவுட்டில் உள்ள கம்யூனிஸ்ட் அனுதாபிகளை அடையாளம் காண்பதற்காக, அமெரிக்கப் பாதுகாப்பு அமைப்பான *FBI*யின் உளவாளியாக வால்ட் டிஸ்னி

பணியாற்றினார் என்று நம்புகிறவர்கள் இருக்கிறார்கள். இதற்கு ஆதாரமாகச் சொல்லப்படும் ஆவணத்தில், *FBI* வால்ட் டிஸ்னியை *'Speical Agent In Charge Contact'* என்று குறிப்பிட்டிருக்கிறது.

ஆனால், இதுபோன்ற 'ஸ்பெஷல் ஏஜன்ட்'களுக்கும், ஜேம்ஸ்பாண்ட் பாணி உளவாளிகளுக்கும் சம்பந்தமே இல்லை என்கிறது *FBI*. அமெரிக்கப் பாதுகாப்புப் பணியில் ஈடுபட்டுள்ள வீரர்கள், எப்போது வேண்டுமானாலும் டிஸ்னி ஸ்டூடியோவின் வசதிகளை முழுமையாகப் பயன்படுத்திக்கொள்ளலாம் என்று வால்ட் டிஸ்னி அனுமதித்திருந்தார். இதற்காகத்தான், அவரை 'விசேஷ' நபராக *FBI* குறித்துவைத்திருக்கிறது.

அமெரிக்கா நேரடியாக உலகப் போரில் குதித்தபோது, அதன் ராணுவத்தினர் டிஸ்னி ஸ்டூடியோவில் தங்கிச் சிறிதுகாலம் பயிற்சி பெற்றார்கள். இந்தப் போர்ச் சூழலால், அப்போது தயாராகிக்கொண்டிருந்த சில முக்கியமான படங்களை டிஸ்னி தள்ளிப்போட்டார், அல்லது மொத்தமாகக் கைவிட்டார்.

இந்தச் சமயத்தில்தான், அமெரிக்க அரசு, சில பிரசாரப் படங்களை எடுப்பதற்காக வால்ட் டிஸ்னியை அணுகியது. அவர்களுடன் செய்துகொண்ட ஒப்பந்தங்களின் அடிப்படையில், ராணுவத்தினருக்கான பயிற்சி, செய்முறை விளக்கப் படங்கள், உடல்நலம் சம்பந்தப்பட்ட படங்கள், மக்களுக்கு ஊக்கம் தரும் படங்கள் போன்றவற்றைத் தயாரித்து வழங்கியது டிஸ்னி நிறுவனம். இந்தக் காலகட்டத்தில் அந்நிறுவனம் தயாரித்த 95% படங்கள் இவ்வகையானவைதான்.

கொள்கைப் பிரசார நோக்கங்களுடன் டிஸ்னி நிறுவனம் உருவாக்கிய இந்தப் படங்கள், அமெரிக்கா முழுவதும் பொதுமக்கள், ராணுவத்தினர், பாதுகாப்புப் படையினர், மாணவர்கள் போன்றோருக்குத் திரையிட்டுக் காண்பிக்கப்பட்டன. இவற்றுள் குறிப்பிட்டுச் சொல்லவேண்டிய முக்கியமான படங்கள், எல்லோரையும் சரியான நேரத்தில் வரிகளை ஒழுங்காகச் செலுத்தும்படி ஊக்குவித்த *'The New*

Spirit' மற்றும் விமானப் படையின் நன்மைகளைப்பற்றிய '*Victory Through Air Power*' முதலியவை.

அரசாங்கத்துக்காக இதுபோன்ற படங்கள் எடுத்துத் தருவதில் வால்ட் டிஸ்னிக்கு சந்தோஷம்தான். ஆனால், இவற்றால் லாபம் எதுவும் அவ்வளவாக இல்லை. ஆகவே, டிஸ்னி ஸ்டூடியோவின் நிதித் தடுமாற்றங்கள் எப்போதும்போல் தொடர்ந்துகொண்டிருந்தன.

இதையடுத்து, புகழ்பெற்ற தனது முந்தைய அனிமேஷன் படங்களைத் தொகுத்து, புதிய 'பாக்கேஜ்'களாக வெளியிடத் தொடங்கினார் வால்ட் டிஸ்னி. இந்த உத்தியும் அவர்களைக் காப்பாற்றவில்லை. கடன் சுமை கொஞ்சம் கொஞ்சமாக அதிகரித்து, கிட்டத்தட்ட டிஸ்னி நிறுவனம் மூழ்கிப்போகிற நிலைமையே உருவாகிவிட்டது.

நாற்பதுகளின் இறுதியில்தான் நிலைமை கொஞ்சம் கட்டுக்குள் வந்தது. இதையடுத்து, மீண்டும் புதிய, பெரிய படங்கள் எடுக்கப்போகிறேன் என்று ஆரம்பித்தார் வால்ட் டிஸ்னி.

இதனை ராய் டிஸ்னி ஏற்கவில்லை. இன்னும் கடன் சுமை மொத்தமாகத் தீராத சூழ்நிலையில், கடன் வாங்கிப் பெரிய படங்கள் எடுக்கவேண்டாம். நிச்சயம் வெற்றியடையக்கூடிய சின்னப் படங்களில் மட்டும் கவனம் செலுத்துவோம் என்றார் அவர். இந்த விஷயத்தில் அண்ணன், தம்பிக்கு இடையே எப்போதும் சண்டை நீடித்தது.

இப்படிப் பல காரணங்களால், இந்தக் காலகட்டத்தில் வெளிவந்த பெரும்பாலான டிஸ்னி படங்கள், ரசிகர்களாலும் ஏற்கப்படவில்லை, விமர்சகர்களாலும் வரவேற்கப்படவில்லை, பெரிய வெற்றிகளைக் குவிக்கவும் இல்லை. மிக்கி மற்றும் தோழர்களின் உதவியுடன் ஜிவ்வென்று மேலேறிய டிஸ்னி க்ராஃப், இப்போது வெகுவேகமாகச் சரிந்து, கிட்டத்தட்ட தரைமட்டத்துக்கு வந்திருந்தது.

முழு நீள அனிமேஷன் படங்கள் எடுப்பதென்றால், நிறைய

செலவாகும். அதற்காக எதையாவது எடுத்துச் சுருட்டிக் கொடுக்கிற பழக்கமும் வால்ட் டிஸ்னிக்கு இல்லை. ஆகவே, அனிமேஷனைத்தவிர, அதிகச் செலவில்லாமல் ஏதாவது செய்யமுடியுமா என்கிற யோசனை பிறந்தது.

இதையடுத்து, 'லைவ் ஆக்ஷன்' *(Live Action)* எனப்படும் இயற்கை விவரணப் படங்களை எடுக்கிற முயற்சியில் இறங்கியது டிஸ்னி நிறுவனம். உலகெங்கும் பல்வேறு காடுகள், மலைகள், கடற்கரைகள், தீவுகள், இதர பகுதிகளுக்குத் தன்னுடைய கலைஞர்கள், படப் பதிவாளர்களை அனுப்பி, இயற்கைக் காட்சிகள், மிருகங்களின் வாழ்க்கைமுறை, சுற்றுச்சூழல்பற்றிய விவரங்களையெல்லாம் இஷ்டம்போல் பதிவு செய்துவரும்படி பணித்தார் வால்ட் டிஸ்னி.

ஆனால், இப்படி அவர்கள் பதிவு செய்து கொண்டுவந்த படத் துணுக்குகளை ஓட்டிப் பார்க்கும்போது, அவற்றில் சுவாரஸ்யமான எந்த விஷயமும் தென்படவில்லை. என்னதான் இயற்கையை அப்படியே பதிவு செய்திருந்தாலும், இதையெல்லாம் படமாக வெளியிட்டால் மக்கள் ரசிப்பார்களா என்கிற சந்தேகம் பிறந்தது.

டிஸ்னிக்குள் இருந்த அபூர்வமான கலைஞர், இந்தச் சவாலை ஏற்றுக்கொண்டார். கத்தரிக்கோலும் கையுமாகப் படச் சுருள்களோடு உட்கார்ந்த வால்ட் டிஸ்னி, தன்னிடமிருந்த படப் பதிவுகளை வெட்டி, ஒட்டி, நேர்த்தியாக்கி கச்சிதமான ஓர் ஒழுங்குக்குக் கொண்டுவந்தார். பின்னர், அதற்குப் பொருத்தமாகச் சுவாரஸ்யமான, கதைபோன்ற வர்ணனை, அபூர்வமான தகவல்கள், இதமான பின்னணி இசை, நகைச்சுவைத் துணுக்குகளையெல்லாம் இணைத்தார்.

இப்போது அந்தப் படங்களைப் பார்க்கும்போது, போரடிக்கும் வெற்றுப் பதிவுகளாக இல்லாமல், சுவையான கதைப் படைப்புகளைப்போல், எல்லோரையும் பார்க்கத் தூண்டும்படி உருவாகியிருந்தன. ரசிகர்களும் இந்தப் புது வகைப் படங்களை விரும்பி ஏற்றுக்கொண்டார்கள்.

பெரும்பாலும், காட்டு விலங்குகளின் வாழ்க்கையைக் கொஞ்சம் நாடகத்தனம் கலந்து பதிவு செய்த இந்தப் படங்கள், வால்ட் டிஸ்னிக்கு நல்ல திருப்தியளித்தன. ஆனால், அவர் முனைந்து சேர்த்த இந்த 'நாடகத்தனம்'தான், பல விமர்சனங்களுக்கு ஆளானது.

உள்ளதை உள்ளபடி காண்பிக்காமல், இயற்கை அன்னையை ஒரு கவர்ச்சிக் கதாநாயகிபோல் பளபளப்பாகக் காட்ட முயல்கிறார் டிஸ்னி என்று விமர்சித்த அவரது எதிர்ப்பாளர்கள், இது வெறும் வணிகரீதியிலான, மலினமான முயற்சி என்று வர்ணித்தார்கள்.

ஆனால், இதைப்பற்றிக் கவலைப்படாமல், 1948ம் ஆண்டில் தொடங்கி, இந்த வரிசையில் சராசரியாக வருடத்துக்கு ஒரு படம் வெளியிட்டார் வால்ட் டிஸ்னி. இந்தப் படங்களில் பெரும்பாலானவை, ஆஸ்கார் விருதுகளை வென்றது குறிப்பிடத்தக்கது. அந்தவிதத்தில், இன்றைய டிஸ்கவரி, நேஷனல் ஜியோக்ரஃபி சானல் படங்களுக்கெல்லாமும் வால்ட் டிஸ்னிதான் முன்னோடி.

நாற்பதுகளின் இறுதிப் பகுதியில் தொடங்கி, டிஸ்னி நிறுவனம் படங்களை எடுக்கும் வேகம் குறைந்திருந்தது. கூடவே, அவற்றின் தரமும் வெகுவாகச் சரிந்துவிட்டதாக விமர்சகர்கள் கருதினார்கள்.

இது உண்மையாகவும் இருக்கலாம். காரணம், அந்தக் காலகட்டத்தில், அனிமேஷன் படைப்புகளில் கொஞ்சம் கவனத்தைக் குறைத்துக்கொண்டு, வேறொரு பிரம்மாண்டமான கனவைத் துரத்தத் தொடங்கியிருந்தார் வால்ட் டிஸ்னி.

15. புது உலகம்

குழந்தைகளை வெளியே விளையாட அழைத்துச் சென்ற எந்தத் தகப்பனுக்கும், ஓர் அனுபவம் நிச்சயமாக இருக்கும்.

ரங்க ராட்டினம், குதிரை பொம்மைமேல் ஏறிச் சவாரி, ஓடிப் பிடித்து விளையாடுவது என்று பிள்ளைகள் ஆர்வமாகத் துள்ளியாடிக்கொண்டிருக்கையில், இந்தப் பெரியவர்கள் சிறிது நேரம் அவர்களுக்கு ஈடு கொடுத்து விளையாடுவார்கள். ஆனால், ஒருகட்டத்துக்குப்பிறகு, அவர்களுக்குக் களைப்பாகிவிடும், அல்லது சலிப்பாகிவிடும்.

இதில் பிரச்னை என்னவென்றால், அவர்கள் சலிப்படைகிற அதே விஷயங்களைத்தான், குழந்தைகள் திரும்பத் திரும்ப விளையாடவேண்டும் என்று அடம் பிடிப்பார்கள். தந்தையோ, தாயோ அவர்களுடன் விளையாட வராவிட்டால், அதே வயதில் வேறு சின்னப் பிள்ளைகள் அவர்களுக்கு நிச்சயமாகக் கிடைத்துவிடுவார்கள்.

இதனால், பெரும்பாலான பெற்றோர் குழந்தைகளை விருப்பம்போல் விளையாடவிட்டு, தாங்கள் ஒரு மூலையில்

உட்கார்ந்திருப்பார்கள். ஒரு கடலைப் பாக்கெட்டைப் பிரித்து நொறுக்கியபடி, 'ஏய், ஜாக்கிரதை' என்று அவ்வப்போது அவர்களை அதட்டிக்கொண்டு நேரம் செலவிடுவார்கள்.

இப்படிச் செய்வதற்கு எதுவும் இல்லாமல், கால் மணி நேரம் சும்மா உட்கார்ந்திருக்கலாம், கொஞ்சம் சிரமப்பட்டால் அரை மணி நேரத்தைக்கூட சமாளித்துவிடலாம். அதற்குமேல்?

உலகப் பொதுவான இந்தப் பிரச்னை, வால்ட் டிஸ்னிக்கும் இருந்தது. தன் குழந்தைகளோடு வெளியே கிளம்பும்போதெல்லாம், அவரும் ஒரு சின்னப் பிள்ளையாக மாறி, அவர்களுடன் எல்லா விளையாட்டுகளிலும் பங்கேற்பார். ஆனால், அதன்பிறகு, குழந்தைகளைத் தொடர்ந்து விளையாட அனுப்பிவிட்டு, அவர்மட்டும் வெறுமனே மூலையில் அமர்ந்து அவர்களாகக் களைத்துப்போய்த் திரும்ப வரும்வரை காத்திருக்கவேண்டியிருந்தது.

இப்படிச் சும்மா உட்கார்ந்திருக்கிற நேரங்களில், ஒரு விஷயத்தைப்பற்றி விளையாட்டாக யோசிக்க ஆரம்பித்தார் வால்ட் டிஸ்னி. பெரியவர்கள் எல்லோரும், வளர்ந்த குழந்தைகள்தானே. பிறகு ஏன் அவர்களும் வயதை மறந்து விளையாடும்படியான இடங்கள் எவையும் இல்லை? குழந்தைகள், அவர்களுடைய பெற்றோர் என அனைவரும் ஒரே இடத்தில் மகிழ்ச்சியாக நேரம் செலவிடும்படி ஒரு பூங்கா அமைத்தால் என்ன?

சாதாரணமாகத் தோன்றிய இந்தச் சிந்தனை, கொஞ்சம் கொஞ்சமாக அவர் மனத்தில் தீவிரமடைந்தது. எல்லா வயதினருக்குமான ஓர் உற்சாக உலகத்தைக் கற்பனை செய்து, அதில் என்னவெல்லாம் புதுமையான விஷயங்களைச் செய்யலாம் என்று யோசிக்கத் தொடங்கினார் வால்ட் டிஸ்னி.

இதற்காக, உலகெங்கிலும் குழந்தைகளுக்காக அமைக்கப்பட்டிருந்த விசேஷப் பூங்காக்கள் பலவற்றை நேரில் சென்று பார்வையிட்டார் வால்ட் டிஸ்னி. அங்கே என்னவெல்லாம் சிறப்பு அம்சங்கள்,

அவற்றில் எதையெல்லாம் குழந்தைகள் ரசிக்கிறார்கள், அங்கு வரும் பெரியவர்கள் என்ன செய்கிறார்கள் போன்றவற்றைக் கூர்ந்து கவனித்து, அவசியப்பட்டால், அவர்களிடமே பேசிப் பல விஷயங்களைத் தெரிந்துகொண்டார் அவர்.

இந்தப் பூங்காக்கள் எல்லாவற்றிலும் அவர் கவனித்த இரண்டு பொதுவான அம்சங்கள் - சுத்தமின்மை, பாதுகாப்பின்மை. இந்த இரண்டிலும் சரியானபடி கவனம் செலுத்தினால், பெற்றோரின் உடனடி ஆதரவைப் பெற்றுவிடலாம் என்பதைப் புரிந்துகொண்டார் அவர்.

வால்ட் டிஸ்னி பார்த்தவரையில், டென்மார்க்கிலிருந்த டிவோலி பார்க் (*Tivoli Park*) மற்றும் லாஸ் ஏஞ்சலஸின் பெவெர்லி பார்க் (*Beverly Park*) ஆகிய இரு பூங்காக்களும் அவருக்குப் பிடித்திருந்தது. நியாயமான கட்டணத்தில், ஓரளவு சுத்தமான, பாதுகாப்பான ஒரு சூழலைக் குழந்தைகளுக்குத் தருகிறார்கள் என்பதால், இந்தப் பூங்காக்களுக்கு அடிக்கடி சென்று, நல்ல அம்சங்களைக் குறிப்பெடுத்துக்கொண்டிருந்தார் அவர்.

இப்படி மற்ற சிறுவர் பூங்காக்களில் தென்படும் சிறப்பான விஷயங்களையெல்லாம் சேகரித்துக்கொண்டிருந்த அதே நேரத்தில், டிஸ்னியின் கற்பனைக் குதிரையும் கூடுதல் வேகத்தில் இயங்கிக்கொண்டிருந்தது. விளையாட்டுப் பூங்காக்களில் இதுவரை யாரும் செய்யாத பல விஷயங்களைச் சிந்தித்து, மனத்துக்குள்ளேயே படம் வரைந்து வடிவமைத்துவிட்டார் அவர்.

ஆரம்பத்தில், தன்னுடைய கனவுலகமான அந்தச் சிறுவர் பூங்காவை, புதிய டிஸ்னி ஸ்டூடியோவின் அருகில் இருந்த எட்டு ஏக்கர் காலியிடத்தில் உருவாக்கத் திட்டமிட்டிருந்தார் வால்ட் டிஸ்னி. ஊழியர்கள் தங்களது ஓய்வு நேரத்தில் மனைவி, குழந்தைகளோடு இங்கே வந்து உற்சாகமாக நேரம் செலவிடலாம் என்பது அவருடைய யோசனை.

சின்ன வயதிலிருந்தே ரயில் பிரியரான வால்ட் டிஸ்னி,

இந்தப் பூங்காவைச் சுற்றிலும் ஒரு குட்டி ரயில் ஓடவேண்டும் என்று திட்டமிட்டார். இதுதவிர, விதவிதமான பொம்மைகள், விளையாட்டுச் சாதனங்கள், டிஸ்னி கதாபாத்திரங்களின் சிலைகள், அந்தக் கால அமெரிக்காவை நினைவுபடுத்தும் ஓர் அழகிய கண்காட்சி என்று ஏகப்பட்ட விஷயங்களை யோசித்துவைத்திருந்தார் அவர்.

ஆனால், இந்தத் திட்டங்கள் நிறைவேறாதபடி இரண்டு தடங்கல்கள் தோன்றின. ஒன்று, வெளியிலிருந்து வந்த பிரச்னை. இன்னொன்று, வால்ட் டிஸ்னியே உருவாக்கிவிட்ட தடை.

புதிய பூங்காவுக்கான திட்டத்துடன், டிஸ்னி ஸ்டூடியோ அமைந்திருந்த பர்பேங்க் பகுதியின் உள்ளூர் நிர்வாகத்தினரை அணுகியபோது, அவர்கள் இந்தப் பூங்காவுக்கு அனுமதி அளிக்க மறுத்துவிட்டார்கள். இதனால், வசதியான காலியிடம் இருந்தும்கூட, அங்கே வால்ட் டிஸ்னி நினைத்ததுபோல் பூங்கா அமைக்கமுடியாதபடி சிக்கலாகிவிட்டது.

போதாக்குறைக்கு, இதே காலகட்டத்தில் இரண்டாவது உலகப் போரும் தொடங்கிவிட்டதால், வால்ட் டிஸ்னி தன்னுடைய சிறுவர் பூங்கா யோசனையைத் தாற்காலிகமாகத் தள்ளிப்போடுவது கட்டாயமாயிற்று.

ஆனால், இந்தச் சமயத்தில் வால்ட் டிஸ்னி சும்மா இருந்துவிடவில்லை. பழைய யோசனைகளோடு, தனது கற்பனைப் பூங்காவுக்கான புதுமையான பல அம்சங்களை மேலும் மேலும் யோசித்துச் சேர்த்தபடி இருந்தார் அவர். செயற்கை ஆறுகள், அருவிகள், மலைகள், விதவிதமான மிருகங்கள், பறக்கும் யானைகள், குழந்தைகள் உட்கார்ந்து விளையாடும்படியான பெரிய டீ கோப்பைகள், தேவதைக் கதைகளில் வருவதுபோல் ஒரு பிரம்மாண்டமான கோட்டை, ராக்கெட், கப்பல்கள் ... டிஸ்னியின் கற்பனை இப்படிக் காட்டாறுபோல் ஓடியது.

கடைசியில், இந்த அம்சங்கள் எல்லாவற்றையும் தொகுத்துப் பார்க்கிறபோது, இத்தனையும் செய்துமுடிப்பதற்கு எட்டு ஏக்கர்

நிலம் போதாது என்று வால்ட் டிஸ்னிக்குத் தோன்றிவிட்டது. குறைந்தபட்சம், நூறு ஏக்கராவது தேவைப்படும் என்று முடிவு கட்டினார் அவர்.

இந்த விஷயம் கேள்விப்பட்டதும், வழக்கம்போல் அவருடைய அண்ணன் ராய் டிஸ்னியும், மனைவில் லில்லியனும் ஆச்சர்யத்தில் திகைத்துப்போய்விட்டார்கள். நூறு ஏக்கர் நிலம் வாங்கி, அதில் பூங்கா கட்டுவதா? இதென்ன கலாட்டா? நமக்கு ஏன் இந்த வீண் வேலை?

யாருடைய விமர்சனத்தையும் வால்ட் டிஸ்னி லட்சியம் செய்யவில்லை. தன்னுடைய கற்பனை உலகத்துக்கு, 'டிஸ்னிலாண்ட்' *(DisneyLand)* என்று பெயரிட்டு, அதற்காக நூறு ஏக்கர்கள் நிலம் தேடுவதற்கான ஏற்பாடுகளைச் சுறுசுறுப்பாகத் தொடங்கிவிட்டார் அவர்.

இந்தமுறை, ராய் டிஸ்னியும் கொஞ்சம் பிடிவாதமாகவே இருந்தார், 'நம்முடைய நிறுவனம் முன்புபோல் இல்லை வால்ட், இப்போது நாம் பொது நிறுவனமாகிவிட்டோம். ஆகவே, இப்படி ஓர் ஆபத்தான முதலீட்டைச் செய்வதற்கு நம்முடைய பங்குதாரர்கள் சம்மதிக்கமாட்டார்கள்' என்று உறுதியோடு சொன்னார் அவர்.

அண்ணன் சொல்வதில் இருக்கும் கசப்பான நியாயத்தை வால்ட் டிஸ்னியால் புரிந்துகொள்ள முடிந்தது. இதுபோல் அதிக முதலீடு தேவைப்படுகிற ஒரு கனவுத் திட்டத்துக்கு, டிஸ்னி பங்குதாரர்கள் எல்லோரையும் சம்மதிக்கச் செய்வது சாதாரண விஷயமில்லை. ஆனால் அதற்காக, தன்னுடைய திட்டத்தைக் கைவிடுவதற்கும் அவர் தயாராக இல்லை.

இதையடுத்து, 'டிஸ்னி நிறுவனம் பணம் தராவிட்டால் பரவாயில்லை, டிஸ்னிலாண்ட் கட்டுவதற்கு நானே பணம் சேர்த்துக்கொள்கிறேன்' என்று அறிவித்தார் வால்ட் டிஸ்னி. முழுக்க முழுக்க, தன்னுடைய சொந்தச் செலவில், இந்தப் பூங்காவைக் கட்டிமுடிக்கத் தீர்மானித்துவிட்டார் அவர்.

இதற்காக, தனது பெயரின் முதல் எழுத்துகளைச் சேர்த்து *WED (Walter Elias Disney)* என்ற பெயரில் தனி நிறுவனம் ஒன்றைத் தொடங்கினார் வால்ட் டிஸ்னி. அதன்பிறகு, டிஸ்னிலாண்ட் தொடர்பான எல்லாப் பொறுப்புகளையும், இந்த நிறுவனம்தான் ஏற்றுக்கொண்டது.

வால்ட் டிஸ்னியின் புதிய நிறுவனமான *WED* சந்தித்த முதலாவது சவால், டிஸ்னிலாண்ட் கட்டுவதற்குத் தேவையான தொகைக்கு ஏற்பாடு செய்வது. கொஞ்சநஞ்சமில்லை, முழுசாகப் பதினைந்து மில்லியன் டாலர்களுக்குமேல் சேகரித்தாகவேண்டும்.

இதற்காக வால்ட் டிஸ்னி தன்னுடைய பெயரிலிருந்த தனிப்பட்ட சொத்துகள் பலவற்றை விற்றார், இன்ஷூரன்ஸ் / காப்பீட்டுப் பத்திரத்தின்மீது கடன் வாங்கினார், இன்னும் நண்பர்கள், தெரிந்தவர்கள் எல்லோரிடமும் முதலீடு திரட்டினார். ஆனால், இத்தனைக்குப்பிறகும் டிஸ்னிலாண்ட் பட்ஜெட்டில் பெரிய துண்டு விழுந்தது.

இதை எப்படிச் சமாளிக்கலாம் என்று வால்ட் டிஸ்னி யோசிக்கையில், அப்போது மக்களிடையே வெகுவாகப் பிரபலமாகிக்கொண்டிருந்த தொலைக்காட்சி ஊடகம் அவரது கவனத்தை ஈர்த்தது.

வீட்டுக்குள்ளேயே வந்து படம் காட்டுகிற தொலைக்காட்சியை, அப்போதைய பெரிய திரைப்பட நிறுவனங்கள் தங்களுக்குப் போட்டியாகக் கருதி ஒதுக்கிக்கொண்டிருந்தார்கள். ஆனால், இது வேறுவிதமான ஊடகம், இதைப் போட்டியாக நினைப்பதைவிட, நல்ல வாய்ப்பாகப் பயன்படுத்திக்கொள்வதுதான் புத்திசாலித்தனம் என்று வால்ட் டிஸ்னிக்குத் தோன்றியது.

இதனால், முதன்முறையாக தொலைக்காட்சி ஊடகத்துக்குத் தனது பங்களிப்பை வழங்க முன்வந்தார் வால்ட் டிஸ்னி. அவர் தொகுத்து வழங்கும் ஒரு வாராந்திர நிகழ்ச்சிக்காக, *ABC* தொலைக்காட்சி நிறுவனம் பெருந்தொகை ஒன்றை வழங்க ஒப்புக்கொண்டது.

தன்னுடைய நிகழ்ச்சிக்கு வால்ட் டிஸ்னி சூட்டிய பெயர், 'டிஸ்னிலாண்ட்'. இந்தத் தலைப்பில் ஒவ்வொரு வாரமும் ஏராளமான அமெரிக்க வீடுகளில் தோன்றி, தனது கனவு நிறுவனத்தைப்பற்றியும், இப்போது உருவாக்கிக்கொண்டிருக்கும் மாய உலகத்தைப்பற்றியும் விரிவாகப் பேசினார் வால்ட் டிஸ்னி.

அமெரிக்கர்களின் ஆரவாரமான வரவேற்பை அள்ளிக்கொண்ட இந்த நிகழ்ச்சியால், 'டிஸ்னிலாண்ட்' உருவாக்கத்துக்குப் போதுமான பணம் கிடைத்தது மட்டுமின்றி, மக்களிடையே அதற்கு நல்ல அறிமுகமும், இலவச விளம்பரமும் கிடைத்தது.

அதுவரை தனது சிறந்த அனிமேஷன் படைப்புகளால் மட்டும் மக்கள் மத்தியில் பரிச்சயமாகியிருந்த வால்ட் டிஸ்னி, இப்போது நாடறிந்த முகமாகிவிட்டார். அதன்பிறகு, அவர் எங்கே சென்றாலும் ரசிகர்கள் அவரை மொய்த்துக்கொண்டு அன்புத் தொல்லையில் மூழ்கடித்தார்கள். ஆகவே, பெரும்பாலான நேரங்களில் வால்ட் டிஸ்னி மாறுவேஷத்தில்தான் வீட்டிலிருந்து வெளியே செல்லமுடிந்தது.

பெரும் வெற்றியடைந்த இந்தத் தொலைக்காட்சி நிகழ்ச்சி, பல்வேறு வடிவங்களில், வால்ட் டிஸ்னியின் மரணத்துக்குப்பிறகும்கூட தொடர்ந்துகொண்டிருந்தது. பின்னர் காலப்போக்கில், டிஸ்னி நிறுவனம் தொலைக்காட்சி ஊடகத்துக்கான படைப்புகளை உருவாக்குவதில் அதிக கவனம் செலுத்தத் தொடங்கியது. இன்றைக்குத் தனக்குச் சொந்தமாக சில டிவி சானல்களை வைத்திருக்கும் டிஸ்னி நிறுவனத்தின் முக்கியமான வருவாய் ஆதாரங்களில், தொலைக்காட்சியும் ஒன்று!

'டிஸ்னிலாண்ட்' அமைப்பதற்குத் தடையாக இருந்த பணப் பிரச்னை, வால்ட் டிஸ்னியின் தொலைக்காட்சி நிகழ்ச்சியால் ஒருவழியாகத் தீர்ந்தது. இதையடுத்து, பல இடங்களைப் பார்வையிட்டு, கலிஃபோர்னியா அருகே 160 ஏக்கர் நிலத்தை வாங்க முடிவெடுத்தார் வால்ட் டிஸ்னி.

உடனடியாக, கட்டுமானப் பணிகள் சுறுசுறுப்பாகத் தொடங்கிவிட்டன. வால்ட் டிஸ்னியின் நேரடி மேற்பார்வையில்,

திறமைசாலிக் கலைஞர்கள் ‘டிஸ்னிலாண்ட்’டின் வெவ்வேறு பகுதிகளை வடிவமைத்தார்கள்.

டிஸ்னிலாண்டை, மொத்தம் ஐந்து பகுதிகளாகப் பிரித்திருந்தார் வால்ட் டிஸ்னி.

- *Main Street USA* – ‘அந்தக் கால’ அமெரிக்காவை நினைவுபடுத்தும் பகுதி. வால்ட் டிஸ்னியின் மார்சலின் ஞாபகங்களை அடிப்படையாகக் கொண்டு வடிவமைக்கப்பட்டது
- *AdventureLand* – சாகசப் பிரியர்களுக்கான பகுதி
- *FrontierLand* – அமெரிக்கப் போர் ஞாபகங்கள், குழந்தைகள் மற்றும் பெரியவர்களுக்கு தேசப்பற்றை ஊட்டும் வடிவமைப்பு
- *FantasyLand* – கற்பனைகள், கனவுகளில் மிதக்க விரும்புகிறவர்களுக்கான பகுதி
- *TomorrowLand* – நாளைய உலகம் எப்படி இருக்கும் என்று ‘சாம்பிள்’ காட்டுகிற வருங்காலப் பகுதி

இந்தப் பகுதிகள் ஒவ்வொன்றும், தான் நினைத்ததுபோலவே வரவேண்டும் என்பதில் மிக கவனமாக இருந்தார் வால்ட் டிஸ்னி. இந்த விஷயத்தில் அவர் எந்தவிதமான சமரசத்துக்கும் தயாராக இல்லை. ஒருவேளை, மற்றவர்களால் தன்னுடைய கனவைச் சரியாகப் புரிந்துகொள்ளமுடியவில்லை என்று அவருக்குத் தோன்றினால், சட்டென்று அவரே களத்தில் குதித்து, டிசைன் வரையத் தொடங்கிவிடுவார்.

இப்போதெல்லாம், வால்ட் டிஸ்னிக்கு ஸ்டூடியோ வேலைகள்கூட இரண்டாம்பட்சமாகிவிட்டது. எந்நேரமும் டிஸ்னிலாண்ட் கட்டுமானப் பணிகளில்தான் தனது முழு கவனத்தைத் செலுத்திக்கொண்டிருந்தார் அவர். அங்கே ஒரு சின்னச் செங்கல்லைக்கூட, அவருக்குத் தெரியாமல் யாரும் மாற்றியமைத்துவிடமுடியாது என்கிற அளவுக்குக் கடுமையான தர வரையறைகளைப் பின்பற்றினார் வால்ட்.

இப்படி எல்லா விஷயங்களையும் கவனித்து, உயர் தரத்தில் செய்வது நல்லதுதான். ஆனால், இதனால் கட்டுமான செலவுகள் கண்டபடி எகிறத் தொடங்கின. இத்தனை டாலர்கள் செலவழித்துவிட்டு, வால்ட் டிஸ்னி இதையெல்லாம் எப்படித் திரும்பப் பெறப்போகிறார், எப்படி லாபம் சம்பாதிக்கப்போகிறார் என்று மற்றவர்கள் கவலைப்படத் தொடங்கினார்கள்.

உலகின் முதலாவது ‘தீம் பார்க்’ என்கிற பெருமையோடு, ‘டிஸ்னிலாண்ட்’ திறப்பு விழாவுக்குத் தயாரானபோது, அதற்காகச் செலவிடப்பட்டிருந்த தொகை, மொத்தம் பதினேழு மில்லியன் டாலர்கள். பின்னர், அதனைப் பராமரிப்பதற்கான செலவு, இன்னும் அதிகம்!

இப்படி டாலர் கணக்குப் பார்த்ததெல்லாம், மற்றவர்கள்தான். டிஸ்னியைப் பொறுத்தவரை, தன்னுடைய பெரும் கனவு நிஜமாகி, கண்முன்னே நிற்பதைத்தான் சிலிர்த்துப்போய்ப் பார்த்துக்கொண்டிருந்தார் அவர். தன்னுடைய புதிய பொம்மையை எல்லோரிடமும் காண்பித்து மகிழும் குழந்தையைப்போல, தமது குடும்ப உறுப்பினர்கள், நண்பர்கள் எல்லோருக்கும் டிஸ்னிலாண்டைச் சுற்றிக்காட்டி மகிழ்ந்தார் அவர்.

1955ம் ஆண்டு ஜூலை 17ம் தேதி, டிஸ்னிலாண்ட் திறக்கப்பட்டது. கோலாகலமான திறப்புவிழாக் கொண்டாட்டங்கள் இருபது கேமராக்களின் உதவியுடன் தொலைக்காட்சியில் நேரடியாக ஒளிபரப்பப்பட்டன. அந்தக் காலகட்டத்தில் மிக அதிக எண்ணிக்கையிலான அமெரிக்கர்கள் பார்த்த தொலைக்காட்சி நிகழ்ச்சி அதுதான்.

திறப்புவிழா தினத்தன்று, டிஸ்னிலாண்ட் முழுவதுமாகத் தயாராகியிருக்கவில்லை. பெரும்பாலான பகுதிகளில் அப்போதுதான் வேலைகள் முடிந்து, பெயின்ட் வாசம்கூட காயாமல் இருந்தது. மற்ற பகுதிகளோ இன்னும் கட்டிமுடிக்கப்படவே இல்லை. தண்ணீர்க் குழாய்களைத் திறந்தால் வெறும் காற்றுதான் வந்தது.

இப்படி ஏகப்பட்ட அவஸ்தைகளைத் தாண்டியும், டிஸ்னிலாண்டை ஆவலாகப் பார்த்த கூட்டம், பேச வார்த்தைகள் இன்றி மலைத்துப்போனது. இதுவரை இப்படி ஒரு புது உலகத்தை யாரும் கற்பனைகூட செய்ததில்லை என்கிற அளவுக்கு பிரம்மாண்டமும் புதுமையும் கலந்து உருவாகியிருந்தது டிஸ்னியின் கனவு.

மிக்கி, டொனால்ட் என, பிரபலமான டிஸ்னி கதாபாத்திரங்களோடு குழந்தைகள் கை குலுக்கி மகிழ்ந்தார்கள், டிஸ்னியின் படங்களில் இடம்பெற்ற பல்வேறு அனிமேஷன் உலகங்கள், இங்கே கண்முன் நிஜமாகத் தெரிந்தன. சிறியவர்கள், பெரியவர்கள் என எல்லோருக்கான விளையாட்டுகள், அதுவும் பளிங்குபோல் சுத்தமான, பாதுகாப்பான சூழலில்.

'இந்த டிஸ்னிலாண்ட் எப்போதும் நிறைவுபெறாது', என்று உற்சாகமாக அறிவித்தார் வால்ட் டிஸ்னி, 'மனிதனுக்குக் கற்பனை சக்தி மிச்சமிருக்கும்வரை, இந்த மாய உலகம் தொடர்ந்து புதுப்பிக்கப்பட்டுக்கொண்டேதான் இருக்கும்.'

இதற்கேற்ப, டிஸ்னிலாண்டின் ஒவ்வொரு பகுதியில், மாற்றங்கள் எப்போதும் தொடர்ந்துகொண்டிருந்தன. பொதுமக்களின் கருத்துகள், எதிர்பார்ப்புகளுக்கேற்ற விஷயங்களைத் தொடர்ச்சியாக அறிமுகப்படுத்துவதன்மூலம், அமெரிக்க மக்களும், அங்கே வரும் பயணிகளும் திரும்பத் திரும்பச் சென்று பார்க்கிற ஒரு சுற்றுலாத்தலமாகவே மாறிவிட்டது டிஸ்னிலாண்ட்.

முதல் பத்து வருடங்களுக்குள், ஐந்து கோடிக்கும் மேற்பட்ட மக்கள் டிஸ்னிலாண்டைப் பார்த்திருந்தார்கள். வால்ட் டிஸ்னி எதிர்பார்த்ததுபோலவே, குழந்தைகள், பெற்றோர் என எல்லோரும் ஒன்றாக நேரம் செலவிடுகிற ஓர் இடமாக டிஸ்னிலாண்ட் உலகப் புகழ் பெற்றுவிட்டது.

16. ஒன்பது வயசாளிகள்

தொலைக்காட்சி ஊடகத்தை, விரும்பி ஏற்றுக்கொண்டவர் வால்ட் டிஸ்னி. ஆனால் அதேசமயம், தன்னுடைய முழு நீளப் படங்களை மட்டும் தொலைக்காட்சிகளில் ஒளிபரப்பத் தருவதில்லை என்று அவர் முடிவெடுத்திருந்தார்.

இதற்குக் காரணம், ஒவ்வொரு தலைமுறையிலும், டிஸ்னி படங்களைப் பார்ப்பதற்காகத் திரையரங்குக்கு வருகிற இளைஞர்கள் இருப்பார்கள் என்று வால்ட் டிஸ்னி உறுதியாக நம்பியதுதான். அவர்களுக்காக, ஏழு ஆண்டுகளுக்கு ஒருமுறை தனது 'க்ளாஸிக்' திரைப்படங்களை மீண்டும் திரையரங்குகளில் மறு வெளியீடு செய்யத் தொடங்கினார் அவர்.

வால்ட் டிஸ்னி எதிர்பார்த்ததுபோலவே, அதிகச் செலவு பிடிக்காத இந்த 'மறு வெளியீடு'கள், அவற்றின் மூல வடிவங்களுக்கு இணையான லாபத்தைச் சம்பாதித்துக் கொடுத்தன. இன்றுவரை, டிஸ்னி நிறுவனம் இந்த முறையைப் பின்பற்றி வருகிறது.

ஐம்பதுகளின் முற்பகுதியில், நிஜமான நடிகர்கள், நடிகைகள் பங்குபெறும் வழக்கமான திரைப்படங்களையும் தயாரிக்கத் தொடங்கினார் வால்ட் டிஸ்னி. *Treasure Island (1950), 20000 leagues under the sea (1954)* போன்றவை இந்த வரிசையில் வந்த முக்கியமான படங்கள்.

அனிமேஷன்களுக்காகப் புகழ் பெற்ற டிஸ்னி நிறுவனம், இப்படி திடீரென்று எல்லோரையும்போல் நிஜப் படங்களை எடுக்கத் தொடங்கிவிட்டால், மக்களிடையே அவற்றுக்கு வரவேற்பு இருக்குமா என்று பலர் சந்தேகப்பட்டார்கள். ஆனால், அனிமேஷனில் கற்றுக்கொண்ட நுட்பங்களை, உத்திகளை, இந்த வகைப் படங்களுக்கும் பயன்படுத்தமுடியும் என்று வால்ட் டிஸ்னி நம்பினார்.

குழந்தைகள் ரசிக்கும்படியாக உருவாக்கப்பட்ட இந்த 'க்ளாசிக்' வகைப் படங்கள், நல்ல வெற்றியடைந்தன. அதன்பிறகு, டிஸ்னி நிறுவனம் தொடர்ந்து இதுபோன்ற படங்களைத் தயாரித்துவருகிறது.

1954ம் ஆண்டு, 'டிஸ்னிலாண்ட்' கட்டுமானப் பணிகள் முழு வீச்சில் தொடங்கியபிறகு, வால்ட் டிஸ்னி தனது திரைப்பட நிறுவனத்திலோ, அல்லது அனிமேஷன் பிரிவின் பணிகளிலோ அதிக கவனம் செலுத்தமுடியவில்லை. ஆகவே, இந்தக் காலகட்டத்தில் வெளியான பெரும்பாலான டிஸ்னி படங்கள், அந்நிறுவனத்தின் பிற அனிமேஷன் கலைஞர்கள் மேற்பார்வையில் தயாரானவைதான்.

ஒன்பது பேரைக் கொண்ட இந்தக் கலைஞர் குழுவை, வால்ட் டிஸ்னி *'Nine Old Men'* (ஒன்பது வயசாளிகள்) என்று செல்லமாக அழைப்பது வழக்கம். பெயர்தான் கொஞ்சம் தள்ளாடுகிறதே தவிர, இந்தக் குழுவில் இடம்பெற்றிருந்த பலர், திறமைசாலி இளைஞர்கள்தான்.

டிஸ்னி நிறுவனத்தின் சரித்திரத்தில் மிக முக்கியமாகக் குறிப்பிடப்படும் அந்த 'ஒன்பது வயசாளி'கள்:

- லெஸ் க்ளார்க் *(Les Clark)*
- ஓலி ஜான்ஸ்டன் *(Ollie Johnston)*

- *ஃப்ராங்க் தாமஸ் (Frank Thomas)*
- *வுல்ஃப்காங்க் வுல்லி ரெய்தெர்மன் (Wolfgang "Woolie" Reitherman)*
- *ஜான் லௌன்ஸ்பெரி (John Lounsbery)*
- *எரிக் லார்ஸன் (Eric Larson)*
- *வார்ட் கிம்பள் (Ward Kimball)*
- *மில்ட் கஹ்றல் (Milt Kahl)*
- *மார்க் டேவிஸ் (Marc Davis)*

ஐம்பதுகளின் பிற்பகுதியில், அதுவரை வால்ட் டிஸ்னி செய்துவந்த அனைத்துக் கடமைகளையும் இந்த ஒன்பது கலைஞர்கள்தான் பகிர்ந்துகொண்டு, டிஸ்னி நிறுவனத்தின் அனிமேஷன் சார்ந்த தயாரிப்புகளை வழிநடத்தி வந்தார்கள். இவர்களுடைய மேற்பார்வையில் வெளிவந்த சில முக்கியமான படைப்புகள்: *Lady and the Tramp (1955), Sleeping Beauty (1959), One Hundred and One Dalmatians (1961)* மற்றும் *The Sword in the Stone (1963).*

நேரமின்மை காரணமாக, இந்தப் படங்கள் அனைத்திலும், வால்ட் டிஸ்னியின் பங்களிப்பு மிகக் குறைவாகவே இருந்தது. அதன்பிறகு, 1964ம் ஆண்டில் வெளியான மேரி பாப்பின்ஸ் *(Mary Poppins)* திரைப்படத்தில்தான், மீண்டும் தனது பழைய வேகத்துடனும், முழு கவனத்துடனும் பணியாற்றினார் வால்ட் டிஸ்னி. முந்தைய 'ஆலிஸ்' வரிசையைப்போலவே, அனிமேஷன் கொஞ்சம், நிஜக் கதாபாத்திரங்கள் மிச்சம் என்று ஜாலி கலவையாக அமைந்த படம் இது.

இந்தத் திரைப்படத்துக்குப்பிறகு, அறுபது வயதைத் தாண்டிவிட்ட வால்ட் டிஸ்னி மனத்தளவில் திரைப்படங்களிலிருந்து ஓய்வு பெற்றுவிட்டார் என்றுதான் சொல்லவேண்டும். அதன்பிறகு அவருடைய முழு கவனமும் எப்காட் *(EPCOT)* என்கிற

இன்னொரு புதுமையான விஷயத்தில் திரும்பியிருந்தது.

EPCOT என்பது *'Experimental Prototype City Of Tomorrow'* என்பதன் சுருக்கம். *'Experimental Prototype Community Of Tomorrow'* என்றும் சொல்வதுண்டு. வால்ட் டிஸ்னியின் கற்பனையில் உருவான, வருங்காலத்துக்கான மாதிரி நகரம் இது.

இந்தக் காலகட்டத்தில், அவரது மகள்கள் டயானெ மற்றும் ஷரோனுக்குத் திருமணமாகி, பேரக் குழந்தைகள் பிறந்திருந்தார்கள். அவர்களைப் பார்க்கும்போதெல்லாம், வருங்கால உலகம் எப்படி இருக்குமோ என்கிற கவலை வால்ட் டிஸ்னிக்குப் பிறந்தது.

நவீன நகரங்களில் நெருக்கடி அதிகரித்துவிட்டது. மக்கள் பரபரப்புக்கும் ஒழுங்கற்ற தன்மைக்கும் பழகிவிட்டார்கள். மாசுபட்ட சுற்றுச்சூழலில் தொடங்கி, கொலை, கொள்ளைவரை ஏகப்பட்ட பிரச்னைகள் இந்த நகரங்களைச் சூழ்ந்திருக்கின்றன.

டிஸ்னிலாண்ட் என்று ஒரு தனிப் பூங்காவை அமைத்து, அதில் சுத்தமான, பாதுகாப்பான சூழல், பழமையின் ஞாபகங்கள், புதுமையான விஷயங்கள், நவீன அறிவியல் தொழில்நுட்பங்கள் என்று எல்லாவற்றையும் சிறப்பாகப் பயன்படுத்திய வால்ட் டிஸ்னி, இதேபோல் ஒரு நிஜமான மாதிரி நகரத்தை அமைத்தால் எப்படி இருக்கும் என்று சிந்திக்கத் தொடங்கியிருந்தார்.

அதாவது, டிஸ்னிலாண்டைவிட மிகப் பெரிதான, ஆனால், வெறும் விளையாட்டுப் பூங்காவாக இல்லாமல், வீடுகளில் மக்கள் வசித்து, வேலை பார்க்கிற நிஜமான ஒரு நகரம், நிஜமான ஒரு சமூகம். அதில் அறிவியலின் நவீன முன்னேற்றங்கள் அனைத்தையும் தொடர்ச்சியாகச் சோதித்துப்பார்த்து, தகவல் தொடர்பு, பயணம், சமையல், சுகாதாரம் என்று மக்களின் எல்லாவிதமான தினசரிப் பிரச்னைகளையும் தீர்க்கவேண்டும் - இதுதான் அவருடைய கனவு.

அதாவது, ஓர் உதாரண சமூகமாக வால்ட் டிஸ்னி உருவாக்க விரும்பிய இந்த நகரத்தில், விஞ்ஞானிகள் தங்களது

கண்டுபிடிப்புகளை வெளியிடுவார்கள். எப்காட் மக்கள் அவற்றை முதன்முறையாகப் பயன்படுத்தத் தொடங்குவார்கள். பின்னர் அவை படிப்படியாக மற்ற நகரங்கள், சமூகங்களாலும் ஏற்றுக்கொள்ளப்படும்.

புதிய தொழில்நுட்பத்தின்மூலம், மக்களின் நிஜமான பிரச்னைகளைத் தீர்க்கும் இந்தச் சவால் வால்ட் டிஸ்னிக்குப் பிடித்திருந்தது. ஆகவே, இதுபற்றி நிறைய படிக்கத் தொடங்கினார். வரைபடங்களின்மூலம் தனது யோசனைகளைப் பதிவு செய்ய ஆரம்பித்தார்.

'டிஸ்னிவேர்ல்ட்' (*DisneyWorld*) என்று பெயர் சூட்டப்பட்ட இந்தத் திட்டம் மிக பிரம்மாண்டமானது. இடம் போதவில்லை என்பதற்காக, இந்தத் திட்டத்தின் எந்தப் பகுதியும் கெட்டுப்போய்விடக்கூடாது என்று விரும்பிய வால்ட் டிஸ்னி, இதற்காக ஃப்ளோரிடா(*Florida*)வில் இருபத்தைந்தாயிரம் ஏக்கர் நிலத்துக்குமேல் வாங்கத் தீர்மானித்தார்.

ஆனால், அவர் இப்படி மொத்தமாக நிலம் வாங்குகிறார் என்று கேள்விப்பட்டால், சில விஷமிகள் வேண்டுமென்றே நிலத்தின் விலையை ஏற்றிவிடுவார்கள். இதனால், வெவ்வேறு பெயர்களில் கொஞ்சம்கொஞ்சமாக நிலங்களை வாங்கி, பின்னர் அவற்றை *WED* நிறுவனத்தின் பெயருக்கு மாற்றினார் வால்ட் டிஸ்னி.

அரசுத் தலையீடு இல்லாமல், ஆனால் பெரும் தொழில் நிறுவனங்களின் ஒத்துழைப்புடன் இந்த மாதிரி நகரம் அமைக்கப்படும் என்று அறிவித்த வால்ட் டிஸ்னி, இதுபற்றிய தனது திட்டங்களை விவரித்து, அரை மணி நேரப் படம் ஒன்றை எடுத்தார். அதில் அவர் விவரித்திருந்த எப்காட் நகரத்தைப்பற்றிக் கேட்டதும், இதெல்லாம் நிஜத்தில் சாத்தியமா என்று பலர் வியந்துபோனார்கள்.

இதே காலகட்டத்தில் கல்ஆர்ட்ஸ் (*CalArts - The California Institute Of The Arts*) எனப்படும் கலிஃபோர்னியா கலைப் பயிற்சி

நிறுவனம் வால்ட் டிஸ்னியின் கவனத்தை ஈர்த்திருந்தது. இந்த அமைப்பின் உதவியுடன், கலைப் பயிற்சியில் பல புதுமைகள் செய்வதற்கான முயற்சிகளில் இறங்கியிருந்தார் அவர்.

வால்ட் டிஸ்னி பிறந்தது சிகாகோ நகரத்தில். ஆனால், அவர் வாழ்நாள்முழுவதும் தனது சொந்த ஊராக கருதியது மர்சலீனைத்தான். அந்த ஊருக்காக ஏதாவது செய்யவேண்டும் என்று விரும்பிய வால்ட் டிஸ்னி, அங்கே சுற்றுலாப் பயணிகளை ஈர்ப்பதற்கான சில முயற்சிகளைத் தொடங்கியிருந்தார். இதற்காக, உள்ளூரில் நிறைய நிலமும் வாங்கினார் வால்ட் டிஸ்னி.

இப்படி ஏகப்பட்ட கனவுகளுடன் வால்ட் டிஸ்னி சுறுசுறுப்பாக இயங்கிக்கொண்டிருந்தபோது, இயற்கை குறுக்கிட்டுவிட்டது.

17. குழந்தையின் சிரிப்பில்...

வால்ட் டிஸ்னிக்கு புகை பிடிக்கும் பழக்கம் உண்டு என்று சொன்னால், அவரைப் புகைப்படங்களில் மட்டும் பார்த்து அறிந்திருக்கும் நம்மைப் போன்றவர்களால் நம்பக்கூட முடியாது. காரணம், சிகரெட்டும் கையுமாக அவர் தோன்றுகிற புகைப்படங்கள் அபூர்வம்.

உண்மையில், பதினாறு வயதில் புகைக்கத் தொடங்கிய வால்ட் டிஸ்னி, ஒரு செயின் ஸ்மோக்கர். அடுத்தடுத்து சிகரெட்களைப் பற்றவைத்தால்தான் அவருக்கு வேலையே ஒழுங்காக ஓடும்.

இது தவறான பழக்கம் என்று வால்ட் டிஸ்னிக்கு நன்றாகப் புரிந்திருந்தது. அவருடைய மனைவி, மகளில் தொடங்கி, சுற்றியிருந்தவர்கள் எல்லோருமே அவருக்கு அன்பாகவும், அதட்டலாகவும் இதுபற்றி அறிவுரை சொல்லிக்கொண்டிருந்தார்கள். ஆனால், கடைசிவரை அவரால் தன்னுடைய இந்தப் பழக்கத்தை விடமுடியவில்லை.

'எல்லா மனிதர்களுக்கும் நிச்சயமாக ஒன்றிரண்டு பலவீனங்கள் இருக்கும்தானே?', என்று சிரிப்போடு சொல்வார் வால்ட் டிஸ்னி, 'அதுபோல், எனக்கு இந்த சிகரெட் பழக்கம்.'

தன்னுடைய சிகரெட் பழக்கத்தை மற்றவர்கள், குறிப்பாகக் குழந்தைகள் அறிந்துவிடக்கூடாது என்பதில் வால்ட் டிஸ்னி மிகவும் கவனமாக இருந்தார். இதனால், பெரும்பாலும் அவர் பிறர்முன்னால் புகைப்பதில்லை. பத்திரிகைகளில் வரும் அவரது புகைப்படங்கள் அனைத்தும், டிஸ்னி நிறுவனத்தால் கவனமாக ‘சென்ஸார்’ செய்யப்பட்டபிறகுதான் வெளியாகும்.

ஆனால், புகைப் பழக்கத்தை வெளியே மறைக்கலாம், உள்ளே மறைக்கமுடியுமா? தொடர்ச்சியாகப் புகைத்ததால், வால்ட் டிஸ்னியின் குரல் பாதிக்கப்பட்டுவிட்டது. இதனால்தான், ஆரம்பகாலத்தில் மிக்கி கதாபாத்திரத்துக்குக் குரல் கொடுத்துக்கொண்டிருந்த வால்ட் டிஸ்னி, 1947க்குப்பிறகு அந்தப் பணியைச் செய்யமுடியவில்லை.

இதே காரணத்தால், இருமல் தொல்லையும் வால்ட் டிஸ்னியைப் பல ஆண்டுகளாக வாட்டிக்கொண்டிருந்தது. அவர் அலுவலகத்துக்கு வந்துவிட்டார் என்பதையே, அவரது இருமலைக் கொண்டுதான் சக ஊழியர்கள் அடையாளம் கண்டுகொள்வார்கள்.

ஒரு விபத்து காரணமாக, கடுமையான கழுத்து வலியாலும் பாதிக்கப்பட்டிருந்தார் வால்ட் டிஸ்னி. பல சமயங்களில் இந்த வலியும் வேதனையும் பொறுக்காமல் கதறித் துடிப்பார் அவர்.

இப்படிப் பல உடல் பிரச்னைகள் இருந்தபோதும், அவற்றை வெளிக்காட்டிக்கொள்ளாமல், எப்போதும் சிரித்தபடி வளையவந்தார் வால்ட் டிஸ்னி. ஆனால், இப்போதெல்லாம் அவர் அடிக்கடி தலைவலி, ஜலதோஷம் போன்ற சின்னச் சின்ன பிரச்னைகளுக்குக்கூட, மிகவும் தளர்ந்துபோய்விடுவது வால்ட்டின் குடும்ப உறுப்பினர்களுக்குக் கவலை தந்தது.

ஒருகட்டத்தில் உடல் நிலை மிகவும் மோசமாகி, மருத்துவமனையில் சேர்க்கப்பட்டார் வால்ட் டிஸ்னி. பரிசோதனைகளில், அவருக்கு இடது நுரையீரலில் புற்றுநோய் இருப்பது கண்டுபிடிக்கப்பட்டது.

இதனால் வால்ட் டிஸ்னியின் குடும்பத்தினர், நண்பர்கள், ஊழியர்கள் என எல்லோரும் அதிர்ந்துபோயிருக்க, அவர் மட்டும் எப்போதும்போல் சிரித்தபடி இருந்தார், ‘கவலைப்படாதீர்கள், புற்றுநோய் வந்த பகுதியை டாக்டர்கள் அறுவை சிகிச்சைமூலம் அகற்றிவிடுவார்கள். அதன்பிறகு நான் பழையபடி நன்றாகிவிடுவேன்’ என்று எல்லோரிடமும் உற்சாகமாகச் சொன்னார் அவர்.

இது ஏதோ மற்றவர்களுக்காகச் சொன்ன ஆறுதல் வார்த்தைகள் அல்ல. நிஜமாகவே, வால்ட் டிஸ்னி மனத்துக்குள் அப்படிதான் நம்பினார். சிகரெட் புகைப்பதால் புற்றுநோய் வரும் என்பதை அவர் கடைசிவரை ஏற்றுக்கொள்ளவே இல்லை. சாவுக்குத் தன்னை ஒப்புக்கொடுக்க விரும்பாமல், மருத்துவர்கள் தன்னை குணமாக்கிவிடுவார்கள் என்று உறுதியாக நம்பினார் அவர்.

ஆனால், முதன்முறையாக, வால்ட் டிஸ்னியின் கணிப்பு ஒன்று பெரிய அளவில் தோற்றுப்போனது. அந்த அறுவை சிகிச்சை எதிர்பார்த்த அளவு பலனை அளிக்கவில்லை. ஆகவே, வால்ட் டிஸ்னி இன்னும் ஆறு மாதங்கள்முதல் இரண்டு வருடங்கள்தான் உயிர் வாழமுடியும் என்று மருத்துவர்கள் கெடு நிர்ணயித்துவிட்டார்கள்.

அந்த நிலையிலும், வால்ட் டிஸ்னி தன்னுடைய நம்பிக்கையை இழக்கவில்லை. உயிரோடு இருக்கும்வரை, நான் சுறுசுறுப்பாக இயங்கிக்கொண்டுதான் இருப்பேன் என்று சொல்கிறவர்போல், மருத்துவமனையிலிருந்து வெளியே வந்த மறுநாள், ஸ்டூடியோவுக்கும், *WED* அலுவலகத்துக்கும் செல்லத் தொடங்கிவிட்டார் அவர்.

ஆனால், அவருடைய மன உறுதிக்கு இணையாக, உடம்பில் தெம்பு இல்லை. எப்போதும் கம்பீரமாகவும் உற்சாகமாகவுமே இருக்கும் அவர், இப்போது வெகுவாகத் தளர்ந்து சோர்ந்திருந்ததால், அவரைப் பார்த்தவர்கள் யாருக்கும், வால்ட் டிஸ்னியை அடையாளம்கூட தெரியவில்லை.

கடைசி நாள்களில் வால்ட் டிஸ்னியின் மனத்தைப் பெருமளவு ஆக்கிரமித்திருந்தது 'எப்காட்' திட்டம்தான். வருங்காலத்தின்மீது அக்கறை கொண்ட, தனது மிகப் பெரிய கனவான இதனைக் கண்முன்னே நிறைவேற்றிப் பார்த்துவிடவேண்டும் என்கிற ஆசையோடு, அதுபற்றிய புத்தகங்களை வாசிப்பது, பலவிதமான புது யோசனைகளை வடிவமைப்பது போன்றவற்றிலேயே அதிக நேரம் செலவிட்டார் அவர்.

வாழ்க்கையில் முதன்முறையாக, வால்ட் டிஸ்னிக்குப் பல மணி நேரம் ஓய்வு கிடைத்தது. ஆகவே, தமது மனைவி, மகள்கள், அவர்களுடைய குழந்தைகளோடெல்லாம் நிறைய நேரம் செலவிட்டார். பேரப் பிள்ளைகளுக்கு ஓவியம் வரையக் கற்றுத்தந்தார். இந்தக் காலகட்டத்தில் அவருடைய ஒவ்வொரு நாளும், மிக இனிமையாகவே கழிந்தது.

ஆனால், உள் மனத்தில், தன்னுடைய மரணம் நிச்சயமாகிவிட்டது குறித்து வால்ட் டிஸ்னிக்குச் சோர்வு ஏற்பட்டிருக்கவேண்டும். அதனால்தான், மருத்துவர்கள் சொன்ன ஆறு மாதம் / இரண்டு வருடக் கணக்குகளையெல்லாம் மீறி, சில வாரங்களுக்குள்ளாகவே மறுபடி அவருடைய உடல்நிலை மோசமாகிவிட்டது.

1966 நவம்பர் 30ம் தேதி, மீண்டும் மருத்துவமனையில் அனுமதிக்கப்பட்டார் வால்ட் டிஸ்னி. அதன்பிறகு, அவருடைய உடல்நிலை கொஞ்சம் கொஞ்சமாகத் தீவிரமடைந்து கொண்டிருந்தது.

வால்ட் டிஸ்னி மருத்துவமனையில் சேர்க்கப்பட்டு ஒரு வாரம் கழித்து, அவருடைய அறுபத்தைந்தாவது பிறந்த நாள் வந்தது. ஆனால், அதைக் கொண்டாடுகிற மனோநிலையில் யாரும் இல்லை. எப்படியாவது டாக்டர்கள் அவரைக் காப்பாற்றிவிடுவார்கள், சவால்களுக்குப் பழகிய டிஸ்னி, சாவையும் ஜெயித்துத் திரும்பிவிடுவார் என்கிற நம்பிக்கையோடுதான், அவரது ரசிகர்கள், குடும்பத்தினர், நண்பர்கள், டிஸ்னி நிறுவன ஊழியர்கள் என எல்லோரும் காத்திருந்தார்கள்.

அவர்களுடைய நம்பிக்கை பலிக்கவில்லை. நினைவு திரும்பாமலே, இதய அதிர்ச்சியால் ரத்த ஓட்டம் பாதிக்கப்பட்டு, 1966 டிசம்பர் 15ம் தேதி மரணமடைந்தார் வால்ட் டிஸ்னி.

உலகெங்கிலுமுள்ள தன்னுடைய ரசிகர்களை, முதன்முறையாக சோகத்தில் ஆழ்த்திய அந்த அபூர்வமான கலைஞரின் மரணம், ஹாலிவுட் மட்டுமின்றி, மொத்தத் திரைப்படத் துறையின் சரித்திரத்திலும் ஒரு நிரப்பமுடியாத இடைவெளியை உண்டாக்கிவிட்டது. இன்றுவரை, இந்த வெற்றிடத்தை யாராலும் நிரப்பமுடியவில்லை என்பதே, வால்ட் டிஸ்னியின் அசாத்திய ஆளுமைக்குச் சாட்சி!

வால்ட் டிஸ்னி மரணமடைந்தபிறகு, அவருடைய இறுதிச் சடங்குகளும், அஞ்சலிக் கூட்டமும் மிக எளிமையான முறையில், அவரது குடும்ப உறுப்பினர்கள் மட்டுமே பங்குபெறும் நிகழ்வுகளாக நடந்துமுடிந்தன. இதற்குக் காரணம், இதுபோன்ற சடங்குகளை வால்ட் டிஸ்னி எப்போதும் விரும்பியதில்லை என்பதுதான்.

அனிமேஷன் உலகத்தில், மரணத்துக்கு இடமில்லை. அதுபோல், மக்களும் தன்னை ஓர் உற்சாகமான கலைஞனாகவே எப்போதும் நினைவுகூரவேண்டும் என்றுதான் ஆசைப்பட்டார் வால்ட் டிஸ்னி. இன்றைக்கும், மிக்கி மவுஸையோ, டொனால்ட் வாத்தையோ, ஸ்னோ வொய்ட் குள்ளர்களையோ பார்த்து வாய்விட்டுச் சிரிக்கிற ஒவ்வொரு குழந்தையின் சந்தோஷத்திலும், வால்ட் டிஸ்னி வாழ்ந்துகொண்டிருக்கிறார்!

பின்னிணைப்பு 1

வால்ட் டிஸ்னிக்குப் பிறகு, டிஸ்னி நிறுவனம்

- முழுப் பெயர்: The Walt Disney Company (சுருக்கமாக, 'டிஸ்னி')
- வகை: பொது நிறுவனம்
- தலைமையகம்: பர்பேங்க், கலிஃபோர்னியா
- இணைய தளம்: http://disney.go.com
- முக்கியமான துணை / சகோதர நிறுவனங்கள்:
  - Buena Vista Motion Pictures Group
  - Walt Disney Parks and Resorts
  - American Broadcasting Company (ABC)
  - Buena Vista Music Group
  - Walt Disney Feature Animation
  - Walt Disney Television Animation
  - DisneyToon Studios
  - Pixar Animation Studios

- Disney Publishing
- Walt Disney Internet Group
- Walt Disney Theatrical
- Hyperion Theatrical

மைல்கற்கள்

- 1923 – 'டிஸ்னி பிரதர்ஸ்' நிறுவனம் தொடங்கப்பட்டது
- 1925 – நிறுவனத்தின் பெயர் 'வால்ட் டிஸ்னி ஸ்டூடியோஸ்' என மாற்றப்பட்டது
- 1928 – மிக்கி கதாபாத்திரம் அறிமுகம்
- 1929 – நிறுவனத்தின் பெயர் 'வால்ட் டிஸ்னி ப்ரொடக்ஷன்ஸ்' என மாற்றப்பட்டது
- 1932 – முதல் வண்ண கார்ட்டூன் படம் வெளியீடு (Flowers and Trees)
- 1937 – முதலாவது முழு நீள அனிமேஷன் படம் வெளியீடு (Snow White and Seven Dwarfs)
- 1940 – பர்பேங்கில் புது வளாகத்துக்கு டிஸ்னி நிறுவனம் இடம்பெயர்கிறது
- 1940 – 'வால்ட் டிஸ்னி ப்ரொடக்ஷன்ஸ்' பொது நிறுவனமாகிறது
- 1949 – டிஸ்னி நிறுவனத்தின்கீழ் அனிமேஷன் அல்லாத திரைப்படங்கள் தயாரிக்கப்படுகின்றன
- 1952 – வால்ட் டிஸ்னியின் சொந்த நிறுவனம் WED தொடங்கப்படுகிறது
- 1954 – விநியோகப் பணிகளுக்காக 'Buena Vista Distribution' என்ற நிறுவனம் தொடங்கப்படுகிறது

- 1955 – 'டிஸ்னிலாண்ட்' திறக்கப்படுகிறது, அடுத்த இரு ஆண்டுகளில் இதன் பெரும்பகுதியை 'வால்ட் டிஸ்னி ப்ரொடக்ஷன்ஸ்' நிறுவனம் வாங்கிக்கொள்கிறது

- 1964 – 'டிஸ்னி வேர்ல்ட்' பணிகள் தொடங்குகின்றன

- 1965 – 'வால்ட் டிஸ்னி ப்ரொடக்ஷன்ஸ்' நிறுவனம், WEDயை விலைக்கு வாங்குகிறது

- 1966 – வால்ட் டிஸ்னி மரணம். நிறுவனப் பொறுப்புகளை அவரது அண்ணன் ராய் டிஸ்னி ஏற்கிறார்

- 1967 – 'டிஸ்னி வேர்ல்ட்' பூங்காவின் பெயர், 'வால்ட் டிஸ்னி வேர்ல்ட்' என மாற்றப்படுகிறது, கட்டுமானப் பணிகள் தொடங்குகின்றன

- 1971 – 'வால்ட் டிஸ்னி வேர்ல்ட்' திறக்கப்படுகிறது

- 1971 – ராய் டிஸ்னி மரணம், டிஸ்னி நிறுவனத்தின் தலைமைப் பொறுப்பை டான் டாடும் (Donn Tatum – Chairman) மற்றும் கார்ட் வால்கர் (Card Walker – President) ஏற்கிறார்கள்

- 1982 – வால்ட் டிஸ்னி திட்டமிட்ட 'எப்காட்' (EPCOT) மையம் திறக்கப்படுகிறது

- 1982 – டிஸ்னி நிறுவனத்தின் தலைமை நிர்வாகப் பொறுப்பை (CEO), வால்ட் டிஸ்னியின் மருமகன் ரான் மில்லர் (Ron W Miller) ஏற்கிறார்

- 1983 – டிஸ்னி தொலைக்காட்சி சேனல் தொடங்கப்படுகிறது

- 1983 – ஜப்பான் / டோக்கியோவில் 'டிஸ்னிலாண்ட்' திறக்கப்படுகிறது

- 1984 – ரான் மில்லர் வெளியேறுகிறார், டிஸ்னியின் புதிய தலைவர்கள் மைக்கேல் ஐஸ்னர் (Michael Eisner) மற்றும் ஃபிராங்க் வெல்ஸ் (Frank Wells)

- 1986 – நிறுவனத்தின் பெயர் 'தி வால்ட் டிஸ்னி கம்பெனி' என மாற்றப்படுகிறது

- 1992 – ஐரோப்பாவில் ‘யூரோ டிஸ்னி’ (Euro Disney) திறக்கப்படுகிறது
- 1995 – டிஸ்னி நிறுவனத்தின் தலைவராக (President) மைக்கேல் ஓவிட்ஸ் (Michael Ovitz) பொறுப்பேற்கிறார்
- 1995 – கணினிமூலம் அனிமேஷன் செய்யப்பட்ட முதல் படத்தை வெளியிடுகிறது டிஸ்னி நிறுவனம் (Toy Story)
- 2000 – டிஸ்னி நிறுவனத்தின் தலைவராக (President) ராபர்ட் இகெர் பொறுப்பேற்கிறார்
- 2002 – ஐரோப்பாவில் ‘வால்ட் டிஸ்னி ஸ்டூடியோ’ தொடங்கப்படுகிறது
- 2003 – மைக்கேல் ஐஸ்னருக்கு எதிராக, டிஸ்னி பங்குதாரர்கள் போராட்டம்
- 2004 – மைக்கேல் ஐஸ்னர் ராஜினாமா. புதிய தலைவர் (Chairman) ஜார்ஜ் மிட்செல்
- 2005 – ஹாங்காங்கில் 'டிஸ்னிலாண்ட்’ திறக்கப்படுகிறது
- 2005 – ராபர்ட் இகெர், CEO பொறுப்பையும் கூடுதலாக ஏற்கிறார்
- 2006 – புகழ் பெற்ற பிக்ஸார் (Pixar) அனிமேஷன் நிறுவனத்தை டிஸ்னி நிறுவனம் வாங்குகிறது
- 2006 – டிஸ்னி நிறுவனம் தனது மொபைல் தொலைபேசிச் சேவையைத் தொடங்குகிறது

பின்னிணைப்பு 2

சாதனைகள், விருதுகள்

முக்கியமான முன்குறிப்பு:

வால்ட் டிஸ்னி தனது வாழ்நாளில் வாங்கிய விருதுகள் எழுநூறுக்கும் மேற்பட்டவை. அனைத்தையும் பட்டியலிடுவதானால், குறைந்தது முப்பது பக்கங்களாவது தேவைப்படும். ஆகவே, முக்கியமான பரிசுகள், விருதுகள், கௌரவங்களை மட்டும் இங்கே கொடுத்திருக்கிறோம்.

ஆஸ்கார் விருதுகள்

- 1931 / 32 - சிறந்த கார்ட்டூன் குறும்படத்துக்கான விருது (Flowers and Trees)
- 1931 / 32 - சிறப்பு ஆஸ்கார் விருது (மிக்கி மவுஸ் கதாபாத்திரத்தை உருவாக்கியதற்காக)
- 1932 / 33 - சிறந்த கார்ட்டூன் குறும்படத்துக்கான விருது (The Three Little Pigs)
- 1934 - சிறந்த கார்ட்டூன் குறும்படத்துக்கான விருது (The Tortoise and the Hare)
- 1935 - சிறந்த கார்ட்டூன் குறும்படத்துக்கான விருது (Three Orphan Kittens)

- 1936 – சிறந்த கார்ட்டூன் குறும்படத்துக்கான விருது (The Country Cousin)
- 1937 – சிறந்த கார்ட்டூன் குறும்படத்துக்கான விருது (The Old Mill)
- 1938 – சிறந்த கார்ட்டூன் குறும்படத்துக்கான விருது (Ferdinand the Bull)
- 1938 – சிறப்பு ஆஸ்கார் விருது (Snow White and the Seven Dwarfs)
- 1939 – சிறந்த கார்ட்டூன் குறும்படத்துக்கான விருது (The Ugly Duckling)
- 1941 – சிறந்த கார்ட்டூன் குறும்படத்துக்கான விருது (Lend a Paw)
- 1941 – சிறப்பு ஆஸ்கார் விருது (Fantasia)
- 1941 – இர்விங் தால்பெர்க் (Irving G Thalberg) நினைவு விருது
- 1942 – சிறந்த கார்ட்டூன் குறும்படத்துக்கான விருது (Der Fuehrer's Face)
- 1948 – சிறந்த இரண்டு ரீல் குறும்படத்துக்கான விருது (Seal Island)
- 1950 – சிறந்த இரண்டு ரீல் குறும்படத்துக்கான விருது (In Beaver Valley
- 1951 – சிறந்த இரண்டு ரீல் குறும்படத்துக்கான விருது (Nature's Half Acre)
- 1952 – சிறந்த இரண்டு ரீல் குறும்படத்துக்கான விருது (Water Birds)
- 1953 – சிறந்த ஆவணப் படத்துக்கான விருது (The Living Desert)
- 1953 – சிறந்த சிறு ஆவணப் படத்துக்கான விருது (The Alaskan Eskimo)
- 1953 – சிறந்த கார்ட்டூன் குறும்படத்துக்கான விருது (Toot, Whistle, Plunk and Boom)

- 1953 – சிறந்த இரண்டு ரீல் குறும்படத்துக்கான விருது (Bear Country)
- 1954 – சிறந்த ஆவணப் படத்துக்கான விருது (The Vanishing Prairie)
- 1955 – சிறந்த சிறு ஆவணப் படத்துக்கான விருது (Men against the Arctic)
- 1958 – சிறந்த குறும்படத்துக்கான விருது (Grand Canyon)
- 1968 – சிறந்த கார்ட்டூன் குறும்படத்துக்கான விருது (Winnie the Pooh and the Blustery Day) – டிஸ்னியின் மரணத்துக்குப்பிறகு வழங்கப்பட்டது

பிற விருதுகள்

- 1934 – வெனிஸ் திரைப்பட விழாவில் சிறந்த அனிமேஷன் படத்துக்கான விருது (Funny Little Bunnies)
- 1935 – வெனிஸ் திரைப்பட விழாவில் சிறந்த அனிமேஷன் படத்துக்கான விருது (The Band Concert)
- 1936 – வெனிஸ் திரைப்பட விழாவில் சிறந்த அரசியல் / சமூகப் படத்துக்கான விருது (Cammino degli eroi, La)
- 1938 – Grand Biennale Art விருது (Snow White and the Seven Dwarfs)
- 1939 – நியூயார்க் திரை விமர்சகர் வட்டத்தின் விருது (Snow White and the Seven Dwarfs)
- 1940 – நியூயார்க் திரை விமர்சகர் வட்டத்தின் விருது (Fantasia)
- 1948 – 'கோல்டன் க்ளோப்ஸ்' (Golden Globes) சிறப்பு விருது (Bambi)
- 1950 – வெனிஸ் திரைப்பட விழா சிறப்பு விருது (Cinderella & Beaver Valley)
- 1953 – கேன்ஸ் திரைப்பட விழா சிறப்பு விருது

- 1953 – Cecil B. DeMille விருது
- 1954 – ‘கோல்டன் க்ளோப்ஸ்’ (Golden Globes) விருது (The Living Desert)
- 1954 – பெர்லின் சர்வதேசத் திரைப்பட விழா சிறப்பு விருது
- 1955 – அமெரிக்க ‘டைரக்டர்ஸ் கில்ட்’ (Director’s Guild) கௌரவ விருது
- 1955 & 1956 – எம்மி (Emmy) விருது (‘டிஸ்னிலாண்ட்’ தொலைக்காட்சி நிகழ்ச்சிக்காக)
- 1956 – David di Donatello விருது (Lady and the Tramp)
- 1967 – ஜெர்மனியின் ‘கோல்டன் ஸ்க்ரீன்’ (Golden Screen) விருது – டிஸ்னியின் மரணத்துக்குப்பிறகு வழங்கப்பட்டது
- ஹார்வர்ட் (Harvard), யேல் (Yale), தென் கலிஃபோர்னியா (Southern California) பல்கலைக்கழகங்களின் கௌரவப் பட்டங்கள்
- அமெரிக்க அரசின் உயர்ந்த கௌரவமான ’Presidential Medal Of Freedom’ விருது
- பிரான்ஸ் நாட்டின் ‘Legion Of Honor’ மற்றும் ‘Officer d’Academie’ விருதுகள்
- தாய்லாந்து, பிரேசில், மெக்ஸிகோ நாடுகளின் உயர்விருதுகள்

பின்னிணைப்பு 3:

சொன்னவை

- ஆர்வமுள்ளவர்களுக்கு, பல சுவாரஸ்யமான விஷயங்கள் செய்யக் கிடைக்கின்றன. ஆனால், தைரியமுள்ளவர்கள்தான் அவற்றைச் செய்து முடிக்கிறார்கள்.

- கனவுகளை நிஜமாக்கும் ரகசியம் தெரிந்த மனிதனால், அடையமுடியாத உயரங்களே இல்லை. என்னைப் பொறுத்தவரை, இந்த ரகசியம், நான்கு 'C'க்களால் ஆனது.

    - Curiosity - ஆர்வம்
    - Confidence - நம்பிக்கை
    - Courage - தைரியம்
    - Constancy - நிலைத்தன்மை

- நீங்கள் ஒரு விஷயத்தின்மீது நம்பிக்கை கொண்டுவிட்டால், அதை முழுமையாக நம்புங்கள், வெளிப்படையாக நம்புங்கள், கேள்வி கேட்காமல் நம்புங்கள்.

- ஒரு விஷயத்தைச் செய்யத் தொடங்குவதற்கான ஒரே வழி, பேசுவதை நிறுத்திவிட்டு, செயலில் இறங்குவதுதான்.

- எந்த மனிதரும், தொழிலுக்காகக் குடும்பத்தைப் புறக்கணிப்பது கூடாது.

- பணம் பண்ணுவதற்காக நான் படமெடுப்பதில்லை. மேலும் படங்களை எடுப்பதற்காகத்தான் நான் பணம் சம்பாதிக்கிறேன்.
- மக்களுக்கு ஒரு விஷயத்தைக் கற்றுத்தந்துவிட்டு, அது அவர்களுக்கு நல்ல பொழுதுபோக்காக அமையும் என்று நம்புவதைவிட, மக்களுக்குப் பொழுதுபோக்கைத் தந்து, அதன்மூலம் அவர்கள் எதையாவது கற்றுக்கொள்வார்கள் என்று நம்புவதற்கே நான் விரும்புகிறேன்
- எனக்குக் கேள்வி கேட்பதில் ஆர்வம் அதிகம். எனக்குப் பிடிக்காத விஷயங்கள் எதையேனும் பார்க்கும்போது, இது ஏன் இப்படி இருக்கிறது, இதை மேலும் சிறப்பாக மேம்படுத்தமுடியாதா என்று சிந்திக்கத் தொடங்கிவிடுவேன்.
- விமர்சகர்களை மகிழ்ச்சிப்படுத்துவதற்காக நாங்கள் முயற்சி செய்வதில்லை. மக்கள் மீதுதான் எங்களுடைய முழு கவனமும்.
- வெறுமனே குழந்தைகளை மட்டும் மனத்தில் வைத்து எந்தப் படைப்பையும் உருவாக்காதீர்கள். பெரியவர்கள் எல்லோருமே, வளர்ந்த குழந்தைகள்தான்.
- நான் என் வாழ்நாள் முழுவதும் கடும் போட்டிக்கு நடுவே வளர்ந்தவன். அந்தப் போட்டிகள் இல்லாவிட்டால் நான் எப்படிப் பிழைத்திருப்பேன் என்று என்னால் கற்பனை செய்யக்கூட முடியவில்லை.
- செய்யமுடியாத விஷயங்களைச் செய்து பார்ப்பதில் ஒரு குஷி இருக்கிறது.
- வாழ்வின் நல்ல விஷயங்களைப்பற்றி நினைப்பதில்தான் எனக்கு விருப்பம் அதிகம். ஆனால், வாழ்க்கை அத்தனை சுலபமானது அல்ல, மிகச் சிக்கலானது என்பதும் எனக்குத் தெரியும்.
- நாம் தொடர்ந்து முன்னேறிக்கொண்டிருக்கிறோம், புதுப்புது கதவுகளைத் திறந்துகொண்டிருக்கிறோம், புதிய விஷயங்களைச் செய்துகொண்டிருக்கிறோம். நம்முடைய ஆர்வம்தான், நம்மைப் புதுப் பாதைகளில் செலுத்துகிறது.

பின்னிணைப்பு 4 :

பட வரிசை

வால்ட் டிஸ்னியின் காலத்தில், அவருடைய பங்களிப்புடன் வெளிவந்த 'டிஸ்னி' படங்களின் பட்டியல்

ஆலிஸ் படங்கள் (1923முதல் 1927வரை)

- Alice's Wonderland
- Alice's Day at Sea
- Alice's Spooky Adventure
- Alice's Wild West Show
- Alice's Fishy Story
- Alice and the Dog Catcher
- Alice the Peacemaker
- Alice Gets in Dutch
- Alice Hunting in Africa
- Alice and the Three Bears
- Alice the Piper
- Alice Cans the Cannibals
- Alice the Toreador

- Alice Gets Stung
- Alice Solves the Puzzle
- Alice's Egg Plant
- Alice Loses Out
- Alice is Stage Struck
- Alice Wins the Derby
- Alice Picks the Champ
- Alice's Tin Pony
- Alice Chops the Suey
- Alice the Jail Bird
- Alice Plays Cupid
- Alice Rattled by Rats
- Alice in the Jungle
- Alice on the Farm
- Alice's Orphan
- Alice's Little Parade
- Alice's Mysterious Mystery
- Alice Charms the Fish
- Alice's Monkey Business
- Alice in the Wooly West
- Alice the Fire Fighter
- Alice Cuts the Ice
- Alice Helps the Romance
- Alice's Spanish Guitar
- Alice's Brown Derby
- Alice the Lumber Jack
- Alice the Golf Bug
- Alice Foils the Pirates

- Alice at the Carnival
- Alice at the Rodeo
- Alice the Collegiate
- Alice in the Alps
- Alice's Auto Race
- Alice's Circus Daze
- Alice's Knaughty Knight
- Alice's Three Bad Eggs
- Alice's Picnic
- Alice's Channel Swim
- Alice in the Klondike
- Alice's Medicine Show
- Alice the Whaler
- Alice the Beach Nut
- Alice in the Big League

ஆஸ்வால்ட் படங்கள் (1927 மற்றும் 1928)

- Trolley Troubles
- Oh Teacher
- The Mechanical Cow
- Great Guns
- All Wet
- The Ocean Hop
- The Banker's Daughter
- Empty Socks
- Rickety Gin
- Harem Scarem
- Neck 'n' Neck

- The Ol' Swimmin' Hole
- Africa Before Dark
- Rival Romeos
- Bright Lights
- Oh, What a Knight
- Sagebrush Sadie
- Ride'em Plow Boy
- Sky Scrappers
- Ozzie of the Mounted
- Hungry Hoboes
- Poor Papa
- The Fox Chase
- Tall Timber
- Sleigh Bells
- Hot Dog

மிக்கி படங்கள் (1928முதல் வால்ட் டிஸ்னி வாழ்நாள்வரை)

- Steamboat Willie
- Plane Crazy
- The Gallopin' Gaucho
- The Barn Dance
- The Opry House
- When the Cat's Away
- The Plow Boy
- The Barnyard Battle
- The Karnival Kid
- Mickey's Follies
- Mickey's Choo-Choo

- The Jazz Fool
- Wild Waves
- Jungle Rhythm
- Haunted House
- Just Mickey
- The Barnyard Concert
- The Cactus Kid
- The Fire Fighters
- The Shindig
- The Chain Gang
- The Gorilla Mystery
- The Picnic
- Pioneer Days
- Minnie's Yoo Hoo
- The Birthday Party
- Traffic Troubles
- The Castaway
- The Moose Hunt
- The Delivery Boy
- Mickey Steps Out
- Blue Rhythm
- Fishin' Around
- The Barnyard Broadcast
- The Beach Party
- Mickey Cuts Up
- Mickey's Orphans
- The Duck Hunt
- The Grocery Boy

- The Mad Dog
- Barnyard Olympics
- Mickey's Revue
- Musical Farmer
- Mickey In Arabia
- Mickey's Nightmare
- Trader Mickey
- The Whoopee Party
- Touchdown Mickey
- The Wayward Canary
- The Klondike Kid
- Mickey's Good Deed
- Parade of the Award Nominees
- Building a Building
- The Mad Doctor
- Mickey's Pal Pluto
- Mickey's Mellerdrammer
- Ye Olden Days
- The Mail Pilot
- Mickey's Mechanical Man
- Mickey's Gala Premiere
- Puppy Love
- The Pet Store
- The Steeplechase
- Giantland
- Shanghaied
- Camping Out
- Playful Pluto

- Gulliver Mickey
- Mickey's Steamroller
- Orphans' Benefit (1934)
- Mickey Plays Papa
- The Dognapper
- Two-Gun Mickey
- Mickey's Man Friday
- The Band Concert
- Mickey's Service Station
- Mickey's Kangaroo
- Mickey's Garden
- Mickey's Fire Brigade
- Pluto's Judgment Day
- On Ice
- Mickey's Polo Team
- Orphans Picnic
- Mickey's Grand Opera
- Thru the Mirror
- Mickey's Rival
- Moving Day
- Alpine Climbers
- Mickey's Circus
- Mickey's Elephant
- The Worm Turns
- Magician Mickey
- Moose Hunters
- Mickey's Amateurs
- Hawaiian Holiday

- Clock Cleaners
- Lonesome Ghosts
- Boat Builders
- Mickey's Trailer
- The Whalers
- Mickey's Parrot
- The Brave Little Tailor
- Society Dog Show
- Mickey's Surprise Party
- The Pointer
- The Standard Parade
- Tugboat Mickey
- Pluto's Dream House
- Mr. Mouse Takes a Trip
- The Little Whirlwind
- The Nifty Nineties
- Orphans' Benefit
- Mickey's Birthday Party
- Symphony Hour
- Mickey's Delayed Date
- Mickey Down Under
- Mickey and the Seal
- Plutopia
- R'Coon Dawg
- Pluto's Party
- Pluto's Christmas Tree
- The Simple Things

ஸில்லி ஸிம்ஃபனீஸ் (1929முதல் 1938வரை)

- The Skeleton Dance
- El Terrible Toreador
- Springtime
- Hell's Bells
- The Merry Dwarfs
- Summer
- Autumn
- Cannibal Capers
- Frolicking Fish
- Arctic Antics. Directed by Ub Iwerks, first released on 5 June, 1930.
- Midnight in a Toyshop
- Night
- Monkey Melodies
- Winter
- Playful Pan
- Birds of a Feather
- Mother Goose Melodies
- The China Plate
- The Busy Beavers
- The Cat's Out
- Egyptian Melodies
- The Clock Store
- The Spider and the Fly
- The Fox Hunt
- The Ugly Duckling
- The Bird Store
- The Bears and the Bees

- Just Dogs
- Flowers and Trees
- King Neptune
- Bugs in Love
- Babes in the Wood
- Santa's Workshop
- Birds in the Spring
- Father Noah's Ark
- The Three Little Pigs
- Old King Cole
- Lullaby Land
- The Pied Piper
- The Night Before Christmas
- The China Shop
- The Grasshopper and the Ants
- Funny Little Bunnies
- The Big Bad Wolf
- The Wise Little Hen
- The Flying Mouse
- Peculiar Penguins
- The Goddess of Spring
- The Tortoise and the Hare
- The Golden Touch
- The Robber Kitten
- Water Babies
- The Cookie Carnival
- Who Killed Cock Robin?
- Music Land

- Three Orphan Kittens
- Cock o' the Walk
- Broken Toys
- Elmer Elephant
- Three Little Wolves
- Toby Tortoise Returns
- Three Blind Mousketeers
- The Country Cousin
- Mother Pluto
- More Kittens
- Woodland Cafe
- Little Hiawatha
- The Old Mill
- The Moth and the Flame
- Wynken, Blynken, and Nod
- Farmyard Symphony
- Merbabies
- Mother Goose Goes Hollywood
- The Practical Pig
- The Ugly Duckling (Remake)

முழு நீள அனிமேஷன் படங்கள்

- Snow White and the Seven Dwarfs (1937)
- Pinocchio (1940)
- Fantasia (1940)
- Dumbo (1941)
- Bambi (1942)
- Saludos Amigos (1943)

- The Three Caballeros (1945)
- Make Mine Music (1946)
- Fun and Fancy Free (1947)
- Melodytime (1948)
- The Adventures of Ichabod and Mr. Toad (1949)
- Cinderella (1950)
- Alice in Wonderland (1951)
- Peter Pan (1953)
- Lady and the Tramp (1955)
- Sleeping Beauty (1959)
- One Hundred and One Dalmations (1961)
- The Sword in the Stone (1963)

பிற

- மிக்கியின் தோழர்கள் - டொனால்ட் வாத்து, மின்னி எலி, கூஃபி நாய், டெய்ஸி வாத்து, புளூட்டோ நாய் ஆகிய கதாபாத்திரங்கள் இடம்பெற்ற அனிமேஷன் குறும்படங்களின் வரிசை

- இயற்கைப் படங்கள் (True-Life Adventures) - Seal Island, Beaver Valley, Nature's Half Acre, The Olympic Elk, Water Birds, Bear Country, Prowlers of the Everglades, The Living Desert, The Vanishing Prairie, The African Lion, Secrets Of Life, White Wilderness, Jungle Cat உள்ளிட்டவை

- நடிகர்களைக் கொண்ட (Live Action) திரைப்படங்கள் - Treasure Island (1950), 20000 Leagues Under The Sea, The Shaggy Dog, The Parent Trap, Mary Poppins முதலியன

- தொலைக்காட்சி நிகழ்ச்சிகள் - Disneyland, Disney's Wonderful World, Walt Disney Presents, Walt Disney, Walt Disney's Wonderful World of Color, The Wonderful World of Disney, Zorro முதலிய தொடர் நிகழ்ச்சிகள்

பின்னிணைப்பு 5 :

கால வரிசை

1901	சிகாகோ நகரில் வால்ட் டிஸ்னி பிறப்பு (டிசம்பர் 5)
1906	டிஸ்னி குடும்பம் மர்சலினுக்குக் குடியேறுகிறது
1909	மர்சலினில் 'பார்க் ஸ்கூல்' என்ற பள்ளியில் சேர்கிறார் வால்ட் டிஸ்னி
1911	டிஸ்னி குடும்பம் கன்ஸாஸ் நகருக்குக் குடிபெயர்கிறது
	பென்டன் பள்ளிக்கு மாறுகிறார் வால்ட் டிஸ்னி
	காலை, மதிய நேரங்களில் செய்தித்தாள் போடும் வேலையைச் செய்யத் தொடங்குகிறார்
1915	கலைப் பயிற்சி வகுப்புகளில் இணைந்து, முறைப்படி ஓவியம் வரையக் கற்கிறார் வால்ட் டிஸ்னி
1917	டிஸ்னி குடும்பம் மீண்டும் சிகாகோவுக்குத் திரும்புகிறது
	மெக்கின்லி உயர்பள்ளியில் சேர்கிறார் வால்ட் டிஸ்னி
	பள்ளி இதழில் ஓவியம், புகைப்படங்கள் வெளியாகின்றன

வயதைக் குறைத்துச் சொல்லி, செஞ்சிலுவைச் சங்கத்தில் ஆம்புலன்ஸ் ஓட்டுனராகச் சேர்கிறார் வால்ட் டிஸ்னி

செஞ்சிலுவைச் சங்கத்தின் சார்பில் பிரான்ஸ் பயணம்

1919 செஞ்சிலுவைச் சங்கத்திலிருந்து விலகி, முழு நேர ஓவியராகிறார் வால்ட் டிஸ்னி

'Pesemen - Rubin' விளம்பர நிறுவனத்தில் பணிபுரியத் தொடங்குகிறார்

வால்ட் டிஸ்னி - உப் ஐவெர்க்ஸ் சந்திப்பு

1920 வால்ட் மற்றும் உப் இனைந்து, சொந்த நிறுவனம் 'ஐவெர்க்ஸ் - டிஸ்னி' என்ற பெயரில் சொந்த நிறுவனம் தொடங்குகிறார்கள்

சொந்த நிறுவனத்தின் தோல்விக்குப்பிறகு, 'Kansas City Slide Company' என்ற விளம்பர நிறுவனத்தில் வேலைக்குச் சேர்கிறார்கள் வால்ட் டிஸ்னி, உப் ஐவெர்க்ஸ்

இருவருக்கும் அனிமேஷன் அறிமுகம்

1922 'நியூமேன்' திரையரங்குக்காக 'Newman Laugh-O-Grams' அனிமேஷன் படங்களை எடுக்கத் தொடங்குகிறார் டிஸ்னி

மீண்டும் ஒரு சொந்தத் தொழில் முயற்சியாக, பதினைந்தாயிரம் டாலர்கள் முதலீட்டில் வால்ட் டிஸ்னி தொடங்கும் புது நிறுவனம், 'லாஃபோக்ராம்'

தேவதைக் கதைகளை அனிமேஷன் படங்களாக எடுக்கத் தொடங்குகிறார்

1923 ஆலிஸ் காமெடி படம் ஒன்றை உருவாக்குகிறார் வால்ட் டிஸ்னி

இரண்டாவது தொழில் முயற்சியும் தோல்வியடைகிறது

வால்ட் டிஸ்னி ஹாலிவுட் பயணம்

ஹாலிவுட்டில் நடிகராக, இயக்குனராக முயற்சி செய்துவிட்டு, மீண்டும் அனிமேஷனுக்குத் திரும்புகிறார்

மார்கரெட் வின்க்லர் என்ற விநியோகஸ்தருடன், ஆறு ஆலிஸ் படங்களை எடுப்பதற்கான ஒப்பந்தம் கையெழுத்தாகிறது

அண்ணன் ராய் டிஸ்னி, வால்ட் டிஸ்னியுடன் இணைகிறார்

'டிஸ்னி பிரதர்ஸ் ஸ்டூடியோ' உதயமாகிறது

1924 அதிகாரப்பூர்வமான முதல் ஆலிஸ் படம் 'Alice's Day at Sea' வெளியாகி, வெற்றியடைகிறது

1925 லில்லியன் பவுண்ட்ஸ் உடன் வால்ட் டிஸ்னி காதல் திருமணம் (ஜூலை 15)

1927 ஆலிஸ் வரிசைப் படங்கள் முடிவுக்கு வருகின்றன

டிஸ்னி நிறுவனத்தின் அடுத்த கார்ட்டூன் கதாபாத்திரம் ஆஸ்வால்ட் முயல் அறிமுகமாகிறது, நல்ல வரவேற்பைப் பெறுகிறது

1928 டிஸ்னியின் ஆஸ்வால்ட் கதாபாத்திரத்தையும், முக்கிய அனிமேஷன் கலைஞர்கள் பலரையும் சார்லஸ் மின்ட்ஸ் கவர்ந்துகொள்கிறார்

ஆஸ்வால்ட்க்கு மாற்றாக, மிக்கி எலி அறிமுகமாகி, மாபெரும் வெற்றியடைகிறது

1929 'ஸில்லி ஸிம்ஃபனீஸ்' வரிசை கார்ட்டூன் படங்கள் அறிமுகமாகின்றன

1930 ஐவெர்க்ஸ் டிஸ்னி நிறுவனத்திலிருந்து விலகுகிறார். (பின்னர், 1940ம் ஆண்டில் திரும்பினார்)

1932 முதல் வண்ண அனிமேஷன் படம் 'Flowers and Trees' வெளியாகிறது

மிக்கி மவுஸை உருவாக்கியதற்காக, வால்ட் டிஸ்னிக்கு சிறப்பு ஆஸ்கார் விருது வழங்கப்படுகிறது

டிஸ்னியின் தோழனாக, கூஃபி என்ற நாய் அறிமுகமாகிறது

1933 டிஸ்னியின் மூத்த மகள் டயானெ பிறப்பு (டிசம்பர் 18)

1934 புகழ் பெற்ற டொனால்ட் வாத்து கதாபாத்திரம் அறிமுகம்

டிஸ்னி நிறுவனத்தின் முதலாவது முழு நீள அனிமேஷன் படம், 'ஸ்னோ வொய்ட்' தயாராகத் தொடங்குகிறது

1936 டிஸ்னியின் இரண்டாவது மகள் ஷரோன் பிறப்பு (டிசம்பர் 21)

1937 'ஸ்னோ வொய்ட்' திரைப்படம் வெளியீடு, மிகப் பெரிய வெற்றி

1939 பர்பேங்க் பகுதியில் டிஸ்னி ஸ்டூடியோவின் புதிய வளாகம் திறக்கப்படுகிறது

1940 அனிமேஷன் பணிகளை விரைவுபடுத்தும் 'மல்ட்டி-ப்ளேன் கேமெரா'(Multi-Plane Camera)வைக் கண்டுபிடிக்கிறார் வால்ட் டிஸ்னி

Pinocchio, Fantasia ஆகிய முழு நீள அனிமேஷன் படங்கள் போதுமான வெற்றியடையாததால், டிஸ்னி நிறுவனத்தின் கடன் சுமை அதிகரிக்கிறது

1945 உலகப்போர்க் காலகட்டத்தில், அமெரிக்க அரசுக்காக, பிரசாரப் படங்கள், பயிற்சி, விளக்கப் படங்களைத் தயாரிக்கத் தொடங்குகிறது டிஸ்னி நிறுவனம்

1948 இயற்கை சார்ந்த சுவாரஸ்யமான விவரணப் படங்களைத் தயாரித்து வெளியிடத் தொடங்குகிறது டிஸ்னி நிறுவனம்

1949 ஹால்ம்பி ஹில்ஸ் பகுதியில் புது வீடு கட்டிக் குடியேறுகிறது வால்ட் டிஸ்னி குடும்பம்

1950 நிஜ நடிகர்களைக் கொண்ட 'Live Action' வகைத் திரைப்படங்களைத் தயாரிக்கத் தொடங்குகிறது டிஸ்னி நிறுவனம்

'டிஸ்னிலாண்ட்' என்ற பெயரில், வெற்றிகரமான தொலைக்காட்சி நிகழ்ச்சி ஒன்றைத் தொகுத்து வழங்க ஆரம்பிக்கிறார் வால்ட் டிஸ்னி

1955 கலிஃபோர்னியா அருகே, சுமார் பதினேழு மில்லியன் டாலர்கள் செலவில் கட்டப்பட்ட 'டிஸ்னிலாண்ட்' திறக்கப்படுகிறது

1966 லாஸ் ஏஞ்சலஸில் வால்ட் டிஸ்னி மரணம் (டிசம்பர் 15)

1971 வால்ட் டிஸ்னி நினைவாக, பிரம்மாண்டமான 'வால்ட் டிஸ்னி வேர்ல்ட்' பூங்கா திறக்கப்படுகிறது

1982 வால்ட் டிஸ்னியின் கனவான EPCOT நகரம் திறக்கப்படுகிறது

பின்னிணைப்பு 6 :
நன்றி

உதவிய நூல்கள்:

- Walt Disney: An American Original - Bob Thomas - Disney Editions - 1994
- Remembering Walt: Favorite Memories of Walt Disney - Howard E. Green, Amy Boothe - Disney Editions - 2002
- Disney: The First 100 Years - David Smith, Steven B. Clark - Disney Editions - 2003
- The Man behind the Magic: The Story of Walt Disney - Katherine Greene, Richard Greene - Viking Juvenile - 1998

கட்டுரைகள்:

- Mouse & Man - Time - 1937
- Father Goose - Time - 1954
- The Mouse That Walt Built - Time - 1954
- Walt Disney - Richard Schickel - Time - 1998

- Walt Disney: How He Did It - Ed Black - Cartoon Flashback
- Marceline's Favorite Son - Bob McEowen - disneydreamer.com
- A Walt Disney Biography - Katherine M - Disney Themes
- Walt Disney - Multiplane Camera - Mary Bellis - about.com
- History Of Animation Before Disney - Patrick James - www-viz.tamu.edu
- The Golden Age of Mickey Mouse - Charles Solomon - Walt Disney Internet Group
- Mickey in the Post-War Era - Charles Solomon - Walt Disney Internet Group
- 'He Was Daddy': Walt As A Father - Richard & Katherine Greene - Walt Disney Internet Group
- Walt and Disneyland - David Mumford, Bruce Gordon - Walt Disney Internet Group
- True-Life Adventures - Richard Holliss - Walt Disney Internet Group
- Mrs. Disney - Stephen Schochet - disneydreamer.com
- Walt Disney Biography - Nilesh Parekh - buzzle.com - 2005

இணையதளங்கள்:

- http://disney.go.com/disneyatoz/
- http://disney.go.com/vault/
- http://awardsdatabase.oscars.org/
- http://europe.vault.com/companies/company_main.jsp?product_id=358&ch_id=345&co_page=2&v=1

- http://filmtv.eserver.org/disney-huac-testimony.txt
- http://foia.fbi.gov/foiaindex/waltdisney.htm
- http://fuv.hivolda.no/prosjekt/gunnargrodal/bio.htm
- http://inventors.about.com/library/inventors/bl_walt_disney.htm
- http://lantz.goldenagecartoons.com/profiles/oswald/index.html
- http://video.barnesandnoble.com/search/biography.asp?CTR=592314
- http://wed.simplenet.com/timeline/index.html
- http://www.biogs.com/famous/disneywalt.html
- http://www.buzzle.com/editorials/2-1-2005-65214.asp
- http://www.disboards.com/
- http://www.disneydreamer.com/
- http://www.disneyshorts.org/
- http://www.disneythemes.com/tribute_to_disney.htm
- http://www.imdb.com/name/nm0000370/
- http://www.islandnet.com/~kpolsson/mmouse/index.htm
- http://www.justdisney.com/
- http://www.kidzworld.com/site/p1833.htm
- http://www.mickey-mouse.com/themouse.htm
- http://www.ncs-glc.com/GLC/ed_black/disney/disney1.html
- http://www.nytimes.com/learning/general/onthisday/bday/1205.html
- http://www.thebiographychannel.co.uk/biography_story/694:962/1/Walt_Disney.htm
- http://www.thedisneyblog.com/
- http://www.toonopedia.com/
- http://www.tv.com/walt-disney/person/85834/biography.html
- http://www.wdwmagic.com/walt.htm
- http://www-viz.tamu.edu/courses/viza615/97spring/pjames/history/main.html

பிற:

- Legends, Icons and Superstars of the 20th Century (தொலைக்காட்சிப் படம்) - Robert Guenette (Director), David L. Wolper (Producer)
- Walter Elias Disney - Federal Bureau Of Investigation File Number HQ 94-4-4667
- The Testimony of Walter E. Disney Before the House Committee on Un-American Activities (24 October, 1947) - From 'The American Animated Cartoon' - Peary & Peary - Dutton - http://filmtv.eserver.org/

தெளிவான எழுத்தும் ஆழமான ஆய்வும் நிறைந்த நூல்களுக்காகத் தமிழ் வாசகர்களிடையில் நன்கு அறியப்பட்டுள்ள என். சொக்கன் புனைவு, வாழ்க்கை வரலாறு, நிறுவன வரலாறு, தன்னம்பிக்கை, சிறுவர் இலக்கியம் உள்ளிட்ட துறைகளில் இதுவரை எழுபதுக்கும் மேற்பட்ட நூல்கள், நூற்றுக்கணக்கான கதைகள், கட்டுரைகளை எழுதியுள்ளார். விரிவான ஆய்வுகள், சான்றுகளின் அடிப்படையிலான ஆழமான வரலாற்று நூல்களைத் தமிழில் எழுத இயலும், அவற்றைப் பெரும்பான்மை வாசகர்களுக்குக் கொண்டுசேர்க்கவும் இயலும் என்பதைப் பலமுறை நிரூபித்த எழுத்து வகை இவருடையது.

தமிழ், ஆங்கிலம் ஆகிய இரு மொழிகளிலும் எழுதும் சொக்கனுடைய நூல்கள் ஹிந்தி, கன்னடம், மலையாளம் உள்ளிட்ட பல மொழிகளில் மொழிபெயர்ப்பாகியுள்ளன.

www.ingramcontent.com/pod-product-compliance
Ingram Content Group UK Ltd.
Pitfield, Milton Keynes, MK11 3LW, UK
UKHW042133021026
15589UKWH00003B/791

9 788195 673544